சிரிக்கும் ஆப்பிள் பேசும் திராட்சை

(உலக நாடோடிக் கதைகள்)

தமிழில்
யூமா வாசுகி

நியூ செஞ்சுரி புக் ஹவுஸ் (பி) லிட்.,
41-பி, சிட்கோ இண்டஸ்டிரியல் எஸ்டேட்,
அம்பத்தூர், சென்னை - 600 050.
☎: 044 - 26251968, 26258410, 48601884

Language: Tamil
Sirikkum Apple Pesum Thiratchai
(Smiling Apple Talking Grape)
World Folk Tales
Tamil Translator: **Yuma Vasuki**
Artist: **Jayaraj**
First Edition: November, 2013
Second Edition: December, 2021
Copyright: Publisher
No. of pages: viii + 314 = 322
Type Setting: **N.C.B.H**.Computers
Publisher :
New Century Book House Pvt. Ltd.,
41-B, SIDCO Industrial Estate,
Ambattur, Chennai - 600 050.
Tamilnadu State, India.
Email : info@ncbh.in
Online: www.ncbhpublisher.in

ISBN. 978 - 81- 2342 - 487-3
Code No.A 2849
₹ 300/-

Branches
Ambattur (H.O.) 044 - 26359906 **Spenzer Plaza (Chennai)** 044-28490027
Trichy 0431-2700885 **Pudukkottai** 04322- 227773 **Thanjavur** 04362-231371
Tirunelveli 0462-4210990, 2323990 **Madurai** 0452 2344106, 4374106
Dindigul 0451-2432172 **Coimbatore** 0422-2380554 **Erode** 0424-2256667
Salem 0427-2450817 **Hosur** 04344-245726 **Krishnagiri** 0434-3234387
Ooty 0423 2441743 **Vellore** 0416-2234495 **Villupuram** 04146-227800
Pondicherry 0413-2280101 **Nagercoil** 04652-234990

சிரிக்கும் ஆப்பிள் பேசும் திராட்சை
(உலக நாடோடிக் கதைகள்)
தமிழில்: **யூமா வாசுகி**
ஓவியர்: **ஜெயராஜ்**
முதல் பதிப்பு: நவம்பர், 2013
இரண்டாம் பதிப்பு: டிசம்பர், 2021

அச்சிட்டோர்: **பாவை பிரிண்டர்ஸ் (பி) லிட்.,**
16 (142), ஜானி ஜான் கான் சாலை, இராயப்பேட்டை, சென்னை - 14
☎: 044-28482441

All rights reserved. No part of this book may be reprinted or reproduced or utilised in any form or by any electronic, mechanical, or other means, now known or hereafter invented, including photocopying and recording, or in any information storage or retrieval system, without permission in writing from the publishers.

தோளமரும் கதைப் பறவைகள்

ஆதியில் சொன்னவர் யார்,
அருகிலிருந்து கேட்டவர் யார்?
அறிவதற்கியலாது.
எக்காலத்தும் புத்துயிர்த்து
இளமை கொண்டிருக்கும் கதைகள் இவை.
தலைமுறை தலைமுறைகளாகக் கைமாறி
கால தேச எல்லைகள் கடந்து
சொற்களின் சிறகுகள் கொண்டு
இடையறாது பறந்தலைபவை.
தாம் பிறந்த இடத்தின் வண்ணமுண்டு இவற்றிற்கு;
வாசனையுண்டு.
அதிசயங்களின் உடல் கொண்டவை;
அன்பின் உதிரம்; உண்மையும்
உயர் தர்மமுமான பார்வை;
புவியில் வாழ்வை நலமாக்கும் நோக்கம்.
காற்றிலலையும் சிறகுகள் உதிர்க்கின்றன
நகைச்சுவையை, வேடிக்கையை, தந்திரங்களை.
தேடித் தோளமர்ந்து காதோடு பேசும்

கதைப் பறவைகள்,
சிறாரின் மனக் களத்திலெழுதும்
சித்திரங்களின் சாரம் திரள்கிறது;
அது, விடிவெள்ளியெனவும் உயர்கிறது.

ஏழு மலைகளுக்கு அப்பால் பூத்திருக்கும்
மகிழ மரத்தின் வாசனை வருகிறதா?
உங்கள் தலைக்கு மேலாக கப்பலொன்று
பறந்து செல்கிறதா?
ஏரித் தண்ணீர் முழுதும் குடித்தாலும் ஒருவனின்
தாகம் அடங்காதாமே, அப்படியா?
மனதின் சாவியைக் குறித்து உங்களுக்கு
ஏதும் தெரியுமா?
மரண விளையாட்டு என்றால் என்ன?
அடடா! அங்கே ஒரு குருவி தன் காலை உணவைத்
தொலைத்துவிட்டதா?

விலங்குகள், பறவைகள், மனிதர்கள், பூதங்கள்,
ராஜா ராணிகள், அரக்கர்கள், தாவரங்கள்...
உங்களைச் சந்திப்பதற்கு சகலமும் உண்டு; ஓவியர்
ஜெயராஜ் அவர்களின் எழில்மிக்க
ஓவியங்களுடன்.

அப்புறமென்ன, அப்புறமென்னவென்று
விருப்பத்துடன் வாசிப்பீர்கள்- அப்போது நீங்கள்
இந்தக் கதைகளுக்குள் வசிப்பீர்கள்.

- பதிப்பகத்தார்

கதைகள்

1. ஒரு வைக்கோல் காளையின் கதை (உக்ரேனியா) 1
2. ஏமாற்றுக்காரக் கொக்கும் அறிவாளி நண்டும் (பர்மா) 8
3. நீண்ட மூக்குள்ள அள்ளு முள்ளு
பிசாசுகளின் கதை (ஜப்பான்) 13
4. இரோஜியின் பூக்கள் (மார்ஷல் தீவுகள்) 17
5. பறக்கும் கப்பல் (ரஷ்யா) 24
6. மனதின் சாவி (ஆப்கானிஸ்தான்) 39
7. மரண விளையாட்டு (பிலிப்பைன்) 47
8. குருவியின் காலை உணவு (நேபாளம்) 52
9. நூறு கணுக்களுள்ள மூங்கில் (வியட்னாம்) 59
10. நண்டு (இத்தாலி) 65
11. கொம்பில்லாக் காளை (அசாம்) 70
12. மந்திர மரம் (சீனா) 73
13. மூக்கு மாற்றம் (ஆப்பிரிக்கா).. 77
14. அம்பே ரம்பே (திபெத்) 81
15. மந்திரத் தொப்பி (கொரியா) 86
16. அஞ்சலோட்டக்காரனின் கதை (பொலிவியா) 91
17. சரோங்கின் சாகசங்கள் (இந்தியா) 96
18. நரியும் சுண்டெலியும் (அமெரிக்கா) 105
19. மூன்று வேட்டைக்காரர்கள் (ரஷ்யா) 110

20. நல்ல காளும் கெட்ட காளும் (ஆப்கானிஸ்தான்) 119
21. முயலும் முதலையும் (ஆப்பிரிக்கா) 136
22. ஒரு தியாகத்தின் கதை (உக்ரேனியா) 140
23. இரண்டு முட்டாள்கள் (இந்தியா) 144
24. இரக்கமுள்ள வண்டிக்காரனும் மோசக்கார
    முதலையும் (பர்மா) 149
25. ராஜா நல்ல அமைச்சரை தேர்ந்தெடுத்த கதை (பர்மா) 155
26. கைப்பிடி அரிசி (இந்தோனேசியா) 159
27. நண்பர்கள் எதிரிகளான கதை (ஆப்பிரிக்கா) 164
28. மரமான நாயின் கதை (ஜப்பான்) 167
29. பயணியும் நரியும் புலியும் (கொரியா) 172
30. இளவரசியின் நீளக் கூந்தல் (லிபியா) 176
31. ஒரு மோசமான ராஜாவின் கதை (கென்யா) 182
32. மன்னரின் கேள்விகள் (துருக்கி) 186
33. பிசாசும் பட்டாளக்காரனும் (ஜெர்மனி) 190
34. இளைஞனும் நீதிபதியும் (இத்தாலி) 197
35. திரும்பி வந்த பாதிரியார் (கிரேக்கம்) 201

36. சிரிக்கும் ஆப்பிள் பேசும் திராட்சை (ஹங்கேரி) 206
37. இரவு உணவு (இத்தாலி) 211
38. நட்சத்திரங்களின் கதை (டேனிஷ்) 216
39. சிலந்திப் பெண் (போர்த்துகீஸ்) 221
40. சிங்கமும் புலியும் கழுகும் (கிரேக்கம்) 225
41. உப்புக் கடல் (ஸ்காட்லாந்து) 235
42. சிலந்தியும் தேன்கூடும் (ஆப்பிரிக்கா) 241
43. குரங்கு ராஜா (தாய்லாந்து) 249
44. மாட்டிக்வஸ் முயலும் காட்டுப் பூனையும்
    (வடஅமெரிக்கா) 258
45. அறிவாளி மனைவி (சீனா) 266
46. அதிர்ஷ்டம் கெட்ட இவான் (ரஷ்யா) 271
47. மரமண்டை (சீனா) 282
48. பாம்பும் பெண்ணும் (இத்தாலி) 290
49. புத்தர், ஜுலூங் மீனான கதை (பாலினேசியா) 302
50. சின்ன முயலும் பைன் மரமும் சிறகுள்ள எறும்பும்
    (வடஅமெரிக்கா) 307

ஒரு வைக்கோல் காளையின் கதை

ஒரு இடத்தில் ஒரு தாத்தாவும் பாட்டியும் வாழ்ந்து வந்தார்கள். தாத்தா, தார் தயாரிக்கும் வேலை செய்தார். பாட்டிக்கு சணல் நார் பின்னும் வேலை. அவர்கள் மிகவும் ஏழைகள். எப்போதும் பசியும் பட்டினியுமாகக் காலம் கழித்தார்கள்.

வருடங்கள் கடந்து சென்றன. பாட்டி மிகவும் தளர்ந்து போனார்கள். ஒரு முறை அவர்கள் தன் கணவனிடம் கேட்டார்கள்:

"ஒரு வைக்கோல் காளை செய்து அதைத் தாரால் மெழுகித் தருகிறீர்களா?"

தாத்தா சொன்னார்:

"வைக்கோலால் செய்யப்பட்ட காளை உனக்கு எதற்கு? நீ என்ன அதை வைத்து விளையாடப்போகிறாயா?"

"அதை வைத்து என்ன செய்ய முடியும் என்று எனக்குத் தெரியும். நீங்கள் ஒரு வைக்கோல் காளை செய்து அதைத் தாரில் மெழுகி எனக்குக் கொடுங்கள்."

தாத்தாவுக்கு மறுக்க முடியவில்லை. தன் மனைவி ஏதோ உறுதியாக முடிவு செய்திருக்கிறாள் என்று அவருக்குத் தோன்றியது. எனவே அவர் வைக்கோலால் ஒரு காளை பொம்மையைச் செய்தார். அதன் உடல் முழுதும் தார் பூசினார்.

2 □ சிரிக்கும் ஆப்பிள் பேசும் திராட்சை

பொழுது விடிந்தது. பாட்டி, தன் நூல் கண்டுகளையும் பின்னல் ஊசியையும் வைக்கோல் காளையையும் எடுத்துச் சென்றார்கள். ஒரு குன்றின் உச்சியில் அமர்ந்து பின்னல் வேலை செய்யத் தொடங்கினார்கள்.

"பின்னிப் பின்னிச் சலித்துவிட்டது என் வைக்கோல் காளையே...இனி இந்த வேலையை என்னால் நிறுத்த முடியுமா?"

பாட்டியின் கேள்விக்கு காளை என்ன பதில் சொல்லப் போகிறது. அது அப்படியே நின்றுகொண்டிருந்தது. பாட்டி தொடர்ந்து பின்னிக்கொண்டிருந்தார்கள். நீண்ட நேரம் வேலை செய்த பின் தூக்கம் வந்தது. அப்படியே தூங்கிவிட்டார்கள். பிறகு பக்கத்துக் காட்டிலிருந்து ஒரு கரடி வந்தது. அது நேராக வந்து வைக்கோல் காளையிடம் கேட்டது:

"யாரடா நீ?"

வைக்கோல் காளை பதில் சொன்னது:

"உடலில் தார் பூசப்பட்ட பாவமான ஒரு சிறிய வைக்கோல் காளை."

"அப்படியென்றால் எனக்குக் கொஞ்சம் தார் கொடு. என் உடலில் ஒரு காயம் ஏற்பட்டிருக்கிறது. தார் தடவினால் காயம் ஆறிவிடும் என்று சொன்னார்கள்."

தார் கேட்ட கரடிக்குப் பதில் சொல்லாமல் காளை அப்படியே நின்றுகொண்டிருந்தது. அதனால் கோபம் கொண்டது கரடி. அது தன் கைவிரல் நகங்களால், காளையின் முகத்திலிருந்து கொஞ்சம் தார் பியத்தெடுக்கப் பார்த்தது. கரடியால் முடியவில்லை. காளையிடமிருந்து தாரைப் பியத்தெடுக்கும் முயற்சியில் அது, காளையின் உடலுடன் சேர்ந்து ஒட்டிக்கொண்டுவிட்டது. சுலபத்தில் விடுபட முடியவில்லை. இந்தப் போராட்டத்தில் காளையுடன் நகர்ந்து நகர்ந்து காட்டின் மறைவான பகுதிக்கு வந்துவிட்டது.

பாட்டி அப்போதுதான் தூக்கத்திலிருந்து விழித்தார்கள். சுற்று முற்றும் பார்த்தார்கள். காளையை எங்கும் காணவில்லை. அவர்கள் புலம்பினார்கள்:

"என் காளை எங்கே? அது வீட்டுக்குப் போய்விட்டதா?"

பாட்டி, காட்டு வழியே அவசர அவசரமாக வீட்டை நோக்கி நடந்தார்கள். சற்று தூரம் நடந்த பிறகு, காட்டில் மறைவான இடத்தில் நின்றுகொண்டிருக்கும் காளையையும் கரடியையும் பார்த்தார்கள். கரடி தள்ளிக் கொண்டு வந்துவிட்ட அதே இடத்தில் காளை நின்றிருந்தது. இன்னும் அந்தக் கரடியால் காளையிடமிருந்து விடுபட முடியவில்லை. பாவம் அந்தப் பாட்டி? அவர்கள் என்ன

செய்வார்கள்? விரைந்து வீட்டுக்கு ஓடினார்கள். "ஐயோ...ஓடி வாருங்கள்... ஓடி வாருங்கள்...அந்தக் கரடியைக் கொல்லுங்கள்!" என்று கத்தினார்கள்.

அந்தக் குரலைக் கேட்ட தாத்தா சற்றும் தாமதிக்கவில்லை. அவர் உடனே ஓடிச் சென்று கரடியைப் பிடித்து ஒரு பள்ளத்தில் எறிந்தார். காளையைக் காப்பாற்றினார்.

மறுநாள் பொழுது விடிந்தது. பாட்டி வழக்கம்போல ஊசி, நூல் கண்டுடன் காளையையும் தூக்கிக்கொண்டு பழைய மலைச் சரிவுக்கே சென்றார்கள்.

அன்றும் அவர்கள் காளையிடம், "நான் பின்னல் வேலை செய்ய வேண்டுமா?" என்று கேட்டார்கள். பிறகு வேலை செய்து கொண்டிருக்கும் போதே மெல்ல மெல்ல தூங்கிவிட்டார்கள். பாட்டி எப்போது தூங்குவார்கள் என்று காத்திருந்ததைப்போல, அந்த அடர்ந்த காட்டுக்குள்ளிருந்து ஒரு ஓநாய் வந்தது.

வந்த ஓநாய், வைக்கோல் காளையிடம் கேட்டது:

"நீ யார்?"

"நான், உடலில் தார் பூசப்பட்ட ஒரு வைக்கோல் காளை" என்று பதில் சொன்னது காளை.

ஓநாய், "வேட்டை நாய்கள் என் உடலில் கடித்துக் காயம்பட்டுவிட்டது. கொஞ்சம் தார் கிடைத்தால் அதைத் தடவி என் காயத்தை ஆற்றிக்கொள்வேன்" என்றது.

நம் காளையும், "அதனால் என்ன, உனக்குத் தேவையான அளவு தார் எடுத்துக்கொள்" என்று சம்மதித்தது.

ஓநாய், காளையின் உடலிலிருந்து தார் எடுப்பதற்கு பெரிதும் முயன்றது. அது கொஞ்சம் தார் பிய்த்தெடுத்தது. ஆனால், எப்படியோ ஓநாயின் பற்கள், காளையின் உடலில் ஒட்டிக் கொண்டன. தன் பற்களை விடுவித்துக்கொள்ளும் முயற்சியில் ஓநாய், காளையை எங்கோ தள்ளிச் சென்றது.

முதல் நாள் நடந்த சம்பவமே மீண்டும் நடந்தது. பாட்டி தூக்கத்திலிருந்து எழுந்தபோது அங்கே காளையைக் காணவில்லை. அவர்கள் என்ன செய்வார்கள்? முன்பு போலக் கத்திக்கொண்டு வீட்டுக்கு ஓடினார்கள்:

"ஐயோ! என் காளையைக் காணவில்லை. அதைக் காப்பாற்றுங்கள்! அதைக் காப்பாற்றுங்கள்!"

அதைக் கேட்டு தாத்தா ஓடி வந்தார். அப்போதும் ஓநாய், காளையின் மீது ஒட்டிக்கொண்ட பற்களை விடுவித்துக்கொள்ள

முடியாமல் மறைவான இடத்தில் நின்றிருந்தது. தாத்தா ஓநாயைத் தூக்கி அந்தப் பள்ளத்தில் எறிந்துவிட்டு காளையைக் காப்பாற்றிக் கொண்டு வந்தார்.

மறு நாளும் இதுபோன்ற கதைதான் நடந்தது. இந்த முறை கரடியோ, ஓநாயோ வரவில்லை. ஒரு நரி வந்தது. அந்த நரியின் உடலிலும் காயங்கள் இருந்தன. அந்தக் காயங்களில் தடவுவதற்காக தார் எடுக்க வேண்டி, அது காளையின் முதுகில் ஏறியது.

முன்பு நடந்த கதைதான் இப்போதும் நடந்தது.

பிறகு தாத்தா வந்தார். அந்த நரியைப் பிடித்து இழுத்து அதே பள்ளத்தில் எறிந்தார்.

மறு நாளும் அவர் இதுபோன்று காளையிடம் தார் கேட்டு ஒட்டிக்கொண்ட ஒரு முயலைப் பிடித்து அந்தப் பள்ளத்தில் எறிந்தார்.

அவ்வாறு பள்ளத்தில் நான்கு விலங்குகள் இருந்தன.

பிறகு நம் தாத்தா பள்ளத்தில் இறங்கினார். தன் கத்தியை எடுத்து அங்கிருந்த பாறையில் கூர் தீட்டத் தொடங்கினார்.

இதைப் பார்த்துவிட்டு முதலில் கரடி கேட்டது:

"ஐயா, நீங்கள் எதற்கு இந்தக் கத்தியைத் தீட்டுகிறீர்கள்? புத்தியைத் தீட்டுவதுதானே நல்லது?"

"எனக்கும் என் மனைவிக்கும் மேலங்கிகள் வேண்டும். அதற்கு உங்கள் தோல்கள் தேவைப்படுகின்றன."

கரடி அதைக் கேட்டு பயந்து அலறியது:

"ஐயோ! இரக்கமுடையவரே, இன்முகம் கொண்டவரே அப்படிச் செய்யாதீர்கள். நான் உங்களுக்கு எவ்வளவு வேண்டும் என்றாலும் தேன் கொண்டு வந்து கொடுக்கிறேன். என்னைக் கொல்லாமல் விட்டுவிடுங்கள்."

தாத்தா, கரடியின் பேச்சை நம்பி அதை விடுவித்தார். ஆனால் அவர் தொடர்ந்து கத்தியைத் தீட்டிக்கொண்டிருந்தார். அதைப் பார்த்து ஓநாய் பதற்றமடைந்தது. கத்தி கூர் தீட்டப்பட்டு முடிந்தவுடன் முதலில் கொல்லப்படுவது தானாகத்தான் இருக்கும் என்று அதற்குப் புரிந்தது. எனவே அது சொன்னது:

"என் மரியாதைக்குரிய தாத்தா. அறிஞரே அன்பானவரே, நான் உங்களுக்கு ஒரு மந்தை வெள்ளை ஆடுகளைத் தருகிறேன். தயவு செய்து என்னைக் கொல்லாமல் விட்டுவிடுங்கள்."

அதை நம்பிய தாத்தா, ஓநாயையும் விடுவித்தார்.

அடுத்தது நரியின் முறை வந்தது. தாத்தா, நரியிடம் மிகவும் கண்டிப்பாகச் சொன்னார்:

"என் மனைவிக்கு மேலங்கி செய்ய உன் தோல் பொருத்தமாக இருக்கும். உன் தோலைச் சுலபமாக உரிப்பதற்குத்தான் நான் இப்போது கத்தியைத் தீட்டுகிறேன்."

இதைக் கேட்டுக் கலக்கமடைந்த நரி சொன்னது:

"ஐயோ! என் தலைவரே தங்கமானவரே, அப்படிச் செய்யாதீர்கள். என்னைச் சும்மா விட்டால் நான் உங்களுக்கு நிறையக் கோழிகளையும் வாத்துக்களையும் தருகிறேன்."

"சரி. அப்படியென்றால் நீ போ. நாம் பிறகு சந்திக்கலாம்" என்று தாத்தா, நரியை அனுப்பி வைத்தார்.

கடைசியில் அந்தப் பள்ளத்தில் முயல் மட்டும் மிச்சமிருந்தது. தாத்தா இப்போதும் தன் கத்தியைக் கூர் தீட்டினார். இதைப் பார்த்த முயல், கடும் அதிர்ச்சியில் தடுமாறியது. தாத்தா சொன்னார்:

"முயலே, எனக்குக் கையுறையும் தொப்பியும் செய்வதற்கு உன் தோல்தான் ஏற்றதாக இருக்கும்!"

அழுதபடியே சொன்னது முயல்:

"ஐயோ! நன்மை செய்பவரே, உண்மை வழி செல்பவரே! வேண்டாம். என்னைக் கொல்லாதீர்கள். நான் உங்களுக்குச் சங்கிலியும், கம்மலும், பட்டு நாடாவும் கொண்டு வந்து கொடுக்கிறேன்."

முயலையும் விட்டுவிட்டார் தாத்தா.

மறுநாள் பொழுது விடிந்தது. யாரோ கதவைத் தட்டும் சத்தம் கேட்டது.

முதலில் பாட்டிதான் விழித்தார்கள். ஆனால் கதவைத் திறந்தது நம் தாத்தாதான்.

வந்தது வேறு யாரும் அல்ல. தாத்தா சுதந்திரமாக விட்டுவிட்ட கரடிதான். கரடி அவருக்கு ஒரு பானை நிறையத் தேன் கொடுத்தது. அவர் அதை வாங்கிக்கொண்டு கரடியை அனுப்பினார்.

தாத்தா மீண்டும் தூங்க ஆரம்பித்தபோது, மீண்டும் கதவைத் தட்டும் ஓசை கேட்டது. அந்தச் சத்தம் பலமுறை தொடர்ந்து கேட்டது. வேறு யாருமல்ல. ஓநாயும், நரியும், முயலும்!

ஓநாய் ஒரு ஆட்டு மந்தையையே கொண்டு வந்திருந்தது. நரி, கோழிகளும் வாத்துக்களும் கொண்டு வந்திருந்தது. முயலும், தான் சொன்ன வார்த்தையைக் காப்பாற்றியிருந்தது.

தாத்தாவும் பாட்டியும் மகிழ்ச்சியடைந்தார்கள். அதிகமாகச் சொல்வானேன், தாத்தாவும் பாட்டியும் பணக்காரர்கள் ஆனார்கள். பிறகு தாத்தா ஒரு உயிருள்ள காளையை வாங்கினார். அதன் மூலமாக இன்னும் பணம் சம்பாதித்தார்கள்.

அப்புறம் நம் வைக்கோல் காளை என்ன ஆனது?

இனி அந்தக் காளையால் என்ன பயன்?

அது மிகவும் வெப்பமான வெயிலில் நின்றது; தான் வெப்பத்தில் உருகிக் கரைந்து காணாமல்போகும்வரை.

2

ஏமாற்றுக்காரக் கொக்கும் அறிவாளி நண்டும்

கொக்கு வந்து குளத்திலே
செய்த தொரு காரியம்.
மீன் முழுதும் தின்றது
பிறகு நண்டைப் பிடித்தது!
நண்டு என்ன செய்தது?
கொக்கு கழுத்தை நெரித்தது.
தலை இழந்த கொக்கு
இறந்து தரையில் வீழ்ந்தது.
அறிவு மிகுந்த நண்டு
குளத்தில் நீந்திக் களித்தது!

பர்மா குழந்தைகள், மோசக்கார கொக்கைப் பற்றி இந்தப் பாட்டைப் பாடி விளையாடுவார்கள். அவர்கள் இந்தப் பாட்டில் ஒரு பாடத்தையும் கற்றுக்கொள்கிறார்கள். "யாரையும் ஏமாற்றக் கூடாது. ஏமாற்றினால், ஏமாற்றுபவர்களுக்குத்தான் ஆபத்து ஏற்படும்."

கீழே வருவது இந்தப் பாட்டில் உள்ள கதைதான்.

ஒரு குளம். குளம் நிறைய மீன்கள். பல வகையான மீன்கள். குளக்கரையில் ஒரு மரம். மரக் கிளையில் ஒரு ஏமாற்றுக்காரக் கொக்கு, வாய்ப்பை எதிர் நோக்கிக் காத்திருக்கிறது. கொக்கைப் பார்த்துவிட்டதால்

மீன்களெல்லாம் தண்ணீருக்கு மேல் தலையைக் காட்டாமல் மிகவும் கவனமாக இருந்தன.

அப்படியிருக்கும்போது, ஒரு மீன் தண்ணீரைவிட்டுத் தலையைத் தூக்கிப் பார்த்தது. அது ஒரு அயிரை மீன். அதைப் பார்த்த கொக்கு சொன்னது:

"அடே தம்பி அயிரை மீனே, ஆபத்து வரப்போகிறது. ஆபத்து!"

ஆபத்து என்று காதில் விழுந்ததும் அயிரை மீன் கேட்டது:

"என்ன ஆபத்து?"

அந்த ஏமாற்றுக்காரக் கொக்கு சொன்னது:

"பெரிய வறட்சி ஏற்படப்போகிறது. இந்த விஷயம் உனக்குத் தெரியாதா தம்பி? அப்படியென்றால் நீ செய்தித்தாளே படிப்பதில்லை போலிருக்கிறது. இந்தக் குளம் வற்றப்போகிறது. பக்கத்தில் ஒரு பெரிய குளம் இருக்கிறது. அந்தக் குளம் எப்போதுமே வற்றாது. நான் உங்களை ஒவ்வொருவராக அந்தக் குளத்தில் கொண்டுபோய் விட்டுவிடுகிறேன். நீ என் வாய்க்குள் வந்து பத்திரமாகப் பிடித்துக் கொள். நான் உன்னை அங்கே கொண்டு சென்று விட்டுவிடுகிறேன்."

பாவம் அந்த மீன்கள். அந்தக் கொக்கின் வார்த்தைகளை அப்படியே நம்பிவிட்டன. கொக்கு ஒவ்வொரு மீனாகக் கொத்தி எடுத்து வந்து, தூரத்தில் உள்ள மரத்தில் வைத்து சுவைத்துத் தின்றது.

அவ்வாறு அந்தக் குளத்தில் உள்ள மீன்களெல்லாம் தீர்ந்து விட்டன.

கடைசியில், அந்தக் குளத்தில் ஒரே ஒரு பெரிய நண்டு மட்டும் தான் மிச்சமிருந்தது.

அந்த நண்டையும் தின்ன வேண்டும் என்று கொக்கு முடிவு செய்தது.

கொக்கு, நண்டைக் கொத்தி எடுத்தது. "உன்னைத் தூரத்தில் உள்ள குளத்தில் கொண்டு சென்று விடுகிறேன்!" என்று சொல்லி ஆகாயத்தில் பறந்து சென்றது. அப்போது நண்டுக்கு, தான் கொக்கின் வாயிலிருந்து கீழே விழுந்துவிடுவோமோ என்று தோன்றியது. ஏனென்றால் அது அவ்வளவு பெரிய நண்டு. அது கொக்கிடம் சொன்னது:

"அன்பான கொக்கே, நான் மிகவும் பருத்த நண்டாக இருக்கிறேன். அதனால் உன் அலகிலிருந்து நழுவிக் கீழே விழுந்துவிடுவேனோ என்று எனக்கு அச்சமாக இருக்கிறது."

கொக்கு பதில் சொன்னது:

"அப்படியென்றால் நீ என் கழுத்தைப் பிடித்துத் தொங்கிக் கொள். இது பார்ப்பதற்கும் மிகவும் சுவாரஸ்யமான காட்சியாக இருக்கும். கீழிருந்து பார்க்கும் மக்கள், நான் ஏதோ மாலை அணிந்துகொண்டு பறந்து செல்கிறேன் என்று நினைப்பார்கள். பயணமும் சுலபமாக இருக்கும்."

கொக்கு சொன்னதுபோல நண்டு, கொக்கின் கழுத்தைக் கவ்விப் பிடித்துக்கொண்டு தொங்கியது.

கொக்கும் நண்டும் ஆகாயத்தில் நீண்ட நேரம் பயணம் செய்தன. இடையில் ஓய்வெடுப்பதற்காக கொக்கு ஒரு மரக் கிளையில் அமர்ந்தது. அமர்ந்த உடனே நண்டு கேட்டது:

"குளம் எங்கே, குளம் எங்கே

கொக்கே கொக்கே.

அங்கே நாம் விரைந்து செல்வோம்

கொக்கே கொக்கே!"

அப்போது கொக்கு சொன்னது:

"குளமுமில்லை கடலுமில்லை

நண்டே நண்டே.

இக்கிளையில் இப்போதுன்னைத்

தின்பேன், தின்பேன்!"

அப்போது நண்டு கீழே பார்த்தது. அதன் நண்பர்களான மீன்களின் எலும்புகளும் செதில்களும் குவியலாகக் கிடந்தன. அந்தக் கொடுமைக்கார கொக்கு ஏமாற்றி ஏமாற்றி எல்லா மீன்களையும் தின்று தீர்த்துவிட்டது. கொக்கின் இந்த அயோக்கியத்தனத்தை நண்டு தெரிந்துகொண்டது. அது சிந்தித்தது:

"இனி யோசித்துக் காலம் கடத்துவதில் பயனில்லை. என் கொடுக்குகள் பலமான கத்தரிக்கோல்போன்றிருக்கின்றன. அவற்றைப் பயன்படுத்த வேண்டிய நேரம் வந்துவிட்டது. பகைவனை எதிர்கொள்வதற்குத்தான் ஆயுதம். தக்க நேரத்தில் ஆயுதத்தைப் பயன்படுத்தவில்லையென்றால் எதிரியின் முன்னால் செத்து விழ வேண்டியிருக்கும்."

உடனே நண்டு, கொக்கின் கழுத்தை மேலும் பலமாகப் பற்றி இறுக்கியது.

கொக்கு "க்ரோ, க்ரோ" என்று கத்தியது.

"என்னை என் பழைய குளத்தில் கொண்டு வந்து விட்டுவிடு. இல்லையென்றால் என் கொடுக்குகளால் உன் கழுத்தைத் துண்டித்துவிடுவேன்" என்று கொக்கை அச்சுறுத்தியது நண்டு.

கொக்கு நண்டைச் சுமந்துகொண்டு திரும்பப் பறந்தது. பழைய குளத்தின் கரையில் இறங்கியது.

அப்போது நண்டு தன் முழு பலத்துடனும் பிடியை இறுக்கியது. கொக்கின் தலை துண்டானது. அந்த ஏமாற்றுக்காரக் கொக்கு, தலையற்றுத் தரையில் வீழ்ந்து துடிதுடித்து இறந்தது.

நண்டு குளத்தில் இறங்கி நீந்தி விளையாடியது. ஆயினும் அந்தக் கொக்கின் சதியைப் புரிந்துகொள்ளாமல் இறந்த தன் மீன் நண்பர்களை நினைத்து மிகவும் வருந்தியது. அதனால்தான் அதன் கண்கள் வெளியே பிதுங்கிவிட்டன. அன்று முதல் நண்டின் கண்கள் வெளியே துருத்திக்கொண்டு வந்துவிட்டன.

நீண்ட மூக்குள்ள அள்ளு முள்ளு பிசாசுகளின் கதை

ஜப்பானில் வடக்குப் பகுதி மலையில் அள்ளு, முள்ளு என்று இரண்டு பிசாசுகள் வாழ்ந்துவந்தன. அந்த இரண்டு பிசாசுகளும் வெவ்வேறு நிறத்தில் இருந்தன.

அள்ளுப் பிசாசு நீல நிறம்
பூசணிபோன்ற பெரு வயிறு
முள்ளுப் பிசாசு சிவப்பு நிறம்
பற்களெல்லாம் ஈட்டிபோல

ஆனால் இரண்டு பிசாசுகளுக்கும் ஒரு விஷயத்தில் ஒற்றுமை இருந்தது. அவற்றின் மூக்கைப் பற்றிய விஷயத்தில். அவற்றால் எவ்வளவு தூரம்வரையிலும் தங்கள் மூக்கை நீட்ட முடியும். அந்தப் பிசாசுகள் வசிக்கும் மலையிலிருந்து ஏழு மலைகளுக்கு அப்பால்தான் கிராமம் இருந்தது. பிசாசுகள் இவ்வளவு தூரத்தையும் தாண்டி தங்கள் மூக்கை நீட்டும். கிராமத்தில் உள்ள மக்களை முகர்ந்து பார்க்கும். அவர்களைத் தங்கள் மூக்கால் சுருட்டி எடுத்து வாயில் போட்டுத் தின்றுவிடும்.

அப்படியிருக்கும்போது ஒருநாள் தூரத்திலிருக்கும் மலை அடிவாரத்திலிருந்து ஒரு இனிய வாசனை காற்றில் கலந்து அங்கே வந்தது. முதலில் அள்ளுப் பிசாசுக்குத்தான் அந்த வாசனை எட்டியது.

ஏழு மலைகளுக்கு அப்புறம்

மகிழ மரம் பூத்ததுவோ?

அள்ளுப் பிசாசுக்குச் சந்தேகமாக இருந்தது. ஆயினும் அது தன் மலையிலிருந்துகொண்டு, தன் மூக்கை ஏழு மலைகளைக் கடந்து நீட்டியது.

ஒன்றாம் மலையும் கடந்து மூக்கு

இரண்டாம் மலையும் கடந்து மூக்கு

மூன்றாம் மலையின் உச்சியைத் தொட்டு

நான்காம் மலையின் வயிற்றைத் தொட்டு

ஐந்தும் ஆறும் நலமே கடந்து

ஏழாம் மலைக்கு அப்பால் உள்ள

நாட்டின் நடுவே விரைந்து வந்தது.

அங்கே ஒரு அரண்மனையின் வாசலை அடைந்தபோதுதான் மூக்கு தன் நீட்சியை நிறுத்திக்கொண்டது.

அந்த அரண்மனையில் மிகப் பேரழகு படைத்த ஒரு இளவரசியிருந்தாள். அந்த இளவரசியின் பெயர் என்ன தெரியுமா?

வெள்ளைப் பூ

வெள்ளைப் பூ

துளிர் முல்லையின்

வெள்ளைப் பூ

அந்த இளவரசி பூந்தோட்டத்தில் உலவிக்கொண்டிருந்தாள். அவளது பட்டாடைகளை அவள் தோழிகள் உலர வைத்துக் கொண்டிருந்தார்கள். தோழிகள் அந்தப் பட்டாடைகளில் ரோஜாப் பூக்களிலிருந்து எடுக்கப்பட்ட வாசனைத் திரவியங்களைத் தெளித்து உலர்த்திக்கொண்டிருந்தார்கள். அப்போதுதான் அவர்கள் தோட்டத்தில் ஒரு தடிபோன்ற பொருளைப் பார்த்தார்கள்.

அது -

நீல நிற அள்ளுப் பிசாசின்

நீண்டு வரும் மூக்கு.

ஆயினும் இளவரசியின் தோழிகள், அது மூக்கா அல்லது ஒரு நாக்கா என்றெல்லாம் ஆராய்ந்து பார்க்காமல், அது ஒரு தடிதான் என்று நினைத்தார்கள். அவர்கள் வெள்ளைப் பூ என்னும் இளவரசியின் -

ரோஜா வாசனைத் துணிகளையெல்லாம்

ஜோராய் மூக்கில் உலர்த்தினார்கள்.

இந்தச் சமயத்தில் அள்ளூப் பிசாசு ஏழு மலைகளுக்கு அப்பால் உள்ள தன் மலையிலிருந்து ரோஜா வாசனையை முகர்ந்து மகிழ்ந்து கொண்டிருந்தது. இளவரசியின் தோழிகள் எல்லா உடைகளையும் பிசாசின் மூக்கில் உலரப்போட்டபோது, பிசாசு தன் மூக்கைச் சுருக்கிச் சுருக்கி, ஏழு மலைகளுக்கும் அப்பால் இழுத்துக்கொண்டது. அந்த நல்ல உடைகளையெல்லாம் வாரி அள்ளித் தன் பெட்டிக்குள் வைத்துக்கொண்டது.

வண்ணத் துணிகளை இழந்த வெள்ளைப்பூ

வேதனைக் கண்ணீர் வடித்து நின்றாள்.

இப்படிப்பட்ட நல்ல துணிகள் நிறையக் கிடைத்ததால் அள்ளூப் பிசாசு மகிழ்ந்து குதித்தது; சிவப்பு நிற முள்ளூப் பிசாசை அருகே அழைத்தது. விலையுயர்ந்த வாசனைத் துணிகளைக் காட்டிச் சொன்னது:

"இந்த வாசனைத் துணிகளைப் பார்த்தாயா! இவை ஏழாம் மலைக்கு அப்பால் இருந்தன. என் மூக்கை நீட்டி எல்லாவற்றையும் எடுத்து வந்துவிட்டேன்!"

இதைப் பார்த்தவுடன் முள்ளூப் பிசாசுக்கும் ஆசை ஏற்பட்டது. அதுவும் உடனே தன் மூக்கை ஏழு மலைகளுக்கு அப்பால் நீட்டியது. அப்போது, குறும்புக்காரக் குழந்தைகள் நிறையப் பேர் ஓடி வந்து அந்த மூக்கைப் பிடித்துத் தொங்கினார்கள். எல்லோரும் அந்த மூக்கை ஒவ்வொரு துண்டாக வெட்டி எடுத்துக்கொண்டார்கள். முள்ளூப் பிசாசு வலி தாளாமல் துடித்தது. கடைசியில்,

"மூக்கறுத்த முள்ளூப் பிசாசு

மூசு மூசென்று அழுதது!"

இரோஜியின் பூக்கள்

ரோங்கரிக் என்ற நாட்டின் தலைவர் இரோஜி. அவருக்கு ஒரு மரம் இருந்தது. அந்த மரத்தின் பெயர் 'கியோ'. அந்த மரத்தில் அழகான மஞ்சள் பூக்கள் நிறையப் பூக்கும். நறுமணமுடைய பூக்கள். தினமும் காலையில் பணியாளர்கள் வந்து அந்தப் பூக்களைப் பறித்து, மாலை கட்டி இரோஜிக்கு அணிவிப்பார்கள். இந்த நேரத்தில் ரோங்கரிக் மக்கள் இரோஜியைச் சுற்றி நின்று நடனமாடுவார்கள்.

ரோங்கரிக் நாட்டுக்குப் பக்கத்தில் பேய்கள் வசிக்கும் ஒரு தீவு இருந்தது. அந்தத் தீவின் பெயர் 'உஜாயி'. உஜாயியில் அக்காவும் தங்கையுமான இரண்டு மோகினிப் பேய்கள் வசித்தன. அவை, அந்த மஞ்சள் பூவின் மணத்தை மோப்பம் பிடித்து ரோங்கரிக் நாட்டுக்கு வந்தன. இரண்டு மோகினிகளும் இரவு முழுதும் கியோ மரத்தைச் சுற்றி வந்து ஆடிப் பாடின. பூக்களையெல்லாம் பறித்துத் தங்கள் உடலில் அணிந்துகொண்டன.

"கூடைகள் நிறையப் பூக்கள் பறிக்கலாம்
உடல் முழுதும் அணிந்து மகிழலாம்
பறந்து செல்லலாம் தூரத்தில் எங்கும்
உஜாயித் தீவின் கன்னிகள் நாங்கள்."

18 □ சிரிக்கும் ஆப்பிள் பேசும் திராட்சை

இப்படிப் பாடிக்கொண்டு அந்த மோகினிகள் தங்கள் தீவுக்குத் திரும்பின. மறு நாள் ரோங்கரிக் மக்கள் வழக்கம்போல நடனமாட வந்தார்கள். தங்கள் தலைவரைச் சுற்றிலும் கூடி நின்றார்கள். ஆனால் பூப்பறிக்கச் சென்றவர்களுக்கு பூ எதுவும் கிடைக்கவில்லை. இரோஜி மிகுந்த சினமடைந்தார். பூப்பறிக்கச் சென்றவர்களைத் தண்டிக்கும் படி உத்தரவிட்டார். இப்படி மூன்று நாட்கள் தொடர்ந்து நடந்தது. பூ கிடைக்காமல் இரோஜி கடுங்கோபமடைந்தார். பூப்பறிக்கச் சென்றவர்கள் மீண்டும் தண்டிக்கப்பட்டார்கள். நான்காம் நாள் தலைவரின் பணியாட்களில் ஒருவன் சொன்னான்:

“தலைவரே, பூப்பறிக்கச் செல்பவர்களைத் தண்டிப்பதால் எந்தப் பயனுமில்லை. அவர்கள் எந்தத் தவறும் செய்யவில்லை. உங்கள் பூக்களை யாராவது திருடிக்கொண்டிருக்கலாம். எனக்கு ஒரு இரவு அவகாசம் கொடுங்கள். பூக்களை யார் திருடுகிறார்கள் என்று நான் கண்டுபிடிக்கிறேன்.”

அன்று இரவு அந்தப் பணியாளன், துணைக்குக் கொஞ்சம் ஆட்களையும் சேர்த்துக்கொண்டு கியோ மரத்திற்குப் பக்கத்தில் ஒளிந்திருந்தான். சற்று நேரத்திற்குப் பிறகு அந்த மோகினிகள் வந்தன. அவை பூக்களைப் பறித்து மாலை கட்டி அணிந்துகொண்டன. பிறகு அந்த மரத்தைச் சுற்றி வந்து நடனமாடத் தொடங்கின. ஆனால் கொண்டாட்டம் முடிந்து அவை திரும்பிச் செல்ல முற்படும்போது, ஒளிந்திருந்த ஆட்கள் மோகினிகளைப் பிடித்துக் கொண்டார்கள். அவற்றைத் தலைவரிடம் கொண்டு வந்தார்கள்.

தலைவரைப் பார்த்ததும் மோகினிப் பேய்கள் கெஞ்சின:

“மதிப்பிற்குரிய தலைவர் இரோஜி அவர்களே, எங்களைத் தண்டித்து விடாதீர்கள். இனி ஒருபோதும் நாங்கள் இங்கே வரமாட்டோம்.”

அந்த மோகினிகளின் அழகைப் பார்த்துத் தலைவர் மயங்கிவிட்டார். அவர் சொன்னார்:

“நான் உங்களைத் தண்டிக்கமாட்டேன். அதற்குப் பதிலாக நான் உங்களைத் திருமணம் செய்துகொள்கிறேன்.”

அவ்வாறு இரோஜி மிகவும் ஆடம்பரமாக அந்த மோகினிகளைத் திருமணம் செய்துகொண்டார். அதன் பிறகு, இரோஜியின் அன்பிற்குரிய அந்த மஞ்சள் பூக்கள் தொலைந்துபோவதில்லை.

திருமணம் முடிந்து நீண்ட காலமானது. அந்த மோகினிச் சகோதரிகளுக்கு தங்கள் பெற்றோர்களைப் பார்க்க வேண்டும் என்ற ஆவல் ஏற்பட்டது. அவை இரோஜியிடம் தங்கள் விருப்பத்தைக் கூறின. இரோஜி முதலில் சம்மதிக்கவில்லை. ஆயினும் அவரால் தன் மனைவிகளின் பிடிவாதத்தைச் சகிக்க முடியவில்லை.

கடைசியில் அவர் அவர்களை உஜாயி தீவுக்கு அழைத்துச் செல்ல முடிவு செய்தார். ஒரு படகு செய்து அதில் இரோஜியும் அவரது இரண்டு மனைவிகளும் சேவகர்களுடன் பயணம் புறப்பட்டார்கள்.

படகு உஜாயி தீவுக் கரைக்கு வந்தவுடனே, அக்கா மோகினி இறங்கி ஓடியது. இரோஜி தன் சேவகர்களிடம் அதைப் பிடிக்கும்படிக் கட்டளையிட்டார். பிறகு இளைய மோகினியின் கையைப் பிடித்துக்கொண்டு தீவை நோக்கி நடந்தார். தங்கை மோகினியின் பெயர் விபிலி.

இரோஜி கடற்கரையிலிருந்து உஜாயி தீவுக்குள் சென்றார். உடனே உஜாயித் தீவின் பேய்கள், காட்டிலிருந்து கூட்டமாக வெளியே வந்தன. அவை, கரையில் கட்டப்பட்டிருந்த இரோஜியின் படகை உடைத்துப் பல துண்டுகளாக்கின. பிறகு அர் நத் துண்டுகளை மணலில் புதைத்து வைத்தன.

அப்போது பேய்களின் தலைவி சொன்னது:

“முழு வளர்ச்சியடைந்த மனிதர்கள் இங்கே வந்திருக்கிறார்கள். நாம் அவர்களைக் கொல்வோம். பிறகு கருணைக் கிழங்கையும், பலாப் பிஞ்சையும் பெரிய பாத்திரத்தில் வெட்டிப் போடலாம். பிறகு அதில் மனிதர்களையும் இட்டு அவிக்கலாம். அப்புறம் நாம் எல்லோரும் ஒன்றாக அமர்ந்து கும்மாளமாகச் சாப்பிடுவோம்.”

அங்கிருந்த சாதாரணப் பேய்களும், மோகினிப் பேய்களும், குட்டிச் சாத்தான்களும் மிகவும் மகிழ்ச்சியடைந்தன. வெகு நாட்களுக்குப் பிறகு இப்போதுதான் அவற்றிற்கு மனித மாமிசம் கிடைக்கப்போகிறது. எனவே பேய்கள் கை தட்டிப் பாட்டுப் பாடின; தாவிக் குதித்து ஆட்டமாடின.

“பாத்திரம் எடு, பாத்திரம் எடு!

நெருப்பு மூட்டு நெருப்பு மூட்டு

சுவை மிகுந்த கருணைக் கிழங்கு

நல்ல அருமை பலாப் பிஞ்சு

மனித மாமிசம் அதில் போட்டு

கலக்கி அவித்து அள்ளித் தின்னலாம்!

ஆஹா... ஓஹோ... லா லலல்லா!”

இந்த நேரத்தில் இரோஜி தன் மனைவியின் பெற்றோர்களைத் தேடிக்கொண்டிருந்தார். உடன் வந்த அவரது பணியாளர்கள் இரோஜியின் மூத்த மனைவியைத் தேடிக்கொண்டிருந்தார்கள். ஆனால் யாரையும் கண்டுபிடிக்க முடியாமல் எல்லோரும்

ஏமாற்றமடைந்தார்கள். அவர்கள் திரும்பிச் செல்ல முடிவு செய்தார்கள்.

ஆனால் கடற்கரைக்கு வந்து பார்த்தபோது அதிர்ச்சியடைந்தார்கள். அவர்கள் வந்த படகு அங்கே இல்லை. எங்கு தேடிப் பார்த்தும் அவர்களுக்குப் படகு கிடைக்கவில்லை. திடீரென்று காட்டுக்குள்ளிருந்து,

"வந்தவர்களைக் கொல்வோமே!

வயிறு நிறையத் தின்போமே!

என்று பேய்கள் பாடுவது கேட்டது.

"என் உறவினர்கள்தான் இந்தப் பாட்டைப் பாடுகிறார்கள்" என்று விபிலி மோகினி சொன்னது.

இரோஜி, "ஐயோ! இப்போது நாம் என்ன செய்வது?" என்று அஞ்சினார்.

உடனே விபிலி, கருக்கு என்ற பெயருள்ள சிறிய நண்டை அழைத்து ஒரு பாட்டுப் பாடியது:

"கருக்கு நண்டே கருக்கு நண்டே

நீ எங்கே இருக்கிறாய்?

வெளியே வந்து சீக்கிரமே

தொலைந்த படகைக் கண்டுபிடி!"

இதற்கிடையே காட்டிலிருந்து பேய்கள் பாட்டுப் பாடியபடி கடற்கரைக்கு வரத் தொடங்கின. கருக்கு நண்டு, மணலில் புதைத்து வைக்கப்பட்டிருந்த ஒரு படகுத் துண்டைத் தோண்டி எடுத்தது. இப்போது பேய்கள் மேலும் நெருங்கின. விபிலி எனும் மோகினி மீண்டும் பாடியது:

"கருக்கு நண்டே கருக்கு நண்டே

விரைந்து செயல் புரிவாயே

படகுத் துண்டுகள் எல்லாம் எடுத்து

இணைத்து முழுதாய்த் தருவாயே!"

அதைக் கேட்ட கருக்கு நண்டு மிக விரைவுடன் செயல் பட்டது. மணலில் புதைக்கப்பட்டிருந்த படகின் எல்லாப் பகுதிகளையும் தோண்டி எடுத்தது. அப்போது விபிலி, இரோஜியின் பணியாளர்களிடம் சொன்னது:

"நீங்கள் மிகவும் வேகமாகச் சென்று வுட் இலோமர் மரத்தின் கிளைகளை ஒடித்துக்கொண்டு வாருங்கள்!"

வுட் இலோமர் மரம், மந்திர சக்தி மிக்க மரம்.

அந்த நேரத்தில் பேய்கள் பக்கத்தில் வந்துவிட்டன. அவை வைத்திருந்த கூடைகளில் நிறைய கருணைக் கிழங்குகளும் பலாப் பிஞ்சுகளும் இருந்தன. இரோஜியின் பணியாளர்கள் மின்னல் வேகத்தில் சென்று வுட் இலோமர் மரத்தின் கிளைகளை ஒடித்துக்கொண்டு வந்தார்கள். விபிலி மோகினி, படகின் உடைந்த பகுதிகளை அந்த மரத்தின் கிளைகளால் தொட்டாள். அப்போது, படகின் எல்லாப் பகுதிகளும் தாமாகவே இணைந்து அங்கே முழு படகு உருவாகியிருந்தது. பேய்கள் அவர்களைப் பிடிப்பதற்கு முன்பு அவர்கள் சட்டென்று படகைத் தண்ணீரில் இறக்கினார்கள். அதில் பயணம் செய்யத் தொடங்கினார்கள். விபிலி, ஒரு வுட் இலோமர் கிளையைப் பிடித்துக்கொண்டு படகின் முன் பகுதியில் நின்றது. பேய்கள் கடலில் நீந்தி வந்தன. படகைப் பற்றிப் பிடித்து ஏறத் தொடங்கின. அவற்றிடம் விபிலி சொன்னது:

"என் கையிலிருக்கும் இந்த மந்திரக் கம்பைக் கடலில் இட்டால் உங்களையெல்லாம் சுறா மீன்கள் பிடித்துத் தின்றுவிடும்."

இதைக் கேட்டுப் பயந்த பேய்கள் உடனே அங்கிருந்து நீந்திச் சென்றன.

திடீரென்று தன் தாய் தந்தையும், அக்காவும் நீந்தி வருவதை விபிலி பார்த்தது. அது வுட் இலோமர் மரத்தின் கிளையைக் கீழே வைத்தது.

"எங்களுடன் வந்துவிடு மகளே!" என்று விபிலியின் தாய் பிசாசும் தந்தை பிசாசும் கூறின. ஆனால் விபிலி இப்படிப் பதில் சொன்னது:

"நான் என் கணவருடன்தான் வாழ விரும்புகிறேன். அக்கா, நீயும் எங்களுடன் வந்துவிடு."

அதைக் கேட்ட அப்பா பிசாசும், அம்மா பிசாசும் இரோஜியிடம் ஒரு வாக்குறுதி கேட்டன:

"நீ எங்கள் மகள்களைக் கொண்டு செல்கிறாய். பரவாயில்லை. ஆனால் நீ எப்போதும் அவர்களுடன் இருக்க வேண்டும். நீ வேட்டையாடினாலும், மீன் பிடிக்கச் சென்றாலும் அவர்கள் உன்னுடன் இருக்க வேண்டும்."

"சரி" என்று இரோஜி ஏற்றுக்கொண்டார்.

அவ்வாறு இரண்டு மோகினி மனைவிகளுடன் இரோஜி, ரோங்கரிக்குக்கு வந்தார்.

நீண்ட காலத்துக்குப் பிறகு ஒரு நாள் இரோஜி தனியாக மீன் பிடிக்கச் சென்றார். திடீரென்று பலமான புயல் வீசியது. இரோஜி

முழு பலத்துடன் துடுப்பு வலித்து தப்பிக்க முயன்றார். ஆனால், அவரால் புயலை எதிர்த்து எதுவும் செய்ய முடியவில்லை.

அப்போதுதான் இரோஜிக்கு தான் கொடுத்த வாக்குறுதி நினைவுக்கு வந்தது:

"நான் என் மனைவிகளை அழைத்து வர மறந்துவிட்டேனே…" என்று வருந்தினார்.

அப்போது காற்று அவரை எங்கோ கொண்டு சென்றது. பிறகு யாரும் இரோஜியைப் பார்க்கவில்லை. அவரது மனைவிகளான இரண்டு மோகினிகளும் வெகு காலம் அவருக்காகக் காத்திருந்து பார்த்தன. பிறகு உஜாயியிக்குத் திரும்பின.

பறக்கும் கப்பல்

ஒரு இடத்தில் கணவனும் மனைவியும் வாழ்ந்தனர். அவர்களுக்கு மூன்று மகன்கள். அவர்களில் கடைசி மகன் இவான் சுத்த மர மண்டை. பெற்றோர்கள் அவனைச் சற்றும் மதிக்கவில்லை. அதுமட்டுமல்ல, அவன் முட்டாள்தனத்தை அடிக்கடி கேலி செய்தார்கள். பாவம் இவான். அவன் என்ன செய்வான் தெரியுமா? ஏதாவது உணவு கிடைத்தால் உண்பான். இல்லையென்றால் பட்டினி கிடப்பான். குளித்துச் சுத்தமாக இருக்க வேண்டும் என்றுகூட அவனுக்குத் தோன்றாது. அப்படியொரு வாழ்க்கை வாழ்ந்துவந்தான் அவன்.

ஒருமுறை நாடு முழுதும் ஒரு செய்தி பரவியது. மன்னர் ஒரு பெரிய விருந்து நடத்தப்போகிறார். அதில் யார் வேண்டுமானாலும் கலந்துகொள்ளலாம். வருபவர்களில் யார் பறக்கும் கப்பல் செய்கிறார்களோ அவர்களுக்கு மன்னர் தன் மகளை மணம் முடித்து வைப்பார்.

இவானின் அண்ணன்கள் இருவரும் இந்தச் செய்தியைக் கேட்டார்கள். விருந்துக்குச் செல்ல வேண்டும் என்று முடிவு செய்தார்கள். அவர்கள், "ஒருக்கால் நமக்கு அதிர்ஷ்டம் இருந்தாலும் இருக்கலாம்" என்று நினைத்தார்கள். எல்லாவற்றையும் முடிவு செய்த பிறகு தங்கள் பெற்றோரிடம் சொன்னார்கள்:

"நாங்கள் மன்னரின் விருந்துக்குச் செல்கிறோம். அதனால் நமக்கு நஷ்டம் வரப்போவதில்லை. ஒருக்கால் ஏதாவது அதிர்ஷ்டம் ஏற்படலாம்."

"தேவையற்ற வேலையில் தலையிடாமல் இருப்பதுதான் நல்லது பிள்ளைகளே..." என்று பெற்றோர் சொல்லிப் பார்த்தார்கள். ஆனால் பிள்ளைகள் அதைக் கேட்கவில்லை. கடைசியில், தங்கள் மகன்களின் பிடிவாதத்தின் பொருட்டு அவர்கள் சம்மதித்தார்கள். அவர்களுக்குப் பயணத்திற்குத் தேவையான ஏற்பாடுகளைச் செய்துகொடுத்தார்கள். நல்ல வெள்ளை ரொட்டியும் வறுத்த பன்றியிறைச்சியும் குடிப்பதற்கு சர்பத்தும் தயாரித்துக் கொடுத்தார்கள். அவ்வாறு, மூத்த இரு மகன்களும் பயணம் புறப்பட்டார்கள்.

அண்ணன்கள் இருவரும் போவதைப் பார்த்தான் தம்பி இவான். அவனுக்கும் அங்கே செல்ல வேண்டும் என்று தோன்றியது.

"நானும் விருந்துக்குச் செல்ல வேண்டும்!" என்று அவன் அடம் பிடித்தான். அம்மா அவனைப் பயமுறுத்திப் பார்த்தார்கள். ஆனால் அவன் அதைப் பொருட்படுத்தவில்லை. அவன் சொன்னான்:

"என்னை யாரும் பிடித்துத் தின்றுவிட மாட்டார்கள். நான் போகிறேன்!"

அவன் பிடிவாதத்தைப் பார்த்த அப்பாவும் அம்மாவும் எரிச்சலடைந்தார்கள். அவனைத் திட்டினார்கள். கடைசியில் இப்படிச் சொன்னார்கள்:

"நீ போவதாயிருந்தால் அப்படியே போய்விடு. இனி இங்கே திரும்பி வராதே!"

பிறகு ஒரு பழைய அழுக்குப் பையில், அழுகிய ரொட்டிகள் கொஞ்சமும், குடிப்பதற்குத் தண்ணீரும் கொடுத்தார்கள். அதை எடுத்துக்கொண்டு அவன் புறப்பட்டான்.

இவான் நடந்து செல்லும்போது வழியோரத்தில் ஒரு தாத்தாவைப் பார்த்தான். அவரது தாடி இடுப்புவரை நீண்டு வளர்ந்திருந்தது.

"நீங்கள் எங்கே செல்கிறீர்கள் தாத்தா?" என்று கேட்டான் முட்டாள் இவான்.

"நான் இப்படியே அலைந்துகொண்டிருக்கிறேன். ஆபத்தில் சிக்கிக்கொண்டவர்களைக் காப்பாற்றுகிறேன். அது இருக்கட்டும். நீ எங்கே செல்கிறாய் சின்னப் பையா?"

"நான் மன்னரின் விருந்துக்குச் செல்கிறேன்."

"அப்படியென்றால் உனக்கு பறக்கும் கப்பல் செய்யத் தெரியுமா?"

"இல்லை. எனக்கு பறக்கும் கப்பல் செய்யத் தெரியாது."

"பிறகு ஏன் அங்கே செல்கிறாய்?"

"நான் சும்மா செல்கிறேன். நான் செல்வதால் எனக்கு எந்த நஷ்டமும் ஏற்படப்போவதில்லை அல்லவா?"

பிறகு அவர்கள் தரையில் அமர்ந்து பேசிக்கொண்டிருந்தார்கள். தாத்தா சொன்னார்:

"நாம் சற்று நேரம் ஓய்வெடுக்கலாம். பசிக்கிறது. ஏதாவது சாப்பிடக் கிடைத்தால் நன்றாக இருக்கும். சாப்பிடுவதற்கு நீ ஏதேனும் வைத்திருக்கிறாயா?"

"தாத்தா, என்னிடம் பழைய அழுகிப்போன ரொட்டிதான் இருக்கிறது. அதுவும் கொஞ்சம்தான் இருக்கிறது. அதைத் தின்ன முடியாது."

"பரவாயில்லை. நீ அந்த ரொட்டியை வெளியே எடு."

முட்டாள் இவான் தன் பொதியை அவிழ்த்து ரொட்டியை வெளியே எடுத்தான். பார்த்தால்... அது மிகுந்த சுவையான புத்தம் புதிய கோதுமை ரொட்டியாக மாறியிருக்கிறது! அப்படிப்பட்ட ரொட்டியை அவன் முன்பு ஒருபோதும் சாப்பிட்டதே இல்லை.

பிறகு தாத்தா கேட்டார்:

"பையா, நீ குடிப்பதற்கு ஏதும் வைத்திருக்கிறாயா? கொஞ்சம் பழரசம் கிடைத்தால் நன்றாக இருக்கும்."

"தாத்தா, என்னிடம் கொஞ்சம் தண்ணீர்தான் இருக்கிறது."

"சரி. அதுபோதும். அதை வெளியே எடு."

அந்தத் தண்ணீரை எடுத்துப் பார்த்தால்... அது அற்புத சுவையுடைய பழரசமாக மாறியிருக்கிறது!

தாத்தா தமாஷாகச் சொன்னார்:

"பார்த்தாயா, முட்டாள்களான நமக்கு கடவுள் என்னவெல்லாம் கொடுக்கிறார்!"

உணவு சாப்பிட்டு முடித்தவுடன் தாத்தா, முட்டாள் இவானுக்கு அறிவுரை சொன்னார்:

"நான் சொல்வதைக் கவனமாகக் கேட்க வேண்டும் பையா. நீ காட்டுக்குச் சென்று ஒரு மரத்தின் முன்னால் நிற்க வேண்டும். பிறகு அந்த மரத்தை மூன்று முறை கோடரியால் ஓங்கி வெட்ட வேண்டும். பிறகு பக்கத்திலேயே படுத்துத் தூங்கிவிடு. யாராவது வந்து உன்னை எழுப்புவதற்கு முன்பு நீயாக எழுந்துவிடாதே. வந்து உன்னை எழுப்பும் மனிதன், உனக்கு பறக்கும் கப்பல் செய்து தருவான். நீ அதில் ஏறி எங்கும் பறந்து செல்லலாம். ஆனால் வழியில் தென்படுபவர்களை எல்லாம் நீ நண்பர்களாக்கிக்கொள்ள வேண்டும்."

முட்டாள் இவான் அந்தத் தாத்தாவுக்கு நன்றி சொல்லிவிட்டு காட்டுக்குச் சென்றான். அங்கு சென்று ஒரு மரத்தின் முன்னால் நின்றான். பிறகு, அந்தத் தாத்தா சொன்னதுபோன்று மரத்தை மூன்று முறை ஓங்கி வெட்டினான். உடனே தரையில் படுத்துத் தூங்கினான். அவ்வாறு அவன் நீண்ட நேரம் தூங்கினான். அதன் பிறகு யாரோ வந்து தன்னைத் தொட்டு எழுப்புவதாக அவனுக்குத் தோன்றியது.

"எழுந்திரு! கடவுளின் அருளால் உனக்கு அதிர்ஷ்டம் வந்திருக்கிறது."

முட்டாள் இவான் கண்களைத் திறந்து சுற்றிலும் பார்த்தான். அதோ! அவனுக்காக யாரோ ஒரு தங்கக் கப்பல் செய்து வைத்திருக்கிறார்கள்! அதன் பாய் மரத் தூண்கள் வெள்ளியால் செய்யப்பட்டிருந்தன. பாய்கள், உறுதியான தூய பட்டால் நெய்யப்பட்டிருந்தன.

அப்புறம் அவன் சற்றும் தாமதிக்கவில்லை. உடனே அந்தக் கப்பலில் ஏறி அமர்ந்தான். அப்போது கப்பல் தரையை விட்டு உயர்ந்து ஆகாயத்தில் பறக்கத் தொடங்கியது. அது ஆகாயத்தில் உயர்ந்தும் தாழ்ந்தும் பறந்தது.

அப்படிப் பறந்து செல்லும்போது, கீழே ஒருவன் காதைத் தரையில் வைத்து ஏதோ கிரகிப்பதைப் பார்த்தான் இவான். அவன் உரக்கக் கேட்டான்:

"வணக்கம் நண்பரே. அங்கே என்ன செய்துகொண்டிருக்கிறீர்கள்?"

"வணக்கம். என் பெயர் கூர் செவியன். மன்னரின் விருந்துக்கு ஆட்களெல்லாம் வந்துவிட்டார்களா என்று, நிலத்தில் காதை வைத்துக் கிரகிக்கிறேன்."

"என்ன! நீங்கள் அங்கே செல்ல வேண்டும் என்று விரும்பு கிறீர்களா?"

"ஆமாம்."

"அப்படியென்றால் வந்து என் கப்பலில் ஏறிக்கொள்ளுங்கள். மன்னரின் விருந்துக்கு நான் உங்களை அழைத்துச் செல்கிறேன்."

கூர் செவியன் கப்பலில் ஏறினான். கப்பல் மீண்டும் உயரத்தில் பறந்து சென்றது. அப்படிச் சென்றுகொண்டிருக்கும்போது இவான் மற்றொரு மனிதனைப் பார்த்தான். அந்த மனிதன் தன் ஒரு காலை மடக்கிக் கட்டிக்கொண்டு, ஒற்றைக் காலால் தாவித் தாவி நடந்துகொண்டிருந்தான்.

இவான் கேட்டான்:

"வணக்கம் நண்பரே. ஏன் ஒற்றைக் காலால் தாவித் தாவி நடந்துகொண்டிருக்கிறீர்கள்?"

"வணக்கம். என் பெயர் ஓட்டக்காரன். நான் என் இரண்டு கால்களையும் பயன்படுத்தி ஒரு எட்டு வைத்தால் பூமியின் மறு எல்லைவரை சென்றுவிடுவேன். இப்போது நான் அவ்வளவு தூரம் செல்ல விரும்பவில்லை."

"அப்படியென்றால் நீங்கள் இப்போது எங்கே செல்கிறீர்கள்?"

"நான் மன்னரின் விருந்துக்குச் செல்கிறேன்."

"நல்லது. அப்படியென்றால் எங்களுடன் வாருங்கள். நாங்களும் அங்குதான் செல்கிறோம்."

ஓட்டக்காரனும் கப்பலில் ஏறினான்.

அப்படிச் சென்றுகொண்டிருக்கும்போது, வழியில் ஒரு வில் வித்தை வீரன் தென்பட்டான். அவன் வில்லில் அம்பைப் பொருத்திக் குறி பார்த்துக்கொண்டிருந்தான். ஆனால் அவன் எதைக் குறி பார்த்துக் கொண்டிருக்கிறான் என்றுதான் தெரியவில்லை. ஏனென்றால் அங்கே ஒன்றுமே இல்லை. இவான் உரத்த குரலில் கேட்டான்:

"நண்பரே! இங்குதான் பறவை எதுவுமே இல்லையே. பிறகு நீங்கள் எதைப் பார்த்துக் குறி வைத்துக்கொண்டிருக்கிறீர்கள்?"

வில்லாளன் சொன்னான்:

"நீ என்ன அபத்தமாகப் பேசுகிறாய்! இங்கு பறவை ஏதும் இல்லையென்றா சொன்னாய்? உன்னால் அந்தப் பறவையைப் பார்க்க முடியவில்லை. ஆனால் என்னால் பார்க்க முடியும்."

"சரி. அப்படியென்றால் அந்தப் பறவை எங்கே இருக்கிறது?"

"அதோ, நூறு மைலுக்கு அப்பால் உள்ள ஒரு பட்டுப்போன மரத்தின் உச்சிக் கிளையில் இருக்கிறது."

"அப்படியென்றால் நீங்கள் எங்களுடன் வாருங்கள்."

முட்டாள் இவான் அவனையும் தன் பறக்கும் கப்பலில் ஏற்றிக்கொண்டான். மீண்டும் பறந்து செல்லும்போது, கீழே ஒருவன் ஒரு மூட்டை நிறைய ரொட்டி சுமந்து சென்று கொண்டிருந்தான். அவனைப் பார்த்துக் கேட்டான் இவான்:

"ஓ, நண்பரே நீங்கள் எங்கே செல்கிறீர்கள்?"

"என் பெயர் பெருந்தீனி. நான் மதியம் உண்பதற்குக் கொஞ்சம் ரொட்டி வாங்கச் செல்கிறேன்."

"ஆனால் ஒரு மூட்டை நிறைய ரொட்டி வைத்திருக்கிறீர்களே?"

"ஓ, இது எனக்குப் போதாது. சும்மா கொறிப்பதற்குத்தான் இது உதவும்."

"சரி. அப்படியென்றால் நீங்கள் எங்களுடன் வாருங்கள்" என்ற இவான் அவனையும் தன் பறக்கும் கப்பலில் ஏற்றிக்கொண்டான்.

மீண்டும் பறந்து சென்றுகொண்டிருக்கும்போது கீழே ஒருவன் எதையோ தேடுவதுபோன்று ஏரியைச் சுற்றிலும் நடந்து கொண்டிருந்தான். இவான் அவனிடமும் உரத்துக் கேட்டான்:

"வணக்கம் நண்பரே. நீங்கள் ஏன் ஏரியைச் சுற்றி வருகிறீர்கள்?"

"வணக்கம். என் பெயர் கடல்குடியன். எனக்குக் கொஞ்சம் தாகமாக இருக்கிறது. குடிக்கத் தண்ணீர் வேண்டும். அதனால்தான் இப்படி நடந்துகொண்டிருக்கிறேன்."

"ஏரி நிறையத் தண்ணீர் இருக்கிறதே. நீங்கள் குடிக்க வேண்டியது தானே?"

"இந்த ஒரு துளித் தண்ணீரால் என் தாகம் அடங்காது பையா."

"அப்படியென்றால் நீங்களும் எங்களுடன் வாருங்கள்."

அவ்வாறு அவனும் கப்பலில் ஏறினான்.

பிறகும் பறந்து செல்லும்போது, கீழே ஒருவன் வைக்கோல் கட்டு ஒன்றைச் சுமந்து செல்வது தெரிந்தது. இப்போதும் இவான் சத்தம்போட்டுக் கேட்டான்:

"வணக்கம் நண்பரே. இந்த வைக்கோலை எடுத்துக்கொண்டு எங்கே செல்கிறீர்கள்?"

"வணக்கம். என் பெயர் குளிர்காரன். நான் என் கிராமத்திற்குச் செல்கிறேன்."

"உங்கள் கிராமத்தில் போதுமான அளவு வைக்கோல் இல்லையா?"

"இது சாதாரண வைக்கோல் இல்லை பையா."

"இந்த வைக்கோலின் சிறப்பு என்ன?"

"வெப்பத்தால் கொதிக்கும் இடத்தில் இந்த வைக்கோலைப் பரப்பி வைத்தால் உடனே அந்த இடம் பனிபோலக் குளிர்ந்துவிடும்."

"அப்படியென்றால் நீங்களும் வந்து இந்தக் கப்பலில் ஏறிக் கொள்ளுங்கள்."

குளிர்காரனும் பறக்கும் கப்பலில் ஏறினான்.

கப்பல் மறுபடியும் பறந்து முன்னோக்கிச் சென்றது. அப்போது ஒருவன் காட்டில் இலைக் கட்டுடன் சென்றுகொண்டிருந்தான். இவான் அவனிடமும் கேட்டான்:

"வணக்கம் நண்பரே. இலைக் கட்டுடன் எங்கே செல்கிறீர்கள்?"

"வணக்கம். என் பெயர் படைத் தலைவன். நான் காட்டுக்குச் செல்கிறேன்."

"என்ன, காட்டில் இலைகள் இல்லையென்றா இந்த இலைகளைக் காட்டுக்கு எடுத்துச் செல்கிறீர்கள்?"

"உனக்கு என்ன தெரியும் பையா? இந்த இலைகள் சாதாரண இலைகள் அல்ல. இவற்றைத் தரையிலிட்டால் ஒவ்வொரு இலையும் ஒவ்வொரு பட்டாளக்காரனாக மாறும்."

"அப்படியென்றால் இந்தப் பறக்கும் கப்பலில் நீங்களும் ஏறிக்கொள்ளுங்கள் நண்பரே."

இவ்வாறு படைத் தலைவனும் பறக்கும் கப்பலில் ஏறிக்கொண்டான்.

பறந்து பறந்து அவர்கள் கடைசியில் மன்னரின் விருந்து மண்டபத்துக்கு வந்தார்கள். விசாலமான தோட்டம் முழுதும் மேசைகள் இடப்பட்டிருந்தன. மேசைகளில் அற்புத சுவையுடைய உணவுகள் பரிமாறப்பட்டிருந்தன. பீப்பாய் பீப்பாயாக பழச்சாறு இருந்தது. விருப்பம்போல உண்ணலாம். விருப்பம்போலக் குடிக்கலாம். அந்த நாட்டு மக்களில் பெரும்பாலானோர் அங்கே வந்திருந்தார்கள்.

அவர்களில் முதியவர்களும் இருந்தார்கள். இளைஞர்களும் இருந்தார்கள். பிரபுக்களும் பிச்சைக்காரர்களும் எளிய மனிதர்களும் இருந்தார்கள். பெருங் கொண்டாட்டம்தான்! முட்டாள் இவானும் அவன் நண்பர்களும் அரண்மனையின் ஒரு பகுதியில் இறங்கினார்கள். கப்பலிலிருந்து இறங்கியவுடன் அவர்கள் விருந்து நடக்கும் இடத்துக்குச் சென்றார்கள்.

அந்தப் பறக்கும் தங்கக் கப்பல் தன் அரண்மனையில் வந்து இறங்கியதை மன்னர் சன்னல் வழியாகப் பார்த்துக்கொண்டிருந்தார். அவர் உடனே, அந்தக் கப்பலில் வந்தது யார் என்று விசாரித்து வரும்படி பணியாளர்களை அனுப்பினார். அவர்கள் விசாரித்து வந்து மன்னரிடம் சொன்னார்கள்:

"அவர்கள் ஏதோ கிராமவாசிகள் மன்னரே."

மன்னர் சந்தேகத்துடன் சொன்னார்:

"அப்படியா? அந்தக் கிராமவாசிகளுக்கு பறக்கும் கப்பல் எங்கிருந்து கிடைத்தது? நீங்கள் சரியாக விசாரிக்கவில்லை. இருக்கட்டும். நானே சென்று கேட்டு வருகிறேன்."

மன்னர், விருந்து நடக்கும் இடத்துக்குச் சென்று உரத்த குரலில் கேட்டார்:

"இங்கே பறக்கும் தங்கக் கப்பலில் வந்து இறங்கியது யார்?"

முட்டாள் இவான் முன்னே வந்து சொன்னான்:

"மன்னர் அவர்களே, நான்தான். என் பெயர் இவான். என்னை முட்டாள் இவான் என்று அழைப்பார்கள். என்னுடன் என் நண்பர்களும் வந்திருக்கிறார்கள்."

பழைய உடை அணிந்து நிற்கும் இவானின் அசிங்கமான தோற்றத்தைப் பார்த்து மன்னர் வியந்தார்.

'இந்த ஏழைப் பையனுக்கு எப்படி என் அருமை மகளைத் திருமணம் செய்து கொடுப்பேன்? ஆனால், பறக்கும் கப்பல் செய்யத் தெரிந்தவருக்குத்தான் என் மகளைக் கட்டி வைப்பதாக வாக்குக் கொடுத்துவிட்டேன். இனி வாக்குத் தவறக் கூடாது. இந்தத் திருமணத்தை எப்படித் தவிர்ப்பது? ஒரு தந்திரம் செய்து பார்க்கலாம்.'

இப்படி யோசித்தபடி மன்னர் அரண்மனைக்கு வந்தார். தன் சேவகர்களை அழைத்துச் சொன்னார்:

“நான் சொல்வதை அப்படியே அவனிடம் சென்று சொல்லுங்கள் - நீ பறக்கும் கப்பலில் வந்ததெல்லாம் சரிதான். ஆனால் ஒரு விஷயம். பல்லாயிரம் மைல்களுக்கு அப்பால் ஓரிடத்தில் ஜீவ திரவம் இருக்கிறது. எல்லோரும் விருந்து சாப்பிட்டு முடிக்கும் முன்பு நீ அந்த ஜீவ திரவத்தைக் கொண்டு வர வேண்டும். அப்படிச் செய்தால் உனக்கு மன்னரின் மகள் கிடைப்பாள். இல்லையென்றால் உனக்குத் தண்டனைதான் கிடைக்கும் - என்று சொல்லுங்கள்.”

சேவகர்கள், மன்னர் சொன்னதை இவானிடம் சொல்வதற்காகச் சென்றார்கள். ஆனால் இவானிடம் கூர் செவியன் இருக்கிறான். அவனால் தரையில் காது வைத்து தொலை தூரத்தில் ஒலிக்கும் சிறு ஓசையையும் கிரகித்துவிட முடியும். அவன் மூலமாக இவான், மன்னர் சொன்னதை முன்கூட்டியே அறிந்துகொண்டான். எனவே அவன் உணவு எதுவும் சாப்பிடாமல் வருத்தத்துடன் இருந்தான். அதைப் பார்த்த ஓட்டக்காரன் கேட்டான்:

“நீ ஏன் எதுவும் சாப்பிடாமல் இவ்வளவு வருத்தத்துடன் இருக்கிறாய்?”

“எப்படி நான் வருத்தப்படாமல் இருக்க முடியும். ஜீவ திரவத்தைக் கொண்டு வரவில்லை என்றால் எனக்குத் தண்டனையளிப்பதாக மன்னர் சொல்லியிருக்கிறாரே.”

“பரவாயில்லை. நீ கவலைப்படாதே. நான் சென்று அந்த ஜீவ திரவத்தைக் கொண்டு வருகிறேன்.”

அவர்கள் இப்படிப் பேசிக்கொண்டிருக்கும்போது மன்னரின் கட்டளையுடன் சேவகர்கள் அங்கே வந்தார்கள். அவர்களைப் பார்த்து இவான் சொன்னான்:

“நான் அந்த ஜீவ திரவத்தைக் கொண்டு வருகிறேன் என்று மன்னரிடம் சொல்லுங்கள்.”

விஷயத்தைச் சொல்வதற்கு முன்பே இவன் எப்படித் தெரிந்துகொண்டான் என்று சேவகர்கள் வியப்புடன் திரும்பிச் சென்றார்கள்.

ஓட்டக்காரன் மடக்கிக் கட்டி வைத்திருந்த தன் ஒரு காலை அவிழ்த்தான். ஒரே ஒரு எட்டு வைத்துச் சென்று ஜீவ திரவத்தைக் கைப்பற்றினான். ஆனால் பக்கத்தில் ஒரு ஆலையைப் பார்த்ததும் அவன் இப்படி நினைத்தான்: ‘விருந்து முடிவதற்கு முன்பு சென்றால்

போதுமே. அதற்கு இன்னும் நேரம் இருக்கிறதே. நாம் இந்த ஆலையில் சற்று நேரம் ஓய்வெடுத்துச் செல்லலாம்...'

அங்கு படுத்தவன் அப்படியே தூங்கிவிட்டான். ஓட்டக்காரன் இன்னும் வரவில்லையே என்று நினைத்து அஞ்சி நடுங்கினான் இவான். உடனே கூர் செவியன் தரையில் தன் காதை வைத்துக் கிரகித்தான். பல்லாயிரம் மைல்களுக்கு அப்பால் ஓட்டக்காரன் குறட்டைவிட்டுத் தூங்கும் ஓசை அவனுக்குக் கேட்டது.

விஷயம் தெரிந்தவுடன் கேட்டான் இவான்:

"அந்த ஓட்டக்காரனை எப்படி எழுப்புவது?"

"கவலைப்படாதே. அந்த விஷயத்தை நான் ஏற்றுக்கொள்கிறேன்" என்றான் வில்லாளன். அவன் வில்லெடுத்து ஒரு அம்பு எய்தான். அம்பு, கண்ணிமைக்கும் நேரத்தில் பல்லாயிரம் மைல்களைக் கடந்து சென்றது; அந்த ஆலைச் சுவரைத் துளைத்து நின்றது. அந்த ஓசை கேட்டு ஓட்டக்காரன் விழித்தான். எல்லோரும் விருந்து சாப்பிட்டு எழும் முன்பு அவன் ஜீவ திரவத்தைக் கொண்டு வந்து இவானிடம் கொடுத்தான். இவான் அதை மன்னரிடம் கொடுத்தான்.

"அந்த முட்டாள் இவானை இனி எப்படி ஏமாற்றுவது?" என்று மன்னர் யோசித்தார். கடைசியில் அவர் தன் சேவகர்களை அழைத்துச் சொன்னார்:

"நீங்கள் சென்று நான் சொன்னதாக இந்தச் செய்தியை இவானிடம் சொல்லுங்கள். ஏழு காளைகளை வறுத்த இறைச்சியையும், நாற்பதாயிரம் ரொட்டியையும் அவனும் அவன் நண்பர்களும் தின்று தீர்க்க வேண்டும். அப்படிச் செய்தால் இவானுக்கு நான் இளவரசியைத் திருமணம் செய்து தருவேன். அப்படி அவர்கள் செய்யவில்லையென்றால் இவானுக்கும் அவன் நண்பர்களுக்கும் தண்டனையளிப்பேன்."

மன்னர் இப்படிச் சொன்னதை, அந்த நொடியே கூர் செவியன் கேட்டுவிட்டான். அவன் தான் கேட்ட விஷயத்தை இவானிடம் தெரிவித்தான். அப்போது சொன்னான் இவான்:

"இனி என்ன செய்வது? என்னால் ஒரு ரொட்டியைக்கூட முழு தாகத் தின்ன முடியாதே?"

பிறகு அவன் அழத் தொடங்கினான். உடனிருந்த பெருந்தீனி சமாதானப்படுத்தினான்:

34 □ சிரிக்கும் ஆப்பிள் பேசும் திராட்சை

“நீ ஏன் தேவையில்லாமல் அழுகிறாய். மன்னர் சொன்ன எல்லாவற்றையும் நானே தின்றுவிடுவேன். அவ்வளவு தின்றாலும் என் பசி அடங்குமா என்று தெரியவில்லை.”

அவர்கள் இப்படிப் பேசிக்கொண்டிருந்தபோது, மன்னரின் செய்தியைச் சொல்ல சேவகர்கள் அங்கே வந்தார்கள். அவர்களைப் பார்த்தவுடனே இவான் சொன்னான்:

“சரி. எல்லாவற்றையும் கொண்டு வாருங்கள். நாங்கள் சாப்பிட்டுவிடுகிறோம்!”

நாம் சொல்வதற்கு முன்பே இவன் எப்படிச் செய்தியைத் தெரிந்துகொள்கிறான் என்று பெரிதும் வியப்படைந்து சேவகர்கள் திரும்பினார்கள்.

அவர்கள் சென்று பன்னிரண்டு காளைகளை வறுத்த மாமிசத் துடனும், நாற்பதாயிரம் ரொட்டிகளுடனும் திரும்பி வந்தார்கள்.

பெருந்தீனி எல்லாவற்றையும் சில நொடிகளில் தின்று முடித்துவிட்டுச் சொன்னான்:

“இன்னும் ஏதாவது இருந்தால் கொண்டு வாருங்கள். என் பசி இன்னும் அடங்கவில்லை.”

இதிலும் தோற்றுப்போன மன்னர், புதிய திட்டம் குறித்து யோசித்தார். சற்று நேரத்திற்குப் பிறகு அவர் தன் சேவகர்களை அழைத்துச் சொன்னார்:

“நீங்கள் இவானிடம் சென்று நான் சொன்னதாகக் கூறுங்கள். அவனும் அவன் நண்பர்களும் சேர்ந்து முதலில் நாற்பது பீப்பாய் பழரசம் குடிக்க வேண்டும். அதன் பிறகு மீண்டும் நாற்பது பீப்பாய் பழரசம் குடிக்க வேண்டும். இப்படிச் செய்யவில்லை என்றால் அவர்கள் எல்லோரும் என் தண்டனையிலிருந்து தப்ப முடியாது.”

கூர் செவியன் மூலம் மன்னரின் பேச்சைத் தெரிந்துகொண்ட இவான் உடனே அழத் தொடங்கினான். உடனே கடல்குடியன் இவானுக்கு ஆறுதல் சொன்னான்:

“நீ இதற்காக வருத்தப்படாதே. அவர்கள் எவ்வளவு பழரசப் பீப்பாய்கள் கொண்டு வந்தாலும் ஒரு சொட்டுகூட மிச்சம் வைக்காமல் நான் எல்லாவற்றையும் குடித்துவிடுகிறேன்!”

அவ்வாறு மூன்றாம் முறையும் மன்னரின் திட்டம் தோல்வி யடைந்தது. அவர் தீவிரமாக யோசித்தார்:

"இந்த முட்டாள் இவானைக் கொல்வதுதான் ஒரே வழி. இல்லையென்றால் அவன் என் மகளைப் பறித்துக்கொண்டு போய்விடுவான்."

மன்னர் உடனே தன் சேவகர்களை அழைத்துச் சொன்னார்:

"நீங்கள் இவானிடம் சென்று, குளித்துவிட்டு வந்தால்தான் கல்யாணம் என்று சொல்லுங்கள்."

பிறகு வேறு சில சேவகர்களிடம் சொன்னார்:

"அந்தக் குளியலறை முழுதும் சுட்டுப் பழுத்த பெரிய பெரிய இரும்புப் பலகைகளைப் போட்டு மறைத்து வையுங்கள். முட்டாள் இவான் குளிப்பதற்காக குளியலறைக்குள் நுழைந்தால் பிறகு அவன் உயிருடன் திரும்பக் கூடாது."

கூர் செவியன் அதையும் கிரகித்தான். இவானின் பின்னால் குளிர்காரனை அனுப்பினான். குளிர்காரனும் இவானும் ஒன்றாகக் குளியலறைக்குள் நுழைந்தார்கள். அங்கே அதி பயங்கர வெப்பம்! ஆனால், குளிர்காரன் உடனடியாக தன்னிடமிருந்த வைக்கோலைக் கீழே போட்டுவிட்டு வெளியே வந்தான். நொடி நேரத்தில் அந்த இடம் பனிக்கட்டிபோலக் குளிர்ந்தது. அதன் பிறகு இவான் நன்றாகக் குளித்தான். அப்புறம் குளியலறையின் ஒரு மூலையிலேயே படுத்துத் தூங்கினான்.

மறுநாள் மன்னரின் ஆட்கள் குளியலறையைத் திறக்கச் சென்றார்கள். குளியலறைக்குள் இவான் எரிந்து சாம்பலாகி யிருப்பான் என்றுதான் அவர்கள் எதிர்பார்த்தார்கள். ஆனால் குளியலறைக் கதவைத் திறந்தபோது குளிர் நடுக்கியது. இவான், அங்கே ஒரு மூலையில் படுத்துத் தூங்கிக்கொண்டிருந்தான். அவர்கள் அவனை எழுப்பினார்கள்.

இவான் விழித்தெழுந்து கண்களைக் கசக்கிக்கொண்டான்:

"ஓ! இந்தக் குளிரில் தூங்குவது எவ்வளவு இனிமையாக இருக்கிறது!" என்று சொல்லிக்கொண்டே நடந்து சென்றான் அவன்.

இனி என்ன செய்வது என்று மன்னருக்குப் பெரிய குழப்பம் ஏற்பட்டது. இதன் காரணத்தால் அவரால் தூங்கவே முடியவில்லை. யோசித்து யோசித்து இறுதியில் அவர் சேவகர்களை அழைத்துச் சொன்னார்:

"நீங்கள் சென்று இவானிடம் சொல்லுங்கள். நாளைக் காலையில் அவன் இங்கே ஒரு பெரும் படையுடன் வர வேண்டும்.

அப்படிச் செய்தால் நான் அவனுக்கு என் மகளைத் திருமணம் செய்து தருவேன். இல்லையென்றால் அவனைக் கொன்றுவிடுவேன்."

மன்னர் இப்படிச் சொல்லிக்கொண்டிருக்கும்போதே அதைக் கேட்டுவிட்ட கூர் செவியன், இவானிடம் விஷயத்தைச் சொன்னான். அந்த நொடியே அழத் தொடங்கினான் இவான். படைத் தலைவன் அவனுக்கு ஆறுதல் சொன்னான்:

"தம்பி, இதற்காக நீ அழாதே. ஒரு பெரிய படையை உருவாக்கும் பொறுப்பை நான் ஏற்றுக்கொள்கிறேன்."

இந்த நேரத்தில் சேவகர்கள், மன்னரின் செய்தியைச் சொல்வதற்காக இவானைத் தேடி வந்தார்கள்.

அவர்களைப் பார்த்தவுடனே இவான் சொன்னான்:

"நாளைக் காலையில் ஒரு பெரிய படையுடன் வந்து சந்திக்கிறேன் என்று மன்னரிடம் சொல்லுங்கள்."

இப்போதும் சேவகர்களால் வியப்பைத் தாங்க முடியவில்லை. "நாம் சொல்ல நினைக்கும் செய்தியை இவன் முன்கூட்டியே புரிந்து கொண்டு அதற்குப் பதில் சொல்கிறானே!" என்று பேசிக்கொண்டு திரும்பிச் சென்றார்கள்.

அன்று இரவு படைத் தலைவன், இவானை அழைத்துக் கொண்டு பெரியதொரு சமவெளிக்குச் சென்றான். தன்னிடமிருந்த இலைகளையெல்லாம் அங்கே வரிசையாக வைத்த பிறகு ஒரு மந்திரம் சொன்னான். உடனே எல்லா இலைகளும் போர் வீரர்களாக மாறிவிட்டன. அந்த இடம் எண்ணற்ற போர் வீரர்கள் நிறைந்த ஒரு ராணுவ முகாமாக ஆனது!

மன்னர் காலையில், ஒரு பெரிய ராணுவத்தின் அணிவகுப்பு வாத்திய முழக்கம் கேட்டுத்தான் விழித்தார். அவர் சேவகனிடம் கேட்டார்:

"இவ்வளவு அதிகாலையிலேயே இந்த வாத்திய முழக்கம் எங்கிருந்து கேட்கிறது?"

சேவகன் சொன்னான்:

"தங்க பறக்கும் கப்பலில் வந்த மனிதன் இப்போது ஒரு பெரிய ராணுவத்துடன் வந்திருக்கிறான். அந்த ராணுவத்தின் அணிவகுப்பு வாத்திய முழக்கம்தான் இது."

இனியும் ஏமாற்ற முடியாது என்று மன்னருக்குப் புரிந்தது.

"சரி, அந்த இவானை இங்கே அழைத்து வா!" என்று கட்டளை யிட்டார்.

சேவகன் கீழே சென்று பார்த்தபோது அவன் அங்கே, கந்தல் ஆடை உடுத்திய பழைய இவானைப் பார்க்கவில்லை. அங்கே இவான், மிகச் சிறந்த ராணுவச் சீருடை அணிந்து ஒரு கறுப்புக் குதிரை மீது கம்பீரமாக அமர்ந்திருந்தான். அவனுக்குப் பின்னால் ராணுவத்தின் பிற அதிகாரிகள் நின்றுகொண்டிருந்தார்கள்.

அந்த ராணுவம் அரண்மனை வாசலுக்கு வந்தவுடன் இவான் உரக்கச் சொன்னான்.

"படை நிற்கட்டும்!"

பளபளக்கும் சீருடை அணிந்த பல்லாயிரம் வீரர்கள் அப்படியே நின்றார்கள்.

பிறகு மன்னர், இவானை வரவேற்று உள்ளே அழைத்துச் சென்றார்:

"அன்பான என் மருமகனே, வா. இப்படி உட்கார்!"

மன்னர் இவானை சிம்மாசனத்தில் அமர்த்தினார். அப்போது அங்கே வந்த இளவரசி, இவானைப் பார்த்துப் புன்னகைத்தாள். என் கணவர் எவ்வளவு அழகாக இருக்கிறார் என்று பெருமகிழ்ச்சி யடைந்தாள்.

பிறகு விரைவிலேயே இவானுக்கும் இளவரசிக்கும் திருமணம் நடந்தது. அப்போது அந்த நகரத்தில் மட்டுமல்ல; அந்த நாடு முழுவதும் பெரும் கொண்டாட்டம்தான்!

மனதின் சாவி

முற்காலத்தில் காபூலுக்குப் பக்கத்தில் ஒரு வியாபாரி இருந்தான். அவன் பணக்காரன். ஆனால் அவன் மோசமான கஞ்சன். வீட்டில் அவன் மனைவியும் மகனும் மகளும் இருந்தார்கள். மகனுக்குப் பன்னிரண்டு வயது. மகளுக்கு எட்டு வயது. அவர்களெல்லாம் அரைப் பட்டினியில் வாழ்ந்து வந்தார்கள்.

அவர்கள் வசிப்பதற்கு ஒரு சிறிய வீடுதான் இருந்தது. அணிவதற்குக் கந்தல் உடைகள். அரை வயிற்றுக்குச் சாப்பாடு. அந்த வியாபாரி பணக்காரன் என்று சொல்வதில் என்ன அர்த்தம் இருக்கிறது? அவனைத் தேடி உறவினர் களோ நண்பர்களோ வருவதில்லை. அவனும் யாரையும் பார்க்கப் போகமாட்டான். பணத்தைச் சேர்த்து சேர்த்து வைப்பதுதான் அவன் தொழில்.

அவன் பெயர் ஜலந்தர்கான். ஆனால் ஊர்க்காரர்கள் அவனை கஞ்சன் ஜலந்தர் என்றுதான் அழைப்பார்கள்.

இப்படியெல்லாம் இருந்தாலும் ஜலந்தர்கான் மிகவும் கடவுள் பக்தி மிக்கவன். அவன் தினமும் பள்ளி வாசலுக்குச் சென்று பிரார்த்தனை செய்வான்.

அவன் ஒரு நாள் பள்ளிவாசலுக்குச் சென்று பிரார்த்தித்து விட்டு, மயானத்தின் அருகே வந்துகொண்டிருந்தான்.

அப்போது ஒரு அற்புத நிகழ்ச்சி நடந்தது. திடீரென்று பின்னால் ஏதோ சீறும் ஓசை கேட்டுத் திரும்பிப் பார்த்தான். அப்போது அங்கே மிக அழகான ஒரு பாம்பு... அதன் தலையில் பளபளப்பான ஒரு கிரீடம் இருந்தது. அந்தப் பாம்பு, பின்னால் வரும் ஒரு பெரிய பாம்புக்குப் பயந்து ஓடிக்கொண்டிருந்தது. அந்தப் பெரிய பாம்பின் சீறலைத்தான் ஜலந்தர்கான் கேட்டான். தனக்கும் அந்தச் சிறிய பாம்புக்கும் ஏற்படப்போகும் ஆபத்து அவனுக்குப் புரிந்தது. உடனே அங்கு கிடந்த ஒரு பெரிய கல்லை எடுத்து அவன் அந்தப் பெரிய பாம்பின் மீது எறிந்தான். சரியாக அந்தக் கல் பெரிய பாம்பின் தலையிலேயே விழுந்தது. பாம்பு துடித்து அங்கேயே செத்தது. அதிர்ஷ்டவசமாகத் தப்பித்த அந்தச் சிறிய பாம்பு, பக்கத்தில் இருந்த ஒரு பொந்தில் மறைந்தது.

கடவுளுக்கு நன்றி சொல்லி ஜலந்தர் வீட்டுக்கு விரைந்தான். வீட்டில் உள்ளவர்களுக்காக கொஞ்சம் காய்ந்த ரொட்டியும் உருளைக்கிழங்கும் போகும் வழியில் வாங்கிக் கொண்டான். வீட்டுக்குச் சென்றவுடன், தான் வாங்கி வந்த பொருட்களை மனைவியிடம் கொடுத்தான். மனைவி மிகவும் துயரத்துடன் சொன்னாள்:

"இது என்ன கொடுமை! இந்த வெள்ளிக்கிழமை ஆட்டுக் கறி சாப்பிடலாம் என்று பிள்ளைகள் ஆசையுடன் இருக்கிறார்கள். நீங்கள் பணக்காரராக இருப்பதால் அவர்களுக்கு என்ன நன்மை?"

ஆனால், பணம் செலவாகும் எந்த விஷயத்தையும் ஜலந்தர் காதுகொடுத்துக் கேட்க மாட்டான். சற்றும் அசைந்து கொடுக்காமல் அவன் சொன்னான்:

"நீ என்ன இவ்வளவு முட்டாள்தனமாகப் பேசுகிறாய்? இந்த உருளைக்கிழக்கு உடலுக்கு எவ்வளவு நல்லது தெரியுமா? நம் நல்ல மண்ணில் விளையும் கேரட் எவ்வளவு சத்து மிக்கது தெரியுமா? அந்த அளவு சத்து இறைச்சியில் கிடைக்காது."

ஆனால் அன்று பக்கத்து வீட்டில் ஆடு வெட்டிக் கறி சமைத்தார்கள். அவர்கள் அரை கிலோ இறைச்சியை ஜலந்தர் வீட்டுக்கும் கொடுத்து அனுப்பினார்கள். ஜலந்தர் மனைவி ஆசைப்பட்டதுபோல அன்று எல்லோரும் ஆட்டுக் கறியுடன் உணவு சாப்பிட்டார்கள். திருப்தியடைந்த ஜலந்தர் அன்று வழக்கத்தைவிட சீக்கிரமாகவே படுத்துவிட்டான்.

நள்ளிரவானது. அப்போது யாரோ கதவைத் தட்டினார்கள். ஜலந்தர்கான் விழித்தான். அவன் மனைவி,

"யார் அது?" என்று கேட்டாள்.

வெளியிலிருந்து ஒரு குரல் கேட்டது:

"நாங்கள் ஜலந்தர்கானைப் பார்க்க வந்திருக்கிறோம். அவர் குடும்பத்திற்கு நல்லது நடக்கப்போகிறது."

இந்தப் பேச்சைக் கேட்டுக்கொண்டே படுத்திருந்த ஜலந்தர்கான், எழுந்தபடியே கேட்டான்:

"இந்த நள்ளிரவில் அப்படி என்ன முக்கியமான விஷயம்?"

"வாருங்கள், சொல்கிறோம்."

பிறகு ஜலந்தர் தயங்காமல் கதவைத் திறந்துகொண்டு வெளியே வந்தான். அவனை எதிர்பார்த்து வாசலில் கௌரவமான இரண்டு மனிதர்கள் நின்றிருந்தார்கள். அவர்களில் ஒருவன் சொன்னான்:

"நேற்று நீங்கள் ஒரு நல்ல செயல் செய்தீர்கள். அதற்கு ஏற்ற பரிசு உங்களுக்குக் கிடைக்கப்போகிறது. நாங்கள் உங்களை அழைத்துச் செல்லத்தான் வந்திருக்கிறோம்."

ஜலந்தர்கான் விரைவில் உடை மாற்றிக்கொண்டு அவர்களுடன் புறப்பட்டான். அவர்கள் தன்னை மயானத்துக்கு அழைத்துச் செல்கிறார்கள் என்று புரிந்தபோது சற்று அஞ்சினான். அந்நியர்களான அந்த இருவரில் ஒருவன், ஜலந்தரின் பயத்தைப் புரிந்துகொண்டு சொன்னான்:

"பயப்பட வேண்டாம். யாரும் உங்களைத் தொந்தரவு செய்ய மாட்டார்கள். ஆனால் ஒரு விஷயம். நாங்கள் சொல்வதுபோல நடந்துகொண்டால் உங்களுக்கும் உங்கள் குடும்பத்துக்கும் நன்மை ஏற்படும்."

இருவரில் மூத்தவன், சற்று நேரத்திற்குப் பிறகு ஜலந்தருக்கு அறிவுரை சொன்னான்:

"தங்கமும் வைரங்களும் நிறைந்த ஒரு பை உங்களுக்குத் தரப்படும். ஆனால் நீங்கள் அதை வாங்காதீர்கள். உங்கள் முன்னால் கொண்டு வந்து வைத்தாலும் அதைத் தொட்டுவிடாதீர்கள். ஒவ்வொரு முறையும் நீங்கள், 'எனக்கு என்னைத் தந்தால் போதும்' என்று சொல்ல வேண்டும்."

பிறகு அவர்கள் இருவரும் சேர்ந்து ஜலந்தரைப் பிடித்தார்கள். அவன் கரங்களைப் பின்னால் சேர்த்துப் பிடித்துக்கொண்டு சொன்னார்கள்:

"கண்களை மூடிக்கொள்ளுங்கள்! எக்காரணம் கொண்டும் கண்களைத் திறக்காதீர்கள். திறந்தால் பெரிய பாதிப்பு ஏற்படும் என்று நினைவு வைத்துக்கொள்ளுங்கள்."

ஜலந்தர்கான் அஞ்சி நடுங்கினான். வேறு வழியின்றி கண்களை மூடிக்கொண்டு பணிவுடன் அவர்களைப் பின்தொடர்ந்தான். சற்று நேரத்திற்குப் பிறகு சுற்றுச் சூழல் மாறியதாக அவன் உணர்ந்தான். அங்கே வசந்த காலப் பூக்களின் நறுமணம் கமழ்ந்தது.

அவர்கள், "இனி நீங்கள் கண்களைத் திறக்கலாம்!" என்றார்கள். ஜலந்தர் நிம்மதியடைந்தான்.

கண் திறந்து, சுற்றுமுள்ள காட்சியைப் பார்த்ததும் ஜலந்தர் மிகவும் வியந்துபோனான். எல்லா விதப் பூக்களும் நிறைந்த ஒரு அதி அற்புதத் தோட்டத்தில் அவன் நின்றுகொண்டிருந்தான். வண்ண வண்ண விளக்குகள் பல நிற ஒளியைப் பரப்பிக்கொண்டிருந்தன. அங்குள்ள நீரூற்று எந்திரங்களும் குளங்களும் - ஏதோ மாய உலகத்தில் இருப்பதுபோன்ற எண்ணத்தை ஏற்படுத்தின.

அதோ, ஆடம்பரமாக அமைக்கப்பட்ட ஒரு பந்தலில் தேவ அழகிகள் நடனமாடிக்கொண்டிருக்கிறார்கள். அவர்களைச் சுற்றிலும் இசைக் கலைஞர்கள் இசைத்துக்கொண்டிருக்கிறார்கள். அந்த இருவரும் பின் தொடர, ஜலந்தர்கான் அங்கே நடந்து சென்றான்.

அவன் ஒரு சுல்தானின் (ராஜாவின்) முன்னால் கொண்டு செல்லப் பட்டான். அந்த மனிதர் மினுமினுக்கும் ஆடைகளும் வைரக் கிரீடமும் அணிந்து சிம்மாசனத்தில் அமர்ந்திருந்தார். அவரைச் சுற்றிலும், சிறப்பாக உடையணிந்த சேவகர்கள் நின்றிருந்தார்கள்.

ஜலந்தரை அழைத்து வந்தவர்களில் மூத்தவன் சுல்தானிடம் சொன்னான்:

"சுல்தான் அவர்களே, இதோ இவர்தான் உங்கள் அன்பான மகளின் உயிரைக் காப்பாற்றிய நல்ல மனிதர்."

சுல்தான், ஜலந்தர்கானைப் பார்த்துப் புன்னகைத்தார். தன் சிம்மாசனத்திற்குப் பக்கத்து இருக்கையில் அவனை அமர வைக்கும்படிக் கட்டளையிட்டார். நடப்பதையெல்லாம் பார்த்து ஜலந்தர்கான் பதற்றமடைந்தான். அவன் சிம்மாசனத்தை நோக்கி நடந்து செல்லும்போது, அவனை வரவேற்பதற்காக சுல்தான் இறங்கி வந்தார். ஜலந்தர்கானைக் கட்டிப்பிடித்துக்கொண்டு சொன்னார்:

"நீங்கள் செய்த உதவிக்கு என்ன கைம்மாறு செய்வது என்று எனக்குத் தெரியவில்லை."

சுல்தான் காட்டிய அழகான இருக்கையில் ஜலந்தர்கான் அமர்ந்தான். ஆனால், சுல்தான் என்ன சொன்னார் என்று அவனுக்குப் புரியவில்லை. அதை உணர்ந்து சுல்தான் சொன்னார்:

"நான் விளக்கமாகச் சொல்கிறேன். நாங்கள் மனித உருவில் இருக்கும் தேவர்கள். எனக்கு ஒரு அருமை மகள் இருக்கிறாள். நரகத்தின் சுல்தான் மகனுக்கு, அவளைத் திருமணம் செய்ய வேண்டும் என்ற ஆசை ஏற்பட்டுவிட்டது. ஆனால் அதற்கு என் மகள் சம்மதிக்கவில்லை. அதன் பிறகு அந்த கெட்ட இளவரசன் என் மகளைப் பல விதத்தில் தொந்தரவு செய்து வந்தான். நேற்று என் மகள் மனிதர்களின் உலகத்தைப் பார்ப்பதற்காக ஒரு பாம்பின் உருவத்தில் சென்றிருந்தாள். அப்போது அந்த இளவரசன் ஒரு பெரிய பாம்பின் உருவத்தில் வந்து அவளைத் துன்புறுத்த முயன்றான். அந்த ஆபத்தான நேரத்தில்தான் நீங்கள் அந்தப் பெரிய பாம்பைக் கல்லால் அடித்துக் கொன்றீர்கள். அதனால் என் மகள் காப்பாற்றப்பட்டாள்."

ஜலந்தர்கானுக்கு இப்போதுதான் எல்லா விஷயங்களும் புரிந்தன. தான் தேவலோக சுல்தானின் சிறப்பு விருந்தினர் என்பதை உணர்ந்தான். சேவகர்கள், அவனுக்கான பரிசுப் பொருட்களை ஒரு தட்டில் வைத்துக் கொண்டு வந்தார்கள். அதில் என்னவெல்லாம் இருக்கின்றன! முத்து, பவழம், வைரம், தங்கம்! அந்தப் பொருட்களின் பிரகாசத்தில் கஞ்சன் ஜலந்தரின் கண்கள் கூசின.

பரிசுப் பொருட்கள் நிறைந்த தட்டை நீட்டிக்கொண்டு சுல்தான் சொன்னார்:

"நாங்கள் நன்றி தெரிவிக்கும் பொருட்டுத் தரும் இந்தப் பொருட்களை ஏற்றுக்கொள்ளுங்கள்!"

அப்போது ஜலந்தருக்கு, தன்னை அழைத்துச் செல்ல வந்த இருவரும் சொன்ன வார்த்தைகள் நினைவுக்கு வந்தன. எதையும் ஏற்றுக்கொள்ள வேண்டாம் என்றுதானே அவர்கள் சொன்னார்கள்!

எனவே ஜலந்தர் பணிவுடன் சொன்னான்:

"சுல்தான் அவர்களே, எனக்கு இவை தேவையில்லை."

பரிசுகள் போதவில்லை என்பதால்தான் ஜலந்தர் அதை மறுக்கிறான் என்று நினைத்தார் சுல்தான். அதனால், அந்தத் தட்டுபோன்று இன்னுமொரு தட்டு கொண்டு வரும்படிக் கட்டளை யிட்டார். மற்றொரு பரிசுத் தட்டு கொண்டு வந்த பிறகும் ஜலந்தர் முன்பு சொன்னதையே சொன்னான்:

உலக நாடோடிக் கதைகள் ☐ 43

"எனக்கு என்னைத் தந்தால் போதும் சுல்தான் அவர்களே."

இந்த வேண்டுகோளைக் கேட்ட சுல்தான் கை தட்டினார். தங்கமும் வைரங்களும் நிறைந்திருந்த பரிசுத் தட்டுகள் திடீரென்று அங்கிருந்து மறைந்தன. அப்போது ஒரு முதிய சேவகர், கையில் ஒரு நீல நிறப் பெட்டியுடன் சுல்தான் பக்கத்தில் வந்து நின்றார்.

சுல்தான் அந்தப் பெட்டியைத் திறந்தார். பெட்டிக்குள் பட்டாலான பை ஒன்று இருந்தது. பைக்குள் இருந்தது மின்னும் ஒரு சிறிய சாவி! சுல்தான் அந்தச் சாவியை ஒரு நூலில் கோர்த்து ஜலந்தரின் கழுத்தில் கட்டிவிட்டார். பிறகு, கடவுள் உங்களை ஆசீர்வதிக்கட்டும் என்று வாழ்த்தவும் செய்தார்.

நடனப் பெண்கள் தொடர்ந்து அங்கே நடனமாடிக் கொண்டிருந்தார்கள். திடீரென்று ஜலந்தர் மயக்கமுற்றான்.

ஜலந்தர் மீண்டும் கண் விழித்துப் பார்த்தபோது, தன் வீட்டில் சிறிய அறையில் பழைய கம்பளியைப் போர்த்திக்கொண்டு படுத்திருந்தான். நடந்த சம்பவங்களை வரிசைப்படி நினைவு வைத்துக்கொள்ள அவனால் முடியவில்லை. ஆனால் அவன் மனதில் அற்புதமான அமைதியும் மகிழ்ச்சியும் இருந்தது. அப்போது அவன் மனைவி அறைக்குள் வந்து தேநீர் தயாராகிவிட்டது என்று சொன்னாள்.

ஜலந்தர்கான் தன் மனைவியைக் கவனித்துப் பார்த்தான்: ஐயோ பாவம்! அவள் எவ்வளவு கிழிந்த உடைகளை அணிந்திருக்கிறாள்! சர்க்கரை இல்லாத தேநீர்... காய்ந்துபோன ரொட்டி... வறுமையால் பாதிக்கப்பட்ட பிள்ளைகள்...

"ஐயோ பாவம், பாவம்!"

அவன் யோசித்துப் பார்த்தான்.

'இவ்வளவு பணம் இருந்தாலும் நான் மிகவும் கஞ்சனாக இருக்கிறேன். என் மனைவியையும் பிள்ளைகளையும் பட்டினி போடுகிறேன். எவ்வளவு பெரிய பாவி நான்!'

சிந்தனையிலிருந்து மீண்ட ஜலந்தர், அன்புடன் மகனை அழைத்துச் சொன்னான்:

"இந்தா பணம். போய் நல்ல ரொட்டி, வெண்ணெய், பால் கட்டி, சர்க்கரை, இறைச்சி எல்லாம் வாங்கிக்கொண்டு வா. போகும் வழியில் நல்ல துணிக்கடைகளும் பலசரக்குக் கடைகளும்

இருக்கின்றனவா என்று பார்த்து வா. நல்ல உடைகளையும் மற்ற பொருட்களையும் மொத்தமாக வாங்க வேண்டும்."

ஜலந்தரின் மகன் இதையெல்லாம் கேட்டு வியந்துபோய் நின்றுவிட்டான். அப்பா தன்னிடம் கொடுத்த தங்க நாணயங்களின் பளபளப்பில் அவன் கண்கள் கூசின. ஜலந்தர்கானின் மனைவிக்கும் இதையெல்லாம் நம்ப முடியவில்லை. அவள் தன் கணவனை அதிசயமாகப் பார்த்து நின்றாள்.

மிகுந்த நிம்மதியுடன் ஜலந்தர்கான், தன் கழுத்தில் கட்டப்பட்ட சாவியைத் தொட்டுப் பார்த்தான். பிறகு மிகவும் சாந்தமாக தனக்குத்தானே சொல்லிக்கொண்டான்:

"கடவுளே, கடைசியில் என் மனது திறந்துவிட்டது!"

அதைத் தொடர்ந்து ஜலந்தரின் வாழ்க்கை முற்றிலும் மாறிவிட்டது. தன் தகுதிக்கு ஏற்றபடி ஒரு பெரிய மாளிகை கட்டினான். மனைவியும் பிள்ளைகளும் வசதியாக வாழ வழி செய்தான். பிறகு அவனை யாரும் கஞ்சன் என்று சொல்லவில்லை. கஞ்சன் ஜலந்தர்கான், தர்மப் பிரபுவான ஜலந்தர்கானாக மாறினான்!

பிலிப்பைன்

மரண விளையாட்டு

ஜுவான் என்பவன் ஒருமுறை இப்படி நினைத்தான்:

“இந்த வாழ்க்கை மிகவும் சலிப்பாக இருக்கிறது. வாழ்க்கையென்றால் ஏதாவது தமாஷ் வேண்டும். அதன் மூலம் கொஞ்சம் காசு கிடைத்தால் அதுவும் நல்லதுதான்.”

அப்புறம் அவன் தள்ளு வண்டியில் ஒரு கறுப்புத் துணி விரித்தான். அதைத் தள்ளிக்கொண்டு காட்டுப் பக்கம் உள்ள பாதையில் சென்றான். வண்டியைச் சுற்றிலும் மெழுகுவர்த்திகள் ஏற்றி வைத்தான். பிறகு வண்டியில் ஏறி பிணம்போல போர்த்திக்கொண்டு படுத்துக் கிடந்தான்.

இறந்தவர்களின் ஆசீர்வாதத்தால் அதிர்ஷ்டம் ஏற்படும் என்பது கிராமவாசிகளின் நம்பிக்கை. ஜுவான் அப்படிப் படுத்திருக்கும் போது, காட்டிலிருந்து கொள்ளையர்கள் வந்தார்கள். அவர்கள் ஜுவானைப் பார்த்தார்கள். ஏதோ பிணம்தான் இங்கு கிடக்கிறது என்று நினைத்து, பக்கத்தில் சென்று பிரார்த்தித்தார்கள்:

“இறந்தவரே, எங்களுக்கு அதிர்ஷ்டம் கிடைக்க வேண்டும் என்று நீங்கள் ஆசீர்வதிக்க வேண்டும்.”

பிறகு அவர்கள், ஒரு பணக்காரனின் வீட்டைக் கொள்ளையடிக்கப் புறப்பட்டார்கள். அந்த வீட்டிலிருந்து

நிறையப் பணத்தையும் நகைகளையும் கொள்ளையடித்து வந்தார்கள். அந்தப் பிணத்தின் ஆசீர்வாதத்தால்தான் நமக்கு இவ்வளவு பொருள் கிடைத்தது என்று அவர்களுக்கு நம்பிக்கை. எனவே, திரும்பி வரும்போதும் அவர்கள் ஜுவானின் முன்னால் மண்டியிட்டுப் பிரார்த்தித்தார்கள்:

"இறந்தவரே! இன்று கிடைத்த லாபம்போல என்றைக்கும் எங்களுக்குக் கிடைக்க ஆசீர்வதிக்க வேண்டும்!

பிறகு அவர்கள், கொள்ளையடித்த பொருட்களைப் பங்கு பிரிக்கத் தொடங்கினார்கள்.

ஒரு திருடன், "எனக்குத்தான் அதிகப் பங்கு வேண்டும்" என்று கேட்டான். "நான்தானே மிகவும் கஷ்டமான வேலை செய்தேன். இந்த ஊரில் பெரிய பணக்காரர் யார் என்று கண்டுபிடித்தது நான்தானே?"

உடனே இரண்டாவது திருடன் சொன்னான்:

"இல்லை, எனக்குத்தான் பெரிய பங்கு வேண்டும். பணக்காரன் தங்கத்தை ஒளித்து வைத்திருந்த இடத்தைக் கண்டுபிடித்தது நான்தானே?"

அப்போது மூன்றாவது திருடன் பிடிவாதமாகச் சொன்னான்:

"எனக்குத்தான் நிறையக் கிடைக்க வேண்டும். ஏனென்றால் நான்தானே அந்தப் பணப் பையைக் கொள்ளையடிக்க வேண்டும் என்று அறிவுரை சொன்னேன்?"

இப்படி எல்லாத் திருடர்களும் தமக்குத்தான் பெரிய பங்கு வேண்டும் என்று வாதிட்டார்கள். ஒருவர் சொல்வதை மற்றவர் கேட்க வில்லை. கடைசியில் அவர்களுக்குள் சண்டை ஏற்பட்டுவிட்டது. அப்போது அவர்களின் தலைவன் முன்னே வந்து கத்தினான்:

"எல்லாப் பிரச்சினைக்கும் இந்தப் பிணம்தான் காரணம். இந்தப் பிணத்தின் ஆசியால்தானே நமக்குப் பணம் கிடைத்தது. அதனால்தான் சண்டையும் வந்தது. வேண்டாம், இனி இந்தப் பிணம் யாருக்கும் ஆசி வழங்க வேண்டாம். இதை இப்போதே அழித்துவிடலாம்" என்று சொல்லி அவன் ஜுவானை நோக்கி வாளை ஓங்கினான்.

திருடர்கள் என்ன பேசிக்கொள்கிறார்கள் என்று ஜுவான் கேட்டுக்கொண்டுதான் இருந்தான். அவர்களின் தலைவன் தன்னை நோக்கி வாளை ஓங்கிய நொடியில் அவன் துள்ளி எழுந்தான்.

இறந்தவன் துள்ளி எழுவதைப் பார்த்தபோது கொள்ளையர் தலைவன் நடுநடுங்கி "ஐயோ!" என்று அலறினான். படுத்துக் கிடந்தது பிணமல்ல, பிசாசு என்று கொள்ளையர்கள் நினைத்தார்கள். எனவே பணத்தையும் நகைகளையும் அங்கேயே போட்டுவிட்டு, தப்பித்தோம் பிழைத்தோம் என்று ஓட்டம் பிடித்தார்கள்.

ஜுவான் எல்லாப் பணத்தையும் நகைகளையும் மூட்டை கட்டி வண்டியில் ஏற்றினான். பிறகு அதைத் தள்ளிக்கொண்டு வீட்டுக்குச் சென்றான்.

அதன் பிறகு அவன் பெரிய பணக்காரனாக பெருமையுடன் வாழத் தொடங்கினான். பழைய வீடு இருந்த இடத்தில் புதிய மாளிகை கட்டினான். நிறைய வேலைக்காரர்களை வைத்துக் கொண்டான். எதற்கும் குறைவற்ற வசதியான வாழ்க்கை வாழ்ந்து வந்தான்.

ஜுவானின் பக்கத்து வீட்டுக்காரனின் பெயர் பெட்ரோ. அவன், திடீரென்று ஜுவான் பெரிய பணக்காரனாக மாறியதைப் பார்த்து வியந்தான். அவன் ஜுவானிடம்,

"உனக்கு இந்தப் பணமெல்லாம் எப்படிக் கிடைத்தது?" என்று கேட்டான்.

அதற்குப் பதில் சொல்லாமல் தவிர்த்தான் ஜுவான்.

ஆனால் பெட்ரோ மீண்டும் மீண்டும் கட்டாயப்படுத்திக் கேட்டதால் அவனால் உண்மையைச் சொல்லாமல் இருக்க முடியவில்லை. அதையெல்லாம் கேட்ட பிறகு பெட்ரோ, இந்த மரண விளையாட்டைத் தானும் ஒரு முறை விளையாடிப் பார்த்து விட வேண்டியதுதான் என்று முடிவு செய்தான்.

அதற்காக அவன் தேவாலய வாசலைத் தேர்ந்தெடுத்தான். ஜுவானைப்போல காட்டில் சென்று படுத்திருக்க அவனுக்குத் தைரியம் இல்லை.

பெட்ரோ, மாலை நேரத்திற்குப் பிறகு தள்ளு வண்டியைத் தேவாலயத்திற்குக் கொண்டு சென்றான். அதில் கறுப்புத் துணி விரித்தான். ஏறிப் படுத்து, தலைமுதல் கால்வரை போர்த்திக் கொண்டான்.

பொழுது இருட்டியது. தேவாலயப் பணியாளர் அந்த வழியாக வந்தார்.

50 சிரிக்கும் ஆப்பிள் பேசும் திராட்சை

வண்டியிலிருக்கும் பிணத்தைப் பார்த்ததும் பதறியடித்து ஓடிச் சென்றார். அவர், தான் ஒரு சவத்தைப் பார்த்த விவரத்தைப் பாதிரியாரிடம் கூறினார். முதலில் பாதிரியார் அதை நம்பவில்லை. என்றாலும், சவத்தைப் பார்த்துவிடலாம் என்று பணியாளருடன் புறப்பட்டார்.

பெட்ரோவைப் பார்த்துவிட்டு பாதிரியார் சொன்னார்:

"இந்தப் பிணத்தைப் புதைக்க வேண்டும். நீ சீக்கிரம் சென்று, குழி வெட்டுபவனை அழைத்து வா."

இதைப் பெட்ரோ கேட்டுவிட்டான். அவன் பயந்து பதறி, திடுதிப்பென்று எழுந்து ஓடத் தொடங்கினான். அதைப் பார்த்துப் பாதிரியாருக்கும் பணியாளருக்கும் பேரதிர்ச்சி! அவர்கள் இருவரும் வெவ்வேறு திசைகளில் விரைந்து ஓடினார்கள்.

பாதிரியிடமிருந்தும் அவர் பணியாளரிடமிருந்தும் தப்பியதற்காக பெட்ரோ கடவுளுக்கு நன்றி சொன்னான். ஆயினும் தான் மிகவும் முட்டாள்தனமாக நடந்துகொண்டதை நினைத்து வெட்கினான்.

"ச்சே! காட்டு வழியில் சென்று படுத்திருக்கலாம். அப்படிச் செய்திருந்தால் கொஞ்சம் பணமாவது கிடைத்திருக்கும். தேவாலய வாசலில் படுத்திருந்ததால் என் தள்ளு வண்டியும் போய்விட்டது!" என்று புலம்பினான்.

குருவியின் காலை உணவு

ஒரு குருவிக்கு வயலிலிருந்து ஒரு பெரிய பயறுமணி கிடைத்தது. அதை காலை உணவாகச் சாப்பிடலாம் என்று முடிவு செய்தது குருவி. ஆனால், சாப்பிடுவதற்கு முன்பு அவசியம் குளிக்க வேண்டும். குளித்துவிட்டுப் பிரார்த்தனை செய்யாமல் உணவு உண்பது நாகரிகமாக இருக்காது. குருவி இப்படி நினைத்துக்கொண்டு ஆற்றங்கரைக்குச் சென்றது.

அப்போது ஒரு பிரச்சினை. "பயறுமணியை எங்கே வைப்பது?"

தரையில் வைத்தால் எறும்பு எடுத்துக்கொண்டு போய்விடும். இல்லையென்றால் வேறு ஏதாவது பறவை வந்து கொத்திக்கொண்டு போய்விடும். அப்போதுதான் குருவி, பக்கத்தில் பாலத்தைச் சரி செய்யும் தச்சரைப் பார்த்தது. பயறுமணியைக் கீழே வைத்தது. ஜாக்கிரதையாகப் பார்த்துக்கொள்ளும்படி தச்சரிடம் சொல்லி விட்டுக் குளிக்கச் சென்றது.

முங்கிக் குளித்துவிட்டு வந்து பார்த்தபோது, வைத்த இடத்தில் பயறுமணியைக் காணவில்லை.

குருவி தச்சரிடம் கேட்டது: "என் பயறுமணி எங்கே தச்சரே?"

"நான் அதைப் பார்க்கவில்லை. பயறுமணிக்குக் காவல் இருப்பதா என் வேலை? நான் அரசாங்க ஊழியன். எனக்கு அரசாங்கம்தான் சம்பளம் தருகிறது. உன் பயறுமணி எங்காவது விழுந்திருக்கும். போய்த் தேடிப்பார்."

தச்சர் சொன்னதைக் கேட்டுக் குருவிக்கு வருத்தமாக இருந்தது. அப்போது ஒரு போலீஸ்காரன் அந்த வழியாக வந்து கொண்டிருந்தான். குருவி, போலீஸ்காரனைத் தடுத்து நிறுத்திப் புகார் சொன்னது:

"போலீஸ்காரரே, போலீஸ்காரரே கொஞ்சம் நில்லுங்கள். என் பயறுமணியைப் பார்த்துக்கொள்ளும்படி இந்தத் தச்சரிடம் சொல்லிவிட்டுக் குளிக்கச் சென்றேன். திரும்பி வந்து பார்க்கும்போது பயறுமணியைக் காணவில்லை. தச்சரும் எடுக்கவில்லை. கீழே எங்கும் விழவும் இல்லை. ஆனால் அதைக் கண்டுபிடிக்க முடியவில்லை. எனக்கு மிகவும் பசிக்கிறது. என் பயறுமணி எங்கே சென்றதோ, என்னமோ?"

இதைக் கேட்டுப் போலீஸ்காரனுக்குக் கோபம் வந்தது. "இந்தக் குருவிக்கு உள்ள ஆணவத்தைப் பார்த்தீர்களா? வேலைக்குச் செல்லும் என்னைத் தடுத்து நிறுத்தி பயறுமணியைக் கண்டுபிடித்துக் கொடுக்கச் சொல்கிறதே! இது என்ன கொடுமை! நானோ, ஒரு வழக்கில் குற்றம் சுமத்தப்பட்டவனைப் பார்க்கச் சென்று கொண்டிருக்கிறேன். அவன் வீட்டில் எனக்கு விருந்து கிடைக்கும். அதை விட்டுவிட்டு இந்தக் குருவியின் பயறுமணியைத் தேடி அலைய வேண்டுமாம். நன்றாக இருக்கிறது நியாயம்! நீ உன் வேலையைப் பார்த்துக்கொண்டு போ குருவியே!" என்று சொல்லிவிட்டுப் போலீஸ்காரன் நடந்து சென்றான்.

போலீஸ்காரன் திட்டியதால் குருவியின் துயரம் மேலும் அதிகரித்தது. அது தன் விதியை நொந்துகொண்டது. 'குளிக்கப் போனதால்தானே பயறுமணி தொலைந்துபோனது. இந்த ஆபத்தான உலகத்தில் சுத்தத்துக்கும் தூய்மைக்கும் ஏதேனும் அர்த்தம் இருக்கிறதா? எல்லாம் என் முட்டாள்தனத்தால் வந்தது. இருக்கட்டும். காலையில் பட்டினி கிடக்க வேண்டும் என்று என் தலையில் எழுதியிருக்கிறது போலிருக்கிறது...'

அந்தக் குருவி இப்படியெல்லாம் சிந்தித்தபடி செல்லும்போது, எதிரே போலீஸ் இன்ஸ்பெக்டர் வந்துகொண்டிருந்தார். 'போலீஸ் இன்ஸ்பெக்டர் என்பவர் பெரிய அதிகாரி அல்லவா, அவர் உதவி செய்வதற்கு வாய்ப்பு இருக்கிறது' என்று நினைத்தது குருவி. அவரைத் தடுத்து நிறுத்தி தன் கஷ்டத்தைச் சொன்னது:

“இன்ஸ்பெக்டர் அவர்களே, இந்த ஏழைக் குருவியின் துன்பத்தைக் கேளுங்கள். என் பயறுமணி காணாமல்போய்விட்டது. பார்த்துக்கொள்ளும்படி தச்சரிடம் சொல்லிவிட்டுக் குளிக்கச் சென்றேன். திரும்பி வந்து பார்க்கும்போது பயறுமணி அங்கே இல்லை. தச்சரிடம் கேட்டதற்கு அவர் எனக்குத் தெரியாது என்கிறார். அப்புறம் நான் ஒரு போலீஸ்காரரிடம் இந்த விஷயத்தைச் சொன்னேன். அவரும் எனக்கு உதவி செய்யவில்லை. நீங்களாவது எனக்கு உதவி செய்ய வேண்டும் எஜமானே.”

இதைக் கேட்டதும் இன்ஸ்பெக்டர் கடும் கோபம் கொண்டார். அவர் குருவியைப் பார்த்து உரத்த குரலில் கத்தினார்:

“ஏ குருவியே, நீ என்ன அறிவுகெட்ட குருவியாக இருக்கிறாயே! நான் யார் தெரியுமா? நான் எப்படிப்பட்ட அதிகாரி தெரியுமா? சும்மா ஒரு வேலைக்காரனை நிறுத்துவதுபோன்று என்னைச் சாலையில் பட்டென்று நிறுத்திவிட்டாயே! உனக்கு என்ன நெஞ்சழுத்தம்! நான் என் வேலைக்குச் செல்ல நேரமாகிவிட்டதே என்று அவசர அவசரமாகச் சென்றுகொண்டிருக்கிறேன். இந்த வழியில் இப்போது மந்திரி வருவார். மந்திரியின் பயணத்துக்கு வேண்டிய ஏற்பாடுகளைச் செய்ய வேண்டியது என் பொறுப்பு. என் வேலையைப் பார்த்து அவர் மகிழ்ச்சியடைந்தால்தான் எனக்குப் பதவி உயர்வு கிடைக்கும். அதற்கிடையில் நீ வேறு வந்து தொந்தரவு செய்கிறாய். அப்பால் போ!”

போலீஸ் இன்ஸ்பெக்டரின் பேச்சைக் கேட்டு குருவியின் சோகம் பெரிதும் அதிகரித்தது. இனி என்ன செய்வது என்று யோசித்தது.

‘இந்த மனிதர்கள் எல்லோரும் சுயநலக்காரர்கள். மற்றவர்களின் துன்பங்களைப் பற்றி அவர்களுக்கு எந்தக் கவலையும் இல்லை. அந்தப் போலீஸ்காரனுக்கு, குற்றம் சாட்டப்பட்டவனின் வீட்டில் விருந்து சாப்பிட வேண்டும். அந்த இன்ஸ்பெக்டருக்குப் பதவி உயர்வு வேண்டும். சரி, இருக்கட்டும். வரும் மந்திரியிடம் கேட்டுப் பார்க்கலாம். மந்திரி என்பவர் மிகப் பெரிய பதவியில் உள்ளவர் அல்லவா. அவர் நினைத்தால் எதுவும் சாதிக்கலாம். அவர் எனக்கு உதவக்கூடும்...’

அப்போது மந்திரி தூரத்தில் குதிரை மீது வருவது தெரிந்தது. குருவி அந்த மந்திரியைத் தடுத்து நிறுத்தி தன் புகாரைச் சொன்னது:

“மந்திரி அவர்களே, மந்திரி அவர்களே, நீங்களாவது எனக்கு உதவி செய்யுங்களேன். என் காலை உணவுக்கென்று நான் வைத்திருந்த

பயறுமணி தொலைந்துவிட்டது. அதைப் பார்த்துக்கொள்ளும்படி தச்சரிடம் சொல்லிவிட்டு நான் குளிக்கச் சென்றேன். திரும்பி வந்து பார்க்கும்போது பயறுமணியைக் காணவில்லை. அது எங்கே என்று தச்சருக்கும் தெரியவில்லை. அரசு அதிகாரிகளும் எனக்கு உதவ வில்லை. ஒரு போலீஸ்காரர், 'எனக்கு நேரமில்லை, நான் குற்றம் சாட்டப்பட்டவனைப் பார்க்கப்போகிறேன்' என்று சொன்னார். ஒரு போலீஸ் இன்ஸ்பெக்டர், 'எனக்கு நேரமில்லை, நான் மந்திரியின் பயணத்துக்கு ஏற்பாடு செய்ய வேண்டும்' என்று சொன்னார். ஒரு சின்னஞ் சிறு ஏழைக் குருவியான நான் என்ன செய்வேன்?"

அந்த மந்திரிக்குப் பறவையின் மீது கருணை ஏற்பட்டது. அவர் நினைத்தார்: 'ஆனால் என்னால் இந்த விஷயத்தில் என்ன செய்ய முடியும்? ராஜா இப்போது அரண்மனையிலிருந்து புறப்படப் போகிறார். அவர் பயணத்துக்கு ஏற்பாடுகள் செய்ய வேண்டியது என் பொறுப்பு.' பிறகு,

"நான் அவசரமாகச் செல்ல வேண்டும்" என்று அன்புடன் சொல்லி விட்டு மந்திரியும் சென்றார்.

குருவி மிகப் பெரிய மனத் துன்பத்தில் ஆழ்ந்தது. 'போகட்டும். மந்திரி உதவி செய்யவில்லை என்றாலும் என்னிடம் அன்பாகப் பேசினாரே, அதுவே போதும்!' என்று நினைத்து அது சந்தோஷப் பட்டுக்கொண்டது. 'அவருக்கு மிக அதிக வேலை இருக்கும் போலிருக்கிறது. அதனால்தான் அவரால் எனக்கு உதவி செய்ய முடிய வில்லை' என்று தனக்குத்தானே சமாதானம் சொல்லிக் கொண்டது.

அப்படியெல்லாம் குருவி யோசித்துக்கொண்டிருக்கும்போது, ராஜாவும் பரிவாரங்களும் வருவது தெரிந்தது. ராஜா யானை மீது வந்துகொண்டிருந்தார். குருவி ராஜாவைத் தடுத்து நிறுத்தி தன் குறையைச் சொன்னது:

"ராஜா அவர்களே, ராஜா அவர்களே! நீங்கள் இந்த நாட்டையே ஆட்சி செய்பவர் அல்லவா! இந்தச் சின்னஞ்சிறிய ஏழைக் குருவியின் மனக் குறையைக் கேட்க மாட்டீர்களா?"

பிறகு குருவி தன் கதை முழுவதையும் ராஜாவிடம் சொன்னது:

"என் பயறுமணியைக் கவனமாகப் பார்த்துக்கொள்ளாமல் தச்சர் அதைத் தொலைத்துவிட்டார். நான் போலீஸ்காரரிடம் சொன்னேன். அவர் என்னைத் திட்டினார். இன்ஸ்பெக்டரிடம் சொன்னேன். அவர் என்னிடம் கத்திக் கூப்பாடுபோட்டார். மந்திரியிடம் சொன்னேன். அவர் மட்டும்தான் பொறுமையுடன் என் புகாரைக் கேட்டார்.

ஆனால் அவருக்கு வேலை நெருக்கடி அதிகமாக இருந்த காரணத்தால் அவராலும் எனக்கு எதுவும் செய்ய முடியவில்லை. இந்த நாட்டின் ராஜாவான நீங்களாவது என் குறையைத் தீர்த்து வைக்க வேண்டும்."

ஒரு சிறிய குருவி தன்னைத் தடுத்து நிறுத்தி இப்படியெல்லாம் பேசுவது ராஜாவுக்குப் பிடிக்கவில்லை. அதனால் அவர் பதிலொன்றும் பேசவில்லை. அவரின் மெய்க் காவலர்கள் குருவியைப் பார்த்துக் கத்தினார்கள்:

"ஏ, குருவியே, அப்பால் போ!"

பிறகு ராஜா முன்னோக்கிச் சென்றார்.

குருவி ஒரு மரக் கிளையில் அமர்ந்து புலம்பியது: 'எனக்கு இன்று இவ்வளவு மோசமான அனுபவங்கள் ஏற்பட்டுவிட்டனவே! மனிதர்கள் இவ்வளவு பெரிய சுயநலவாதிகளாக இருக்கிறார்களே! இந்த நாடு எவ்வளவு கெட்டுவிட்டது! இந்தப் பூமி வெள்ளத்தில் அழியும் காலம் நெருங்கிவிட்டது என்றுதான் தோன்றுகிறது!'

பிறகு குருவி இறங்கி பாலத்தில் அமர்ந்து, தான் இழந்த பயறுமணியை எண்ணி அழுதுகொண்டிருந்தது. அப்போது தன்னருகே ஒரு எறும்பு ஊர்ந்து செல்வதைப் பார்த்தது. இந்த எறும்பால் எனக்கு உதவி செய்ய முடியலாம் என்று நினைத்த குருவி, எறும்பிடம் தன் கதையை விரிவாகச் சொன்னது. பிறகு எறும்புக்கு ஒரு யோசனையும் சொன்னது:

"எறும்பே, நீ போய் யானையிடம் சொன்னால் ஒருக்கால் பலன் கிடைக்கும். யானை சொன்னால் ராஜா நிச்சயமாகக் கேட்பார். நான் சொல்வதை நீ செய்யவில்லையென்றால் உன்னைக் கொத்தித் தின்றுவிடுவேன்."

"ஐயோ, நீ என்னைத் தின்றுவிடாதே குருவியே. நான் உடனே சென்று யானையிடம் சொல்கிறேன்" என்று சொன்ன எறும்பு, விரைந்து சென்று யானையின் காதில் சொன்னது:

"அந்தக் குருவி ராஜாவிடம் சொன்னதை நீ கேட்டாயல்லவா? அந்தக் குருவிக்கு நாம் உதவி செய்ய வேண்டும். இல்லையென்றால் அது என்னைக் கொத்தித் தின்றுவிடும். நீ ராஜாவிடம் எடுத்துச் சொல்லி குருவிக்கு உதவி செய்ய வைக்கவில்லை என்றால், நான் உன் மூக்கினுள் புகுந்து கடித்துவிடுவேன்."

எறும்பின் பேச்சைக் கேட்டு யானை அஞ்சியது. அது ராஜாவிடம் சொன்னது:

“ராஜா அவர்களே, ராஜா அவர்களே! நீங்கள் அநதக் குருவிக்கு உதவி செய்யவில்லையென்றால் அந்த எறும்பு என் மூக்கினுள் புகுந்து கடிப்பேன் என்று சொன்னது. அப்படி அந்த எறும்பு கடித்து, நான் வலி தாளாமல் துடித்தால் நீங்கள் கீழே விழ நேரலாம். நீங்கள் தரையில் விழுந்து உங்களுக்கு ஏதாவது எலும்பு முறிந்துபோனால் அது மிகவும் துன்பமாக இருக்குமே!”

அற்பக் குருவியொன்றின் பிரச்சினை, தன்னை இந்தளவு நெருக்கடிக்குள்ளாக்குவதை நினைத்து ராஜா வியப்படைந்தார். இனி தப்பிக்க முடியாது. யானை சொல்வதுபோலச் செய்துதான் ஆக வேண்டும்.

ராஜா உடனே மந்திரியை அழைத்தார். அந்தக் குருவியின் கோரிக்கையைக் கவனிக்கும்படிக் கட்டளையிட்டார். மந்திரி இன்ஸ்பெக்டரிடம் கட்டளையிட்டார். இன்ஸ்பெக்டர், போலீஸ் காரனிடம் கட்டளையிட்டார். போலீஸ்காரன் தச்சரிடம் ஓடிச் சென்றான். குருவியின் பயறுமணியைத் தேடிக் கொடுக்கும் படிக் கட்டளையிட்டான்.

மிகவும் பயந்துபோன தச்சர் அந்த இடம் முழுக்கத் தேடியலைந்தார். பயறுமணியைக் கண்டுபிடித்து குருவியிடம் கொடுத்தார்.

அவ்வாறு இறுதியில் அந்தச் சின்னஞ்சிறு குருவி தன் காலை உணவை உண்டது.

நூறு கணுக்களுள்ள மூங்கில்

முன்பு ஒருமுறை வியட்னாமில் வேலைக்காரர்களைத் துன்புறுத்தும் ஒரு பண்ணையார் இருந்தான். அவன் வீட்டில் ஒரு சிறுவன் வேலைக்காரனாக இருந்தான். அவன் பெயர் கோய். அவன் பண்ணையாரின் வீட்டு வேலைகளையெல்லாம் நன்றாகச் செய்தான். அந்த வீட்டில் எப்போதும் மிகக் கடுமையான வேலைகள் இருக்கும். வேலை நெருக்கடிக்குப் பயந்து கோய் ஓடி விடுவானோ என்று பண்ணையார் பயந்தான்.

பண்ணையார், "என் சிறிய மகள் வளரட்டும். நான் அவளை உனக்குத் திருமணம் செய்து தருகிறேன்!" என்று சொல்லிச் சொல்லி கோயை அங்கேயே தங்க வைத்தான். எனவே கோய் மகிழ்ச்சியுடன் எல்லா வேலைகளையும் அழகாகச் செய்துவந்தான். எப்போதும் அவன், தான் பண்ணையார் மகளைத் திருமணம் செய்துகொண்டு வாழப்போகும் நல்ல எதிர்காலத்தைக் கனவு கண்டான். அவன் இரவு பகலாகப் பாடுபட்டு உழைப்பதைப் பார்த்து பண்ணையார் திருப்தி யடைந்தான். தன் தந்திரம் பலித்ததில் அவனுக்கு மிகவும் மகிழ்ச்சி.

வருடங்கள் கடந்து சென்றன.

பண்ணையாரின் மகள் கல்யாண வயதடைந்தாள். ஊர் பெரிய மனிதர்கள் எல்லோரும் தங்கள் மகன்களுக்குப் பெண் கேட்டு பண்ணையார் வீட்டுக்கு வந்துகொண்டே

60 சிரிக்கும் ஆப்பிள் பேசும் திராட்சை

யிருந்தார்கள். மிகவும் யோசித்த பிறகு பண்ணையார், கிராமத் தலைவனின் மகனை தன் மகளுக்குத் திருமணம் செய்து வைக்கலாம் என்று முடிவு செய்தான். பிறகு திருமணத்திற்கான ஏற்பாடுகளைச் செய்ய ஆரம்பித்தான்.

விவரமறிந்த கோய், பண்ணையாரிடம் வந்தான்.

"உங்கள் மகளை எனக்குத் திருமணம் செய்து தருவதாக இத்தனை வருடங்களாகச் சொல்லி வந்தீர்களே! அதை மறந்துவிட்டீர்களா?" என்று கேட்டான்.

பண்ணையாருக்குக் கோபம் வந்தது. 'இப்போது என் முன்னால் நிற்பது முன்பு இருந்த சிறிய பையன் அல்ல. நல்ல ஆரோக்கியமும் சக்தியும் உள்ள இளைஞன் கோய். இவனுக்குக் கோபம் வந்தால் எனக்கு ஏதும் தீங்கு செய்யக் கூடும்' என்று பயந்த பண்ணையார் வேறு விதமாக மாற்றிப் பேசினான்:

"கோய், நீ தவறாகப் புரிந்துகொண்டுவிட்டாய். உனக்கும் என் மகளுக்கும் திருமணம் செய்வதற்காகத்தான் இந்த ஏற்பாடுகளை யெல்லாம் செய்கிறேன். ஆனால். நீ ஒரு காரியம் செய்ய வேண்டும். நீ விரைந்து சென்று நூறு கணுக்கள் உள்ள ஒரு மூங்கில் கொண்டு வரவேண்டும். அந்த மூங்கிலை வெட்டி சாப்ஸ்டிக்* செய்தால்தான் விருந்து நடத்த முடியும். இதுதான் நான் உனக்களிக்கும் பொறுப்பு. நீ விரைந்து சென்று நூறு கணுக்கள் உள்ள ஒரு மூங்கிலை வெட்டிக்கொண்டு வா."

பண்ணையார் சொன்னதை நம்பினான் கோய். வெட்டுக் கத்தியுடன் காட்டுக்கு ஓடினான். காடு முழுவதும் சுற்றி அலைந்தான். எல்லா மூங்கில்களையும் பார்த்தான். ஒரு மூங்கில்கூட நூறு கணுக்களுடன் இல்லை.

தேடித் தேடிக் களைத்துப்போன கோய், ஒரு இடத்தில் அமர்ந்தான். துயரத்தால் அவன் கண்களில் கண்ணீர் பெருகியது. அழுது அழுது அப்படியே தூங்கிவிட்டான். அப்போது அங்கே, நீண்ட வெண் தாடியுள்ள ஒரு தாத்தா வந்தார். அவனை எழுப்பிக் கேட்டார்: "இங்கு அழுதுகொண்டிருந்தது நீதானா? உன் பிரச்சினை என்ன?"

கோய், எல்லா விவரங்களையும் தாத்தாவிடம் சொன்னான். அதைக் கேட்ட பிறகு தாத்தா சிரித்தபடிச் சொன்னார்:

"நீ எதற்கும் கவலைப்படாதே மகனே, நீ சென்று ஒவ்வொரு கணு வீதமுள்ள நூறு மூங்கில் குச்சிகளை வெட்டிக்கொண்டு வா.

---

* சாப்ஸ்டிக்: உணவை எடுத்து உண்ணப் பயன்படுத்தும் குச்சி

தாத்தாவின் வார்த்தைகள் கோய்க்கு புத்துணர்ச்சியளித்தன. அவன் உத்வேகத்துடன் சென்றான். விரைவிலேயே நூறு மூங்கில் குச்சிகளை வெட்டி எடுத்துக்கொண்டு ஓடி வந்தான். அவற்றை யெல்லாம் தாத்தாவின் காலடியில் வைத்துவிட்டு அவர் பேச்சைக் கேட்பதற்காக ஆர்வத்துடன் காத்திருந்தான்.

அந்த மூங்கில் குச்சிகளைப் பார்த்துத் தாத்தா கட்டளை யிட்டார்:

"மூங்கில் குச்சிகளே, ஒட்டிக்கொள்ளுங்கள்!"

உடனே நூறு ஒற்றைக் கணுவுள்ள நூறு மூங்கில் துண்டுகள் ஒன்றின் மேல் ஒன்றாய் ஒட்டிக்கொண்டன. நூறு கணுக்கள் உள்ள ஒரே மூங்கில் குச்சியாக மாறின.

தாத்தா, "இவ்வளவு நீளமான மூங்கில் குச்சியை உன்னால் எடுத்துக்கொண்டு போக முடியாது. அதனால் நான் இதை உனக்குத் துண்டுகளாக்கித் தருகிறேன். எல்லாவற்றையும் எடுத்துக் கட்டிக் கொண்டு போ!" என்றார்.

நூறு கணுக்கள் கொண்ட அந்த மிக நீளமான மூங்கிலைப் பார்த்துச் சொன்னார் அவர்:

"உடையுங்கள்!"

உடனே அந்த மூங்கில் நூறு துண்டுகளானது.

"இளைஞனே, நான் சொன்னதுபோன்றே நீயும் சொல்லி இந்த மூங்கில் துண்டுகளை ஒன்று சேர்க்கலாம். பிரிக்கலாம்."

அந்தத் துண்டுகளையெல்லாம் மகிழ்ச்சியுடன் அள்ளிக் கட்டிக்கொண்டான் கோய். அவற்றை எடுத்துக்கொண்டு பண்ணையாரின் மாளிகை வாசலுக்குச் சென்றான்.

பண்ணையாரின் மாளிகைக்கு உள்ளே திருமணத்திற்கான ஏற்பாடுகள் துரிதமாக நடந்துகொண்டிருந்தன. திருமணத்திற்கு வரும் பெரிய மனிதர்களை வரவேற்று உபசரித்துக்கொண்டிருந்தான் பண்ணையார். கிராமத் தலைவனின் மகன் அலங்காரமான உடை யணிந்து மணமகனாக அமர்ந்திருக்கிறான். கோய் ஓடிச் சென்று பண்ணையாரைப் பற்றி உலுக்கி, தான் நூறு கணுக்கள் கொண்ட ஒரு மூங்கில் கம்பை எடுத்து வந்திருப்பதாகத் தெரிவித்தான். பண்ணையார் சன்னல் வழியாக வெளியே பார்த்தார். வாசலில் ஒற்றைக் கணுக்கள் உள்ள நூறு மூங்கில் குச்சிகள் துண்டு துண்டாகக் கிடந்தன.

அவற்றைப் பார்த்துவிட்டு பண்ணையார், "ஹா... ஹா... ஹா!" என்று சிரித்தான்.

"முட்டாள் கோய், நான் உன்னிடம் என்ன சொன்னேன்? நூறு கணுக்கள் உள்ள ஒற்றை மூங்கிலை வெட்டிக்கொண்டுதானே வரச் சொன்னேன்? ஆனால் நீ ஒவ்வொன்றிலும் ஒவ்வொரு கணுவுள்ள நூறு துண்டுகளைக் கொண்டு வந்திருக்கிறாய். என்னை முட்டாளாக்கப் பார்க்கிறாயா? நீ காட்டுக்குச் சென்று இன்னும் தேடிப்பார். கிடைக்கும்!"

திருமணத்திற்கு வந்திருந்தவர்களெல்லோரும் கோயைப் பார்த்து குலுங்கிக் குலுங்கிச் சிரித்தார்கள். அறிவாளி எஜமான் என்று பண்ணையாரைப் புகழ்ந்தார்கள். முட்டாள் வேலைக்காரன் என்று கோயை இகழ்ந்தார்கள்.

கோய் விடவில்லை. பண்ணையாரின் கையைப் பிடித்து இழுத்து வெளியே அழைத்துச் சென்றான். பண்ணையாரைப் பின்தொடர்ந்து எல்லோரும் வெளியே வந்தார்கள்.

பண்ணையார் அங்கே கிடந்த மூங்கில் கட்டைப் பார்த்துச் சிரித்தான். அதைத் தட்டிக்கொண்டே, "இதுதானே நூறு கணுக்களுள்ள ஒற்றை மூங்கில்!" என்று கேலியாகக் கேட்டான்.

இந்த நொடியில் கோய், "ஒட்டுக!" என்று கத்தினான். எல்லா துண்டுகளும் ஒன்றின் மேல் ஒன்றாக ஒட்டிக்கொண்டன. இப்போது அங்கே ஒரே ஒரு மூங்கில்தான் இருந்தது. அந்த மூங்கிலின் முனையில் பண்ணையாரும் ஒட்டிக்கொண்டான். அவன் அதிலிருந்து விடுபட எவ்வளவோ முயன்றான். ஆனால் அவனால் முடியவில்லை. இதன் காரணத்தால் அங்கே ஒரே கூச்சல் குழப்பமாகிவிட்டது. கிராமத் தலைவன், வலப் புறத்திலிருந்து பண்ணையாரைப் பிடித்து இழுத்து விடுவிக்க முயன்றான். மணப் பெண், இடப் புறத்திலிருந்து இழுத்து விடுவிக்க முயன்றாள்.

இப்போதும் கோய் கத்தினான்: "ஒட்டுக!"

இப்போது மணப் பெண்ணும் கிராமத் தலைவனும் அந்த மூங்கிலில் ஒட்டிக்கொண்டுவிட்டார்கள்.

அந்த மூவரும் நூறு கணுக்கள் கொண்ட ஒரு நீளமான மூங்கிலில் ஒட்டிக்கொண்டு நிற்கிறார்கள். அவர்கள் பக்கத்தில் புன்னகையுடன் கோய் நிற்கிறான்.

பண்ணையாரும் அவன் மகளும் கிராமத் தலைவனும் மூங்கிலிலிருந்து விடுபட எவ்வளவோ முயற்சி செய்து பார்த்தார்கள். ஆனால் அவர்களின் முயற்சியெல்லாம் வீணாயிற்று.

கடைசியில், கிராமத் தலைவனும் அவன் மகனும் பண்ணையாரிடம் கேட்டுக்கொண்டார்கள்:

"தயவு செய்து நீங்கள் உங்கள் மகளை கோய்க்கே திருமணம் செய்து கொடுத்துவிடுங்கள்!"

பண்ணையார் ஏற்றுக்கொண்டான். கோய்க்கு மிகவும் மகிழ்ச்சி! அவன் உடனே,

"விடுக!" என்று கட்டளையிட்டான். மூங்கிலில் ஒட்டிக்கொண்ட மூவரும் உடனே விடுபட்டார்கள்.

கிராமத் தலைவனும் அவர் மகனும் அவர்களுடன் வந்த உறவினர்களும் அந்த இடத்தை விட்டு ஓடிவிட்டார்கள்.

பிறகு கோய்க்கும் பண்ணையார் மகளுக்கும் சிறப்பாகத் திருமணம் நடந்தது.

நண்டு

ஒருமுறை ராஜாவின் மோதிரம் காணாமல்போய் விட்டது. எல்லா இடத்திலும் தேடிப் பார்த்தும் அந்த மோதிரம் கிடைக்கவில்லை. கடைசியில், "ராஜாவின் மோதிரம் தொலைந்து விட்டது. அது எங்கே இருக்கிறது என்று சொல்லும் ஜோதிடனுக்கு நிறைய பரிசுகள் தரப்படும்!" என்று நாடு முழுதும் விளம்பரம் செய்தார்கள்.

அந்த நாட்டில் 'நண்டு' என்ற பெயருள்ள ஒரு விவசாயி இருந்தான். அவன் மிகவும் ஏழை. அவனுக்கு எழுதப் படிக்கத் தெரியாது. ராஜாவின் விளம்பரத்தைக் கேட்டபோது, 'நாமும் கொஞ்சம் முயற்சி செய்து பார்த்தால் என்ன' என்று அவனுக்குத் தோன்றியது. அவன் உடனே அரண்மனைக்குச் சென்று ராஜாவிடம் சொன்னான்:

"ராஜா அவர்களே, உங்கள் மோதிரம் காணாமல்போய் விட்டது என்று கேள்விப்பட்டேன். நானும் ஒரு ஜோதிடன்தான். இந்த விஷயத்தில் நானும் முயன்று பார்க்கலாம் என்று நினைக்கிறேன்..."

"நீங்கள் முயற்சி செய்யுங்கள்! மோதிரம் இருக்கும் இடத்தை நீங்கள் சரியாகச் சொல்லிவிட்டால் உங்களுக்கு என்ன பரிசு வேண்டும்?" என்று ராஜா கேட்டார்.

"அது உங்கள் விருப்பப்படி ஆகட்டும் ராஜா அவர்களே"

"அப்படியென்றால் நீங்கள் பக்கத்து அறைக்குச் செல்லுங்கள். அங்கே பெரிய பெரிய ஜோதிட நூல்களும் கிரகங்கள் பற்றிய ஆராய்ச்சிப் புத்தகங்களும் வைக்கப்பட்டிருக்கின்றன. நீங்கள் அங்கே சென்று, என் மோதிரம் எங்கே இருக்கிறது என்று கணித்துச் சொல்லுங்கள்."

விவசாயி, ராஜா சுட்டிக்காட்டிய அறைக்குச் சென்றான். அங்கே மேசையும் நாற்காலியும் கட்டிலும் நிறைய நூல்களும் எழுதுவதற்கான கருவிகளும் இருந்தன. எழுத்தறிவற்ற அந்த விவசாயி என்ன எழுதிவிடப்போகிறான்! உள்ளே வருபவர்கள் பார்க்க வேண்டும் என்பதற்காக காகிதத்தில் ஏதோ எழுதுவது போன்று பாவனை செய்தான். வேலைக்காரர்கள் கொண்டு வந்து கொடுக்கும் சுவையான உணவை நன்றாகச் சாப்பிட்டு, அங்கே நல்லபடியாக இருந்தான்.

ராஜாவின் மோதிரத்தைத் திருடியது அரண்மனை வேலைக்காரர்கள்தான். வந்திருக்கும் ஜோதிடன் தங்கள் திருட்டைக் கண்டுபிடித்துவிடுவானோ என்று அவர்கள் பயந்தார்கள். அவர்கள் நடந்துகொண்ட முறையை வைத்து விவசாயியும் இந்த விஷயத்தை உணர்ந்துகொண்டான்.

ஒரு நாள் விவசாயியின் மனைவி, அவனைப் பார்க்க வந்தாள். அப்போது, அவன் தன் மனைவியிடம் சொன்னான்:

"வேலைக்காரர்கள் வரும்போது நீ இந்தக் கட்டிலின் அடியில் பதுங்கிக்கொண்டிருக்க வேண்டும். முதலாவது வேலைக்காரன் வரும்போது நீ, "இது ஒன்று" என்று சத்தமாகச் சொல்ல வேண்டும். இரண்டாவது வேலைக்காரன் வரும்போது, "இது இரண்டு" என்று சொல்ல வேண்டும். இப்படியே வரிசைப்படி நீ சொல்லிக் கொண்டிருக்க வேண்டும். இப்படிச் செய்தால் நம் தந்திரம் பலிக்கும்."

அதன்படி மனைவி கட்டிலின் கீழே ஒளிந்திருந்தாள். சற்று நேரத்திற்குப் பிறகு ஒரு வேலைக்காரன், ஜோதிடனுக்கு உணவு எடுத்துக்கொண்டு வந்தான். அவன் அறைக்குள் நுழைந்ததும் எங்கிருந்தோ ஒரு சத்தம் கேட்டது: "இது ஒன்று!"

அவன் மிகவும் பயந்துபோனான். தன் திருட்டு கண்டுபிடிக்கப் பட்டுவிட்டது என்று நினைத்துக் கலங்கினான்.

சற்று நேரத்திற்குப் பிறகு இரண்டாவது வேலைக்காரன் வந்தான். அப்போது மீண்டும் சத்தம் கேட்டது:

"இது இரண்டு!"

அவனும் நடுங்கினான். நான் திருடியதை இந்த ஜோதிடன் கண்டுபிடித்துவிட்டானே என்று கலவரமடைந்தான். பிறகு அங்கு வந்த வேலைக்காரர்கள் எல்லோருக்கும் இதே அனுபவம்தான் ஏற்பட்டது. அவர்கள் எல்லோரும் ஒன்றாகச் சேர்ந்து கூட்டம் போட்டார்கள்.

"நாம் ராஜாவின் மோதிரத்தைத் திருடியதை ஜோதிடன் கண்டுபிடித்துவிட்டான். அவன் ராஜாவிடம் நம்மைப் பற்றிச் சொன்னால் நிச்சயமாக நம் தலை போய்விடும்!"

"ஐயோ! இப்போது நாம் என்ன செய்வது?"

"நாம் அந்த ஜோதிடனிடமே செல்லலாம். அவருக்குக் காணிக்கையாகப் பணம் கொடுத்துவிட்டு எல்லாவற்றையும் வெளிப்படையாகச் சொல்லிவிடலாம். அவர் பெரிய ஜோதிடர். நம்மைக் காப்பாற்றாமல் இருக்கமாட்டார்."

"சரி!" என்று எல்லோரும் அந்தக் கருத்தை ஏற்றுக்கொண்டார்கள். பிறகு அனைவரும் ஜோதிடனின் அறைக்குச் சென்றார்கள்.

வேலைக்காரர்களில் ஒருவன், "ஐயா ஜோதிடரே, நீங்கள் மிகவும் திறமையானவர்தான் என்று ஏற்றுக்கொள்கிறோம். நாங்கள் செய்த திருட்டை நீங்கள் கண்டுபிடித்து விட்டீர்கள். நீங்கள்தான் எங்களை எப்படியாவது காப்பாற்ற வேண்டும்! உங்களுக்காக நாங்கள் ஒரு சிறிய காணிக்கை கொண்டு வந்திருக்கிறோம்" என்றான். கொண்டு வந்த பணத்தை ஜோதிடனின் முன்னால் வைத்தான்.

"என்ன இது, என்ன இது, எனக்கு வேண்டாம், வேண்டாம்" என்று சொல்லிக்கொண்டே, அந்த ஜோதிடன் அதை எடுத்து ஒளித்து வைத்துக்கொண்டான். பிறகு சொன்னான்:

"நீங்கள் என்னைத் தேடி வந்தது நல்ல விஷயம்தான். நான் இதை ராஜாவிடம் சொல்ல மாட்டேன். நீங்கள் ஒரு காரியம் செய்யுங்கள். ஒரு கோழியை அந்த மோதிரத்தை விழுங்கச் செய்யுங்கள். மற்ற விஷயங்களை நான் பார்த்துக்கொள்கிறேன்."

வேலைக்காரர்கள், கோழித் தீவனத்தில் அந்த மோதிரத்தை மறைத்து வைத்தார்கள். கோழியும் மோதிரத்தை தீவனத்தோடு சேர்த்து விழுங்கிவிட்டது.

உடனே விவசாயி ராஜ சபைக்குச் சென்று அறிவித்தான்:

“ராஜா அவர்களே, நான் மோதிரத்தைக் கண்டுபிடித்து விட்டேன். உங்கள் தோட்டத்தில் தவிட்டு நிறக் கோழியொன்று மேய்ந்துகொண்டிருக்கிறது. அதை உடனே கொன்று அதன் வயிற்றில் பாருங்கள்.”

உடனே ராஜா, அந்தக் கோழியைக் கொன்று அதன் வயிற்றில் பார்க்கும்படிக் கட்டளையிட்டார். சேவகர்கள் அப்படியே செய்தார்கள். திருட்டுப்போன மோதிரம் கோழியின் வயிற்றிலிருந்தது.

மிகத் திறமையான அந்த ஜோதிடனுக்கு ராஜா நிறைய பரிசுகளும் பொன்னும் பொருளும் கொடுத்து மரியாதை செய்தார். அவ்வாறு அந்த விவசாயி பணக்காரன் ஆனான்.

பிறகு ஒரு நாள் அரண்மனையில் ஒரு விருந்து நடந்தது. இந்த விருந்துக்கு “ஜோதிட”னுக்கும் அழைப்புக் கிடைத்தது. விருந்தில் பரிமாறப்பட்ட சிறப்பான உணவுகளில் நண்டு சூப்பும் உண்டு. நண்டு சூப் என்பது அந்த நாட்டில் மிக மிக அரிய உணவு. ராஜாக்களும், பிரபுக்களும் எப்போதாவதுதான் அதைப் பருகுவார்கள்.

விருந்துக்கு வந்த ஜோதிடனிடம் ராஜா நண்டு சூப்பைச் சுட்டிக்காட்டிக் கேட்டார்:

“நீங்கள் புகழ் பெற்ற பெரிய ஜோதிடர் அல்லவா! இந்த சூப் என்ன சூப் என்று சொல்லுங்கள்?”

பெரிய சிக்கலில் மாட்டிக்கொண்டான் ஜோதிடன். அவனுக்கு அது என்னவென்றே தெரியவில்லை. அப்படிப்பட்ட ஒரு சூப்பை அவன் முன்பு ஒருபோதும் பார்த்ததில்லை. என்ன சொல்வது என்று தெரியாமல் திக்குமுக்காடிப்போனான். பிறகு அவன் என்ன செய்வதென்று தெரியாமல் வருத்தத்துடன்,

“ஏ நண்டே, நண்டே...நீ எப்படிப்பட்ட சிக்கலில் வந்து மாட்டிக்கொண்டாய்!” என்று தன் பெயரைச் சொல்லிப் புலம்பினான்.

அவன் “நண்டு, நண்டு” என்று சொல்வதை எல்லோரும் கேட்டார்கள்.

(நண்டு என்பதுதானே அந்த விவசாயியின் பெயர். சூப்பின் பெயரும் அதுதான்!)

இதைக் கேட்ட ராஜா,

“நீங்கள்தான் இந்த உலகத்திலேயே மிகப் பெரிய ஜோதிடர்!” என்று பாராட்டினார்.

11. கொம்பில்லாக் காளை

ஒரு முறை கிராமவாசிகள் மூவர், ராஜாவின் அரண்மனை இருக்கும் தெரு வழியாக வேடிக்கை பார்த்தபடி நடந்து சென்றார்கள். போகும்போது அவர்கள் ஒவ்வொரு கட்டடத்தையும் வியப்புடன் பார்த்துச் சென்றனர். அவர்களின் நடவடிக்கையைப் பார்த்து சந்தேகித்த படை வீரர்கள், அந்த மூன்று 'திருடர்'களையும் பிடித்துக்கொண்டு போய் ராஜாவின் முன்னால் நிறுத்தினார்கள். ராஜா அவர்களைப் பார்த்தவுடனேயே "இவர்களைக்கொண்டு போய் சிறையில் அடையுங்கள்!" என்று கட்டளையிட்டார்.

உடனே அந்தக் கிராமவாசிகள் சிறையில் அடைக்கப்பட்டார்கள். அங்கே அவர்கள் பேசிக்கொண்டார்கள்:

முதலாமவன் சொன்னான்:

"நண்பர்களே, அவர் மற்றதுதான்!"

அப்போது இரண்டாம் நபர் சொன்னான்:

"அப்படியிருந்தால் மற்றது இருக்குமல்லவா?"

இதைக் கேட்டு மூன்றாமவன் சொன்னான்:

"மற்றது இல்லாமலும் மற்றது இருக்குமே!"

இப்படி அவர்கள் வினோதமாகப் பேசிக்கொள்வதை காவலர்கள் கேட்டார்கள். அவர்கள் ஓடிச் சென்று

ராஜாவிடம் இந்த விஷயத்தைச் சொன்னார்கள். உடனே ராஜா, "அவர்களை இங்கே கொண்டு வாருங்கள்!" என்று கட்டளையிட்டார்.

அந்தக் கிராமவாசிகள் ராஜ சபைக்குக் கொண்டு வரப்பட்டவுடன் அவர்களிடம் ராஜா கேட்டார்:

"சிறையில் நீங்கள் என்ன பேசிக்கொண்டிருந்தீர்கள். உண்மையைச் சொல்லுங்கள்!"

அப்போது முதலாமவன் சொன்னான்:

"ராஜா அவர்களே, நீங்கள் எங்களைத் தூக்கில் போட்டுக் கொன்றாலும் பரவாயில்லை; நாங்கள் உண்மையைத்தான் சொல்வோம். நீங்கள் ராஜா இல்லை என்றும், நீங்கள் ஒரு காளையென்றும் நான் சொன்னேன். அப்போது என் நண்பன், 'காளையென்றால் கொம்புகள் இருக்குமல்லவா?' என்று சந்தேகம் கேட்டான். அப்போது என் மற்றொரு நண்பன், 'கொம்புகள் இல்லாமலும் காளை இருக்குமே!' என்று சொன்னான். நாங்கள் பேசிக்கொண்டது இதுதான்."

இதைக் கேட்டு ராஜாவுக்குக் கோபம் வந்தது.

"என்ன, என்னை ஒரு காளையென்றா சொல்கிறீர்கள்?" என்று கத்தினார்.

அப்போது முதலாமவன் சொன்னான்:

"ஆமாம் ராஜாவே, காளைக்குக்கூட கொஞ்சம் அறிவு உண்டு. தன் தொழுவம் எங்கே இருக்கிறது என்று அதற்குத் தெரியும். புல் எது என்று அதற்குத் தெரியும். ஒரு காளைக்கு உள்ள அறிவுகூட உங்களுக்கு இல்லை. எங்களைப் பிடித்துக்கொண்டு வந்த காரணம் என்ன என்றுகூட நீங்கள் உங்கள் வீரர்களிடம் விசாரிக்கவில்லை. எங்களைப் பார்த்தவுடன் சிறையில் அடைக்கும்படி உத்தரவிட்டு விட்டீர்களே!"

இதைக் கேட்டவுடன் ராஜா தன் தவறை நினைத்து மிகவும் வருந்தினார். அவர் அமைதியாகக் கேட்டார்:

"இப்போது சொல்லுங்கள். நீங்கள் எங்கிருந்து வருகிறீர்கள்?"

"நாங்கள் உங்கள் குடிமக்கள்தான். கிராமத்தில் வசிக்கும் எளியவர்கள். எங்கள் பெற்றோர்கள் எங்கள் ஊரைவிட்டு வெளியே எங்குமே சென்றதில்லை. நாங்கள் இந்த நாடும் நகரமும் எப்படியிருக்கிறது என்று பார்த்துப்போக வந்தோம். ஆனால் உங்கள் வீரர்கள் எங்களைப் பிடித்துச் சிறையில் அடைத்துவிட்டார்கள்."

ராஜா, தான் செய்த தவறுக்கு மன்னிப்புக் கேட்டுக்கொண்டார்.

"இவர்களைத் தேரில் அழைத்துச் சென்று இந்த ஊரைச் சுற்றிக் காண்பித்து இவர்கள் கிராமத்தில் விட்டுவிடுங்கள்!" என்று உத்தரவிட்டார்.

12

மந்திர மரம்

வெகு காலத்துக்கு முன்பு சீனாவில் ஒரு கிராமம் இருந்தது. அங்கே பேராசை கொண்ட ஒரு விவசாயி இருந்தான். அவன் பெயர் ஹுவான். அவன் ஒரு நாள் நிறைய பேரிக்காய்களை எடுத்துக்கொண்டு சந்தைக்கு வந்தான். அவற்றை மிகவும் நல்ல விலைக்கு விற்க வேண்டும் என்று நினைத்திருந்தான்.

அவன் சந்தை நடுவில் நின்று, "பேரிக்காய்கள்! அழகான பேரிக்காய்கள்! சுவையான பேரிக்காய்கள்! வாருங்கள், வந்து வாங்குங்கள்!" என்று கத்தினான்.

அதைக் கேட்டு ஒரு புத்த துறவி, ஹுவானிடம் வந்தார்:

"சகோதரா, எனக்கு ஒரு பேரிக்காய் தருகிறாயா?"

ஹுவானுக்குக் கோபம் வந்தது. அவன் கத்தினான்:

"நீங்கள் பேரிக்காயைச் சும்மா தர வேண்டும் என்றா சொல்கிறீர்கள்? அதுவும் உங்களைப் போன்ற ஒரு முட்டாளுக்கா நான் பேரிக்காய் தர வேண்டும்? நீங்கள் உங்கள் வாழ்நாள் முழுதும் எந்த வேலையும் செய்யாமல் இப்படியே இருந்துவிடலாம் என்று நினைத்துக்கொண்டிருக்கிறீர்களா?"

74 □ சிரிக்கும் ஆப்பிள் பேசும் திராட்சை

துறவி புன்னகையுடன் மீண்டும் மீண்டும் பேரிக்காய் கேட்டார்.

ஹுவானின் கோபம் அதிகரித்தது. அவன் அந்தத் துறவியைத் திட்டத் தொடங்கினான். இதைப் பார்த்து மக்கள் கூடினார்கள். துறவி மீண்டும் கேட்டார்:

"சகோதரா, நான் உன்னிடமிருக்கும் எல்லா பேரிக்காய்களையும் கேட்கவில்லை. ஒரே ஒரு பேரிக்காய்தான் கேட்டேன்."

சுற்றிலும் கூடியிருந்த மக்கள் ஹுவானிடம் சொன்னார்கள்:

"நீங்கள் இந்தத் துறவிக்கு ஒரு சிறிய பேரிக்காயாவது கட்டாயம் கொடுத்தே ஆக வேண்டும்."

ஆனால் ஹுவான் சம்மதிக்கவில்லை. இதைப் பார்த்த ஒரு முதியவர், தான் விலை கொடுத்து ஒரு பேரிக்காயை வாங்கி அதை அந்த துறவியிடம் கொடுத்தார். துறவி தலை குனிந்து நன்றி தெரிவித்துச் சொன்னார்:

"எனக்குச் சொந்தமாக இருந்ததையெல்லாம் விட்டுவிட்டுத்தான் நான் துறவியானேன். தானமாகக் கிடைப்பதை மட்டுமே நான் உண்பேன். ஆயினும் இந்த வியாபாரியைப்போல நான் சுயநலமானவன் அல்ல. என் பேரிக்காய் மரத்தில் காய்க்கும் காய்களை எல்லோருக்கும் தர நான் எப்போதும் தயாராக இருக்கிறேன்."

இதைக் கேட்டதும் மக்கள், "இந்தத் துறவிக்குச் சொந்தமாக பேரிக்காய் மரம் இருக்கிறதா?" என்று நினைத்துக் குழம்பினார்கள்.

துறவி தனக்குக் கிடைத்த பேரிக்காயைத் தின்ற பிறகு அதன் விதையைத் தரையில் புதைத்தார். அந்த இடத்தில் கொஞ்சம் தண்ணீர் ஊற்றினார். மிக அற்புதம்! அந்த விதை முளைத்து உடனடியாக அங்கே செடி தோன்றியது. செடி மரமானது. அந்த மரத்தில், மின்னல் வேகத்தில், நிறைய பேரிக்காய்கள் காய்த்தன. துறவி அங்கிருந்த மக்களுக்கெல்லாம் பேரிக்காய்கள் கொடுத்தார். பிறகு ஒரு கோடரியால் அந்த மரத்தை வெட்டினார். மரத்தின் துண்டுகளைத் தோளில் சுமந்துகொண்டு, எதுவும் நடக்காததுபோல அங்கிருந்து புறப்பட்டார்.

ஹுவான் அதையெல்லாம் வியப்புடன் பார்த்துக்கொண்டிருந்தான். சற்று நேரத்திற்குப் பிறகு அவன், பேரிக்காய்கள் நிறைத்த தன்

பீப்பாயைப் பார்த்தான். இப்போது அங்கே அவனது பீப்பாயும் இல்லை, பேரிக்காய்களும் இல்லை. துறவி, அவனுடைய பீப்பாயின் மரத் துண்டுகளையும் அதில் இருந்த பேரிக்காய்களையும் பயன்படுத்தித்தான் பேரிக்காய் மரத்தை உருவாக்கினார். இது கடைசியில்தான் அவனுக்குப் புரிந்தது. பீப்பாயின் துண்டுகள் வழியோரத்தில் கிடந்தன. இந்த விஷயத்தைக் கேள்விப்பட்ட மக்கள் ஹுவானைக் கேலி செய்து சிரித்தார்கள். அந்தத் துறவியை மட்டும் அங்கே எங்கும் காணவில்லை.

மூக்கு மாற்றம்

கோம்பே என்ற அழகான பெண் இருந்தாள். அவளுக்குத் திருமண வயது வந்தது. பல இளைஞர்கள் அவளைப் பெண் பார்க்க வந்தார்கள். ஆனால் யாரையும் அவளுக்குப் பிடிக்கவில்லை.

"எனக்குப் பொருத்தமான மணமகன் வரும்வரையில் எனக்குக் கல்யாணம் வேண்டாம்" என்றாள் அவள்.

தூரத்தில் ஒரு தந்திரக்கார இளைஞன் வாழ்ந்து வந்தான். அவன் பெயர் யோபோ. அவன் மூக்கு காயம் பட்டு அசிங்கமாக இருந்தது. ஒரு நாள் அவன் தன் அழகான நண்பனிடம் சென்று இப்படிச் சொன்னான்:

"நண்பனே, நான் திருமணம் செய்துகொள்ளப் போகிறேன். நீ உன் மூக்கைக் கொஞ்சம் எனக்குக் கடன் தர வேண்டும். நான் திருமணம் முடிந்தவுடனே உன் மூக்கைத் திருப்பித் தந்துவிடுகிறேன்."

நண்பனும் தன் அழகான மூக்கை யோபோவுக்குக் கொடுத்து விட்டு, யோபோவின் காயம்பட்ட மூக்கை தான் வாங்கிக் கொண்டான்.

அப்படி மாற்றிக்கொண்ட மூக்குடன் யோபோ, கோம்பேயின் குடிலுக்குச் சென்றான். அவனைப்

78 □ சிரிக்கும் ஆப்பிள் பேசும் திராட்சை

பார்த்ததும் அவளுக்குப் பிடித்துவிட்டது. 'இவனுக்குத்தான் எவ்வளவு அழகான மூக்கு!' என்று கோம்பே வியந்தாள். அவன் மூக்கு, கடன் வாங்கிய மூக்கு என்று அவளுக்குத் தெரியாது. யோபோவைத் திருமணம் செய்ய அவள் சம்மதித்தாள்.

யோபோ, திருமணத்தை நிச்சயித்த பிறகு ஊருக்குத் திரும்பினான். மணப் பெண் வந்து தங்குவதற்கு ஏற்ற வகையில் தன் குடிலை ஆயத்தம் செய்தான். திருமணம் முடிந்த பிறகு தன் மனைவியை அழைத்துக்கொண்டு ஊருக்கு வந்தான். அவர்களுடன் கோம்பேயின் தங்கையும் வந்தாள்.

தங்கையின் உடல் முழுதும் புண்ணாக இருந்தது. அதனால் அவளை யாரும் பார்க்காதிருப்பதற்காக ஒரு கூடையில் அடைத்து வைத்தார்கள். யோபோ நல்ல வேட்டைக்காரன். அதனால் அவன் வீட்டில் பஞ்சமில்லை. அந்தக் குடிலில் இறைச்சியும் பழங்களும் தேவையான அளவு இருந்தன. யோபோ, தனக்கு அழகான மூக்கைக் கடன் கொடுத்தவனுக்கு அடிக்கடி பலவிதப் பரிசுப் பொருட்கள் கொடுத்து மகிழ்வித்து வந்தான்.

ஆனால் ஒரு நாள், அழகு மூக்கின் உரிமையாளன் காட்டில் யோபோவைச் சந்தித்தான். என் மூக்கை என்னிடம் கொடுத்துவிடு என்று அவன் கேட்டான். யோபோ பல சாக்குப் போக்குகளும் சொல்லிப் பார்த்தான். ஆனால் உரிமையாளன் சம்மதிக்கவில்லை. கடைசியில், அவரவர் மூக்கு அவரவரிடம் வந்து சேர்ந்தது.

யோபோ அன்று இரவு மிகவும் தாமதமாகத்தான் வீட்டுக்கு வந்தான். தன் அசிங்கமான மூக்கை யாரும் பார்த்துவிடக் கூடாது என்று அவன் மிகவும் விரும்பினான். எனவே அவன் வீட்டுக்கு வந்து வாசலில் நின்று சொன்னான்:

"என் மனைவியே, நீ விளக்கை அணைத்துவிட்டுத் தூங்கு!"

அவளும் தன் கணவன் சொன்னபடியே விளக்கை அணைத்து விட்டு படுத்துத் தூங்கினாள்.

அவள் உறங்கிவிட்டாள் என்று உறுதியாகத் தெரிந்தவுடன் யோபோ ஒரு இரும்புத் துண்டை நெருப்பிலிட்டு காய்ச்சத் தொடங்கினான். பிறகு தனக்குத்தானே இப்படி முனகினான்:

"என் மூக்குபோல உன் மூக்கும் அசிங்கமாகட்டும். ஒரு அழகான மனைவி எனக்குத் தேவையில்லை."

இந்த நேரத்தில் கோம்பேயின் தங்கை தூங்கியிருக்கவில்லை. அவள் செய்வதையெல்லாம் கவனித்துக்கொண்டிருந்தாள். அவன் என்ன செய்ய நினைக்கிறான் என்று புரிந்துகொண்டாள். அவள் ஒரு பாட்டுப் பாடினாள்:

"கோம்பே! கோம்பே! என் தங்கமான அக்கா,

இவ்வளவு சீக்கிரம் தூங்கிவிட்டாயோ?

கோம்பே, அம்மாவின் அன்பு மகளே

இவ்வளவு சீக்கிரம் தூங்கிவிட்டாயோ?"

தங்கை திரும்பத் திரும்ப இந்தப் பாட்டைப் பாடிக் கொண்டிருந்தாள். பாட்டைக் கேட்ட யோபோ தன்னையறியாமல் துள்ளிக் குதித்து ஆடத் தொடங்கினான். அவன் ஆடிக் கொண்டிருக்கும் போது அவன் கையிலிருந்த இரும்புக் கம்பி தரையில் விழுந்து விட்டது. விடிந்து கோழி கூவுவதுவரை அவன் ஆடிக்கொண்டி ருந்தான்.

அதற்கிடையே அந்தப் புதுப் பெண்ணும் அவள் தங்கையும் அங்கிருந்து ஓடிச் சென்றுவிட்டார்கள்.

14. அம்பே ரம்பே

ஒரு பழைய வீட்டில் ஒரு பூனையும் நிறைய எலிகளும் வாழ்ந்திருந்தன. அங்கே நிறைய எலிகள் இருந்ததால் பூனைக்குக் கொண்டாட்டம்தான். அது தன் விருப்பப் படி எலிகளை வேட்டையாடி மகிழ்ச்சியாக வாழ்ந்து வந்தது.

ஆனால் நீண்ட காலம் சென்றதும் பூனை முதுமை யடைந்தது. முன்புபோல ஓடவோ, எலிகளைப் பிடிக்கவோ முடியவில்லை. அப்போது அதற்கு ஒரு யோசனை தோன்றியது. அதன்படி எலிகளையெல்லாம் அழைத்து ஒரு கூட்டம் போட்டது.

முன்பே பூனை, "நான் இனிமேல் எலிகளைத் தின்ன மாட்டேன்!" என்று வாக்குக் கொடுத்திருந்தது. அதனால் எலிகள் தைரியமாகக் கூட்டத்துக்கு வந்தன. கூட்டத்தில் பூனை உரையாற்றியது:

"என் அன்பான எலிகளே! ஒரு முக்கியமான செய்தியைச் சொல்வதற்காகத்தான் நான் உங்களையெல்லாம் இங்கே அழைத்திருக்கிறேன். நான் இவ்வளவு காலம் மிகவும் மோசமான முறையில் வாழ்ந்து வந்தேன். தேவையில்லாமல் நான் உங்களைப் போன்ற நல்ல எலிகளைத் துன்புறுத்தினேன். கொல்லவும்கூடச்

செய்தேன். அதற்காக நான் இப்போது மிகவும் வருந்துகிறேன். நான் உங்களுக்குச் செய்த எல்லா தீமைகளுக்காகவும் இப்போது நான் உங்களிடம் மன்னிப்புக் கேட்டுக்கொள்கிறேன்.

"இன்று முதல் நான் ஒரு புதிய வாழ்க்கையைத் தொடங்க ஆசைப்படுகிறேன். எனக்கு வயதாகிவிட்டது. நான் பக்தி மார்க்கத்தை விரும்புகிறேன். இனிமேல் எந்தப் பிராணியையும் நான் தொந்தரவு செய்ய மாட்டேன். ஆனால் நான் என்றும் உங்களைப் பார்த்துக்கொண்டிருக்க ஆசைப்படுகிறேன். அதனால் நீங்கள் எல்லோரும் தினமும் காலையிலும் மாலையிலும் என் முன்னால் வரிசையாக ஊர்வலம் செல்ல வேண்டும். இந்த யோசனையை நீங்கள் ஏற்றுக்கொள்வீர்கள் என்று நம்புகிறேன்."

பூனையின் பேச்சைக் கேட்டு எலிகளெல்லாம் மிகவும் வியந்தன. இந்தப் பூனைதான் எவ்வளவு மாறிவிட்டது! இந்தப் பூனைக்குப் பயப்படாமல் வாழ முடியும் என்றால் அது மிகவும் நல்லதுதான்.

அதனால் எல்லா எலிகளும், தினமும் காலையிலும் மாலை யிலும் அந்தப் பூனையின் முன்னால் அணி வகுத்துச் செல்வதாக ஏற்றுக்கொண்டன.

பூனை அன்று மாலையில் தன் இருப்பிடத்தில் கௌரவமாக நின்றது. எலிகள் வரிசையாக வந்தன. ஒவ்வொரு எலியும் பூனைக்கு சலாம் செய்து முன்னால் சென்றன. ஆனால் அந்த தந்திரக்காரப் பூனை ஆரம்பத்தில் ஒழுங்காக நின்றது. எலி அணிவகுப்பில் கடைசி எலி தன் முன்னால் வந்த நொடியில் அது மின்னலெனப் பாய்ந்தது. கடைசியாக வந்த எலியைப் பிடித்தது. இந்த விவரம் முன்னால் சென்ற எலிகளுக்கெல்லாம் தெரியவில்லை. இப்படிப் பிடித்த எலியை அந்தப் பூனை சாப்பிட்டது.

பல நாட்கள் இந்தத் தந்திரம் தொடர்ந்தது. ஆனால் எந்த ஏமாற்று வேலைக்கும் ஒரு முடிவு இருக்குமல்லவா? பூனையின் விஷயத்திலும் அதுதான் நடந்தது.

எலிகளின் கூட்டத்தில் இரண்டு கெட்டிக்கார எலிகள் இருந்தன. ஒரு எலியின் பெயர் அம்பே. இன்னொரு எலியின் பெயர் ரம்பே. இந்த இரண்டு எலிகளும் மிகவும் நெருக்கமான நண்பர்கள். எலிகள் கொஞ்சம் கொஞ்சமாகக் குறைந்து வருவதை இந்த இரண்டு எலிகளும் கண்டுபிடித்துவிட்டன. இது அந்தப் பூனையின் சதி வேலைதான் என்று அவை முடிவு செய்தன.

அம்பேவும் ரம்பேவும் கூடி ஆலோசித்து, அந்தப் பூனையின் கொடுமைக்கு முடிவு கட்டுவதற்கு ஒரு வழி கண்டுபிடித்தன. அவ்வாறு, எலி ஊர்வலத்தின் மிகவும் முன்னால் அம்பே நடந்தது. மிகவும் கடைசியில் ரம்பே நடந்தது.

அம்பே, பூனையின் முன்னால் வந்தபோது உரக்கக் கேட்டது:

"நண்பா ரம்பே, நீ எங்கே இருக்கிறாய்?"

அப்போது மிகவும் கடைசியில் இருந்த ரம்பே பதில் சொன்னது:

"நான் இங்கே இருக்கிறேன் நண்பா!"

சற்று நேரத்திற்குப் பிறகு அம்பே மீண்டும் அழைத்தது. ரம்பே முன்பு சொன்னதுபோலவே பதில் சொன்னது. இபபடி அந்த எலி ஊர்வலம் பூனையைக் கடந்து செல்வதுவரை இரண்டு எலிகளும் உரக்கப் பேசிக்கொண்டன. இப்படிப்பட்ட சூழ்நிலையில் பூனையால் எதுவும் செய்ய முடியவில்லை. அது என்ன செய்வது என்று தெரியாமல் விழித்துக்கொண்டு அங்கே அமர்ந்திருந்தது. அது அன்று முழுப் பட்டினி.

"இன்று எப்படியோ இந்த எலிகளுக்கு இந்தத் தந்திரம் தோன்றிவிட்டது. ஆனால் நாளை இப்படி நடக்காது!" என்று பூனை நம்பியது. ஆனாலும் மறு நாள் நடந்த எலி ஊர்வலத்திலும்,

"நண்பா ரம்பே, நீ எங்கே இருக்கிறாய்?" என்று அம்பே கேட்டது.

"நான் கடைசியில் வந்துகொண்டிருக்கிறேன் நண்பா!" என்று ரம்பே பதில் சொன்னது. இப்படி முன்னாலும் பின்னாலும் இருந்து அடிக்கடி சத்தம் போட்டுக்கொண்டே அந்த எலிகள் பூனையைக் கடந்து வந்தன. அப்படி இரண்டாவது நாளும் சென்றது.

அடுத்த நாள் ஊர்வலம் தொடங்குவதற்கு முன்பு அம்பே, அனைத்து எலிகளிடமும் சொன்னது:

"இன்று எல்லா எலிகளும் கவனமாக இருக்க வேண்டும். அந்தப் பூனை நம்மை ஏமாற்றக்கூடும்.ஏதாவது சந்தேகம் ஏற்பட்டால் எல்லோரும் மின்னல் வேகத்தில் ஓடி மறைந்துவிட வேண்டும்."

கடைசியில் அம்பே நினைத்தபடிதான் நடந்தது.

எலி ஊர்வலம் பூனையை நெருங்கியபோது அம்பே வழக்கம்போல உரத்துக் கேட்டது:

"என் நண்பனே ரம்பே, நீ எங்கே இருக்கிறாய்?"

"நான் இங்கே கடைசியில் இருக்கிறேன் நண்பா!" என்று ரம்பே பதில் சொன்னது.

அந்தப் பூனையால் இதைச் சகித்துக்கொள்ள முடியவில்லை. அது எலிகளின் நடுவே ஒரே பாய்ச்சலாகப் பாய்ந்தது. இப்படி நடக்கலாம் என்று முன்பே எச்சரிக்கையாக இருந்த எலிகள், அதி விரைவாகப் பாய்ந்தோடித் தப்பித்தன.

பிற்பாடு எலிகள் இப்படி முடிவு செய்தன:

"இனி ஒருபோதும் இந்த திருட்டுப் பூனையை நம்பக் கூடாது."

எலிகள் கிடைக்காததால் பூனையின் நிலை மிகவும் மோசமானது. அது பட்டினி கிடந்து விரைவிலேயே செத்துவிட்டது.

எலி இனத்தின் பெருமையையும், வாழ்க்கையையும் காப்பாற்றிய அம்பே, ரம்பேவை எல்லா எலிகளும் வாழ்த்திப் பாராட்டின.

மந்திரத் தொப்பி

கொரியாவில் உள்ள பிசாசுகள் மந்திரத் தொப்பி அணிவது வழக்கம். மற்றவர்களின் பார்வையில் படாமல் இருப்பதற்கு அந்தத் தொப்பி உதவியது. இதன் மூலம் மக்களுக்கு ஏற்பட்ட ஆபத்தைப் பற்றிச் சொல்வதுதான் இந்தக் கதை.

ஒருவன் தன் முன்னோர்களுக்கு அடிக்கடி படைய லிட்டு வழிபட்டு வந்தான். இப்படிச் செய்வதில் அவன் மிகவும் ஆழ்ந்த ஈடுபாடு கொண்டிருந்தான். பூஜை நாளின்போது அவன் மிகவும் சுவையான பலகாரங்கள் செய்து வைப்பான். நல்ல நல்ல உணவுகள் சமைத்து வைப்பான்.

ஒருநாள் அவன் இப்படியெல்லாம் தயார் செய்து வைத்திருக்கும்போது, பிசாசுகள் வந்து அவற்றையெல்லாம் தின்றுவிட்டுச் சென்றுவிட்டன. அடுத்த முறையும் அப்படித்தான் நடந்தது. பிறகு அதுவே வழக்கமானது. முன்னோர்கள்தான் வந்து திருப்தியாகச் சாப்பிட்டுச் செல்கிறார்கள் என்று அவன் நினைத்துக்கொண்டி ருந்தான். அதனால் அவர்களை இன்னும் மகிழ்ச்சிப் படுத்துவதற்காக மேலும் மேலும் நல்ல உணவுகளைச் செய்து வைத்தான். இதற்காக அதிகமான பணம் செலவிட்டான்.

அவன் இப்படிச் செய்வது அவன் மனைவிக்குப் பிடிக்கவில்லை. அவள் ஒரு முறை சொன்னாள்:

"இதில் ஏதோ பிரச்சினை இருக்கிறது என்று எனக்குத் தோன்றுகிறது. நம் முன்னோர்கள் வந்து இதைச் சாப்பிடுவதாக எனக்குத் தெரியவில்லை. நாம் பூஜை நடத்தும் நேரம் பார்த்து யாராவது திருடர்கள் வந்து எல்லாவற்றையும் எடுத்துச் செல்கிறார்கள் போலிருக்கிறது. நாம் இனிமேல் ஜாக்கிரதையாக இருக்க வேண்டும்."

ஒரு நாள் வீட்டுக்காரன் தன் முன்னோர்களுக்கு சுவையான உணவுகளைப் படைத்துவிட்டு, கட்டிலுக்குக் கீழே ஒளிந்து கவனித்துக்கொண்டிருந்தான். அவன் கையில் ஒரு பெரிய தடியும் இருந்தது. நள்ளிரவானபோது யாரோ கிசு கிசுவென்று பேசிக் கொள்வது கேட்டது. அத்துடன் உணவுப் பொருட்களும் கொஞ்சம் கொஞ்சமாக மறையத் தொடங்கின. ஆனால் அங்கே யாருமே இல்லை.

உடனே அவன் தடியைச் சுழற்றிக்கொண்டு உணவுப் பொருட்களைச் சுற்றிச் சுற்றி ஓடி வந்தான். அடிக்குப் பயந்து பிசாசுகள் எல்லாம் ஒரே ஓட்டமாக ஓடிவிட்டன. ஆனால் ஒரு பிசாசுக்கு பலத்த அடி விழுந்துவிட்டது. பட்ட அடியில், அந்தப் பிசாசு அணிந்திருந்த தொப்பி கழன்று விழுந்துவிட்டது. அந்தப் பிசாசும் பாய்ந்தோடி மறைந்த பிறகு, தரையில் ஒரு சிவப்புத் தொப்பி விழுந்து கிடப்பதை வீட்டுக்காரன் பார்த்தான். அப்படிப்பட்ட ஒரு தொப்பியை அவன் வாழ்க்கையில் என்றுமே பார்த்தது இல்லை. அதை எடுத்துத் தன் தலையில் வைத்துக்கொண்டு, "திருடன்! திருடன்!" என்று உரக்கக் கத்தினான்.

சத்தம் கேட்டு அவன் மனைவி அறைக்குள் ஓடி வந்தாள். ஆனால், அவளால் தன் கணவனைப் பார்க்க முடியவில்லை. ஆனால் பக்கத்தில் யாரோ திணறிக்கொண்டிருப்பது மட்டும் அவளுக்குக் கேட்டது. அவன் சொன்னான்:

"திருடன் ஓடிவிட்டான். ஆனால் அவன் அணிந்திருந்த சிறப்பான தொப்பி எனக்குக் கிடைத்துவிட்டது. இதைப் பார்த்தாயா, இதுதான் அந்தத் தொப்பி."

அப்போது மனைவி அச்சத்துடன் கேட்டாள்:

"ஐயோ! நீங்கள் எங்கே இருக்கிறீர்கள். என்னால் உங்கள் குரலை மட்டும்தான் கேட்க முடிகிறது. உங்கள் உருவத்தைப் பார்க்க முடியவில்லை."

"நான்தான் உன் கண் முன்னால் இங்கேயே நின்றிருக்கிறேனே! உனக்கு என்ன ஆயிற்று? திடீரென்று உனக்குக் கண் தெரியாமல் போய்விட்டதா?"

அவன் அவளைத் தொட்டான். மனைவி அவனைப் பிடித்து நிறுத்த முயன்றாள். அந்தக் களேபரத்திடையில் அவன் அணிந்திருந்த தொப்பி கழன்று தரையில் வீழ்ந்துவிட்டது. தொப்பி வீழ்ந்த பிறகு, அதோ அவன் அங்கே முழித்துப் பார்த்து நின்றிருக்கிறான்!

அவள் தொப்பியை எடுத்துப் பார்த்துக்கொண்டு சொன்னாள்:

"அந்தத் திருடர்களை நாம் பார்க்க முடியாமல்போனதற்குக் காரணம் இருக்கிறது. யாராவது இந்தத் தொப்பியை அணிந்து கொண்டால் அவர்களை நாம் பார்க்க முடியாது. திருடனாக வந்தது மனிதன் அல்ல, பிசாசுதான். நான் இந்தத் தொப்பியைத் தலையில் அணிந்து பார்க்கிறேன்."

உடனே அவள் மறைந்துவிட்டாள். அவளைக் காணாமல் வியப்புற்றுக் கத்தினான் கணவன். அப்போது மனைவி சொன்னாள்:

"இதுதான் 'ஹொராாங் கம்டே' என்ற மந்திரத் தொப்பி. நான் இதைப் பற்றிக் கதைகளில் படித்திருக்கிறேன். இந்தத் தொப்பி பிசாசுகளிடம்தான் இருக்கும். திருட வந்தது நிச்சயம் மனிதன் அல்ல. இத்தனை நாட்களாக நாம் முன்னோர்களுக்குப் படைத்த உணவை பிசாசுதான் திருடித் தின்றிருக்கிறது."

ரகசியத்தைக் கண்டுபிடித்த பிறகு கணவனும் மனைவியும் சேர்ந்து ஒரு முடிவு செய்தார்கள்:

"நாம் இந்தத் தொப்பியை வைத்து லாபம் சம்பாதிக்க வேண்டும்!"

அன்று முதல் அவர்கள் ஊரில் சுற்றித் திரிந்து பல பொருட்களைத் திருடத் தொடங்கினார்கள். ஒரு நாள் கணவன் ஒரு நகைக் கடைக்குச் சென்றான். அவன் போன நேரத்தில் அந்தக் கடை திறக்கப்படாமல் இருந்தது. அதனால் அவன் கடை வாசலில் காத்திருந்தான்.

சற்று நேரத்திற்குப் பிறகு கடை உரிமையாளன் வந்து கடையைத் திறந்தான். அவன் பணப் பெட்டியைத் திறந்து வைத்து எண்ணத் தொடங்கினான். எண்ணிக்கொண்டிருக்கும்போதே நாணயம் ஒவ்வொன்றாக மறைந்துபோவதைப் பார்த்துப் பெரிதும் வியப்படைந்தான். எண்ணும்போது நாணயங்கள் தவறி கீழேதான் விழுந்திருக்கும் என்று நினைத்து அவன் கடை முழுதும் தேடிப்

பார்த்தான். நாணயங்கள் கிடைக்கவில்லை. அவன் தற்செயலாக மேலே பார்த்தான். அப்போது ஒரு சிவப்பு நூல் நகர்ந்து செல்வது தெரிந்தது. அவன் அதை எட்டிப் பிடித்தான். ஏதோ கீழே விழுந்தது. அதோ, அங்கே திருடன் நிற்கிறான். மந்திரத் தொப்பி பழசாகத் தொடங்கிவிட்டது. அதனால்தான் அதன் நூல் பிரிந்து வந்தது.

அவன் கடைக்காரனிடம் மன்னிப்புக் கேட்டுக்கொண்டு சொன்னான்:

"இந்தாருங்கள் உங்கள் பணம். இந்த மந்திரத் தொப்பியையும் நீங்களே வைத்துக்கொள்ளுங்கள். இந்த விஷயத்தை நீங்கள் ரகசியமாக வைத்துக்கொண்டால் போதும்."

மந்திரத் தொப்பியைப் பற்றித் தெரிந்ததும் நகைக்கடைக் காரனும், தான் இனி உழைத்துச் சம்பாதிக்க வேண்டாம் என்று முடிவு செய்தான். பிறகு அவன் மந்திரத் தொப்பியைத் தலையில் வைத்துக்கொண்டு ஊரெங்கும் திருடினான்.

ஒரு நாள் அவன் ஒரு பணக்கார விவசாயியின் வீட்டில் திருடச் சென்றான். விவசாயியின் வீட்டுக்கு முன்னால் உள்ள களத்தில், வேலையாட்கள் எல்லோரும் கதிரடித்துக் கொண்டிருந்தார்கள். பரபரப்பாக வேலை நடந்துகொண்டிருந்தது. அந்த இடத்தில் பேச்சு சத்தமும் சிரிப்புமாக இருந்தது. நகைக் கடைக்காரன் அவர்களுக்கு இடையே நடந்து சென்றான். அப்போது யாருடைய கையோ தட்டி, அவன் அணிந்திருந்த தொப்பி கீழே விழுந்துவிட்டது. வேலை யாட்கள் அவனைப் பிடித்துவிட்டார்கள்.

அவன் மீது வழக்குத் தொடரப்பட்டது. அதன் பிறகு, முன்பு தொப்பி வைத்துத் திருடிய கணவனும் மனைவியும் கைது செய்யப்பட்டார்கள். அவர்களுக்கு நீண்ட காலம் சிறைத் தண்டனை கிடைத்தது.

அஞ்சலோட்டக்காரனின் கதை

புல்லுலு என்ற பெயருடைய மனிதன் இருந்தான். அவனுக்குப் பதினெட்டு வயதானபோது அந்த ஊரின் 'சாஸ்கி' யாகத் தேர்ந்தெடுக்கப்பட்டான். கடிதங்களை ஒரு இடத்திலிருந்து மற்ற இடத்திற்குக் கொண்டு சேர்ப்பதுதான் சாஸ்கியின் வேலை.

ஒரு நாள் காலையில் மேயர் வந்து புல்லுலுவின் வீட்டுக் கதவைத் தட்டினார். வெகு தொலைவு கொண்டு செல்ல வேண்டிய மிகவும் முக்கியமான சில கடிதங்களை அவனிடம் கொடுத்தார்.

உடனடியாக புல்லுலு, தன் மேலங்கியையும் தொப்பியையும் போர்வையையும் எடுத்துக்கொண்டு புறப்பட்டான். கொஞ்சம் இறைச்சியையும் வறுத்த தானியம் கொஞ்சமும் உருளைக்கிழங்குகளையும் கொக்கொ இலைகளையும் தன் பையில் வைத்துக்கொண்டான். பிறகு, மணி கட்டிய தன் தடியையும் எடுத்துக் கொண்டான். பயணம் ஆரம்ப மானது. மணியை ஆட்டிக்கொண்டே ஓடினான் அவன்.

அவன் நான்கு மணி நேரம் மலையேறினான். வளைந்து நெளிந்து செல்லும் மலைப் பாதையில் மிகவும் சிரமப்பட்டு ஏறி உச்சியை அடைந்தான். அங்கு சற்றே

நின்று ஆசுவாசப்படுத்திக் கொண்டான். கீழே வீடுகள் தெரிந்தன. வீடுகளின் புகைபோக்கிகளிலிருந்து நூல்போல புகை வருவதும் தெரிந்தது.

அந்த மலையில் 'அப்பாச்சிதா' என்ற கோயில் இருக்கிறது. அந்தக் கோயிலில் சக்தி மிகுந்த தேவதை இருப்பதாக மக்கள் வழிபட்டு வந்தார்கள். அவன் அந்தக் கோயிலில் சில கொக்கொ இலைகளை இட்டு வழிபட்டான். அந்தக் கோயிலில் கொக்கொ இலைகளை இட்டு வழிபட்டால் நல்லது நடக்கும் என்பது நம்பிக்கை. அப்போது புல்லுலு, ஒரு நாய் தன் முன்கால்களை நீட்டிக்கொண்டு தரையில் அமர்ந்திருப்பதைப் பார்த்தான். அந்த நாய், 'ஆல்கோ' என்ற இனத்தைச் சேர்ந்த விசித்திரமான நாய். அது அந்தக் கோயிலைப் பார்த்துக் குரைத்துக்கொண்டிருந்தது. இப்படிக் கோயிலைப் பார்த்து ஒரு நாய் குரைப்பது கெட்ட சகுனம் என்று அவன் பாட்டி அவனுக்குச் சொல்லியிருந்தார்கள். அது அவனுக்கு நினைவு வந்தது. அதனால் அவன் தன் கவண் வில்லில் ஒரு கல் வைத்து, அந்த நாயைக் குறிபார்த்து அடித்தான். நாய்க்குப் பலமாக அடிபட்டு விட்டது. அது மிக உரத்த குரலில் ஊளையிட்டுக்கொண்டு ஓடி மறைந்தது. அது மலையிலிருந்து இறங்கி 'பாம்பாஸ்' சமவெளிக்கு ஓடுவதை அவன் பார்த்துக்கொண்டிருந்தான்.

அப்போது நேரம் மதியப் பொழுதாகிக்கொண்டிருந்தது. தான் வந்த வேலையை முடிக்கவில்லை என்பது அவனுக்கு நினைவு வந்தது. 'ஆன்டியன்' என்னும் மேட்டு நிலத்தை நோக்கி அவன் அதி வேகமாக ஓடினான். அவ்வாறு, நேரம் போனதே அவனுக்குத் தெரியவில்லை.

திடீரென்று ஆகாயத்தில் மழை மேகம் சூழ்ந்தது. எங்காவது ஒதுங்கி சற்று ஓய்வெடுப்பதுதான் நல்லது என்று அவனுக்குத் தோன்றியது. சேர்ப்பிக்க வேண்டிய பல செய்திகள் மனதில் இருந்தன. கொஞ்சம் கடிதங்களும் இருந்தன. ஆயினும் மனதில் உள்ள செய்திகள்தான் அதிகம். அதையெல்லாம் நினைவுகூர்ந்தபடி ஒரு இடத்தில் படுத்துக் கிடந்தான்.

திடீரென்று புல்லுலுவின் அருகே ஒரு பெண் நடந்து வந்தாள். அவள் தூய வெண்ணிறச் சட்டை அணிந்திருந்தாள். இடையில் ஒரு கறுப்புப் பாவாடை. தொப்பியை ஒரு புறமாகச் சாய்த்து வைத்திருந்தாள். அவள் கரங்களில், பந்துபோன்று சுருட்டப்பட்ட கறுப்பு நூல் இருந்தது.

புல்லுலு எழுந்து அவள் அருகே சென்றான். இனி செல்ல வேண்டிய பயணத்தில் அவள் தன்னுடன் துணையாக வந்தால் நன்றாக இருக்கும் என்பதுதான் அவன் எண்ணம்.

அவன் அவளிடம், "நீ ஐலு மலைக்குச் செல்கிறாயா?" என்று கேட்டான்.

"ஆமாம். நான் அங்கேதான் செல்கிறேன். நீங்கள் புல்லுலுதானே?"

தெரியாத ஒரு பெண், தெரியாத ஒரு இடத்தில் இந்தக் கேள்வியைக் கேட்டபோது அவன் திகைத்தான்.

அவள் தொடர்ந்து சொன்னாள்:

"என் பெயர் நாதிச்சா. குழந்தைப் பருவத்தில் நாம் ஒன்றாக விளையாடியிருக்கிறோம். உங்களுக்கு நினைவு இருக்கிறதா?"

புல்லுலு மிகவும் பயந்துபோனான். இந்தப் பெண் உண்மையான பெண்தானா? அல்லது ஏதாவது பேயா? ஆயினும் அவள் அழகாக இருந்ததால் அவளுடன் பேசுவதற்கு ஆசைப்பட்டான். இருந்த உணவை அவர்கள் ஒன்றாக உண்டார்கள். அவள் இறைச்சியை நன்றாகக் கடித்து மென்று தின்றாள்.

பொழுது இருட்டியது. இருவரும் படுத்துத் தூங்கினார்கள். நள்ளிரவில் அவள் குளிரில் நடுங்கும்போது, புல்லுலு தன் போர்வையை அவளுக்குப் போர்த்த முயன்றான். அப்போது அவள் சொன்னாள்:

"வேண்டாம், வேண்டாம். எனக்குப் போர்வை வேண்டாம். இந்தப் போர்வை பாறாங்கல்லைப்போல இருக்கிறது. எனக்கு வலிக்கிறது."

புல்லுலு அவளைக் கவனித்துப் பார்த்தான்.

மேலும் அவள் தொடர்ந்து சொன்னாள்:

"அப்பாச்சிதா கோயிலுக்கு முன்னால் நான் அமர்ந்திருக்கும் போது நீங்கள் என்னைக் கவண் வில் கொண்டு கல்லால் அடித்தீர்கள் அல்லவா? கொஞ்சம்கூடக் கருணையில்லாமல் நீங்கள் என்னை அப்படி அடித்தீர்களே! எனக்கு எவ்வளவு வலித்தது தெரியுமா? இப்போது எனக்குப் போர்வை தருகிறீர்களே! உங்கள் கை கல்லைப்போல இருக்கிறது. உங்கள் கையால் கொடுக்கும் இந்தப் போர்வையும் பாறைபோன்று இருக்கிறது. எனக்கு வேண்டாம்."

94 □ சிரிக்கும் ஆப்பிள் பேசும் திராட்சை

புல்லுலு அஞ்சினான். இவள் என்ன சொல்கிறாள் என்று குழம்பினான்.

திடீரென்று ஒரு உறுமல் ஓசை கேட்டது. அவள்தான் உறுமுகிறாள். பிறகு அவள் ஊளையிட்டாள். அப்பாச்சிதாவில் கேட்ட அதே ஊளை ஓசைதான். புல்லுலு உற்றுப் பார்த்தான்.

அந்தப் பெண் ஒரு பெரிய நாயாக மாறிவிட்டாள். அப்பாச்சிதா கோயிலின் முன்னால் பார்த்த அதே நாய். இப்போது அந்த நாயின் வாயிலிருந்து நுரையும் எச்சிலும் வழிகிறது. அவள் ஒரு வெறி நாயாக மாறிவிட்டாள். அந்த நாய் அவனைக் கடிப்பதற்கு நெருங்குகிறது. அவனை வெறித்துப் பார்க்கிறது.

புல்லுலு நொடி நேரத்தில் தன் பொருட்களை எடுத்துக் கொண்டு அதி விரைவாக ஓடினான். கீழே உள்ள சமவெளிக்குச் சென்றான்.

சமவெளியில் வசிக்கும் மக்களிடம் புல்லுலு இந்தக் கதையைச் சொன்னான்.

மக்கள் ஒன்று சேர்ந்து அந்த நாயைத் தேடினார்கள்; அவர்களால் கண்டுபிடிக்க முடியவில்லை.

புல்லுலு என்னும் அஞ்சலோட்டக்காரன் சொன்ன கதையை இப்போதும் மக்கள் நினைவு வைத்திருக்கிறார்கள். ஆனால், இன்று ஒரு இடத்திலிருந்து மற்றொரு இடத்திற்குச் செய்திகளை எடுத்துச் செல்லும் அஞ்சலோட்டக்காரர்கள் இல்லை. அதற்குப் பதிலாக தபால் வண்டிகள் வந்துவிட்டன.

சரோங்கின் சாகசங்கள்

சரோங் என்பவரும் அவர் மனைவியும் மலை மீது உள்ள கிராமத்தில் வாழ்ந்து வந்தார்கள். பரம ஏழைகளான அவர்களுக்கு மூன்று மகள்கள். மூவரும் நல்ல அழகிகள். மூத்தவள் பெயர் பேமா. இரண்டாவது பெண்ணின் பெயர் சேதன். மூன்றாம் மகள் ரிஞ்சின். மகள்கள் திருமண வயதை அடைந்த போது பெற்றோர்களுக்குக் கவலை வந்துவிட்டது. அந்தப் பெண்களுக்கு நல்லவிதமாகத் திருமணம் செய்து வைக்க வேண்டுமே! திருமணம் செய்து கொடுப்பதற்கு பெற்றோர்களிடம் பணம் இல்லை. எனவே, நாள்தோறும் அவர்களின் கவலை அதிகரித்தது.

ஒருநாள் காலையில் சரோங் சாப்பிட்டுக்கொண்டிருந்தார். அப்போது யாரோ வந்து கதவைத் தட்டினார்கள். கதவைத் திறந்து பார்த்தபோது அங்கே ஒரு அழகான ஆடு நின்றுகொண்டிருந்தது. அந்த ஆடு சொன்னது:

"ஐயா, நான் உள்ளே வர அனுமதிப்பீர்களா? நான் உங்களிடம் ஒரு முக்கியமான விஷயம் பேச வேண்டியிருக்கிறது."

"உள்ளே வா ஆடே!"

சரோங் அந்த ஆட்டை உள்ளே அழைத்தார். அதற்குக் குடிக்கப் பழரசம் கொடுத்தார். ஆடு, சற்று நேரம் நலம்

விசாரித்துக்கொண்டி ருந்தது. பிறகு தயங்கித் தயங்கி விஷயத்தைச் சொன்னது:

"ஐயா, உங்கள் மூத்த மகளான பேமாவின் அழகைப் பற்றி என் கிராமத்து மக்கள் எல்லோரும் புகழ்ந்து பேசுகிறார்கள். நான் அவளைத் திருமணம் செய்துகொள்ள வேண்டும் என்று மிகவும் விரும்புகிறேன். நல்ல புல் வளரும் ஒரு நிலம் எனக்குச் சொந்தமாக இருக்கிறது. உங்கள் மகள் என்னுடன் மிகவும் மகிழ்ச்சியாக வாழ்வாள். நீங்கள் என்ன சொல்கிறீர்கள்?"

இதைக் கேட்டு வியப்பின் எல்லைக்கே போய்விட்டார் சரோங். மகளை ஒரு ஆட்டுக்குத் திருமணம் செய்து கொடுத்தால் ஊர் மக்களெல்லாம் என்ன சொல்வார்கள். எப்படியானாலும் மனைவியிடம் ஆலோசித்துப் பதில் சொல்லலாம் என்று நினைத்தார்.

"இரு ஆடே, நான் இதோ வந்துவிடுகிறேன்" என்று சொல்லி அவர் உள்ளே சென்று மனைவியிடம் பேசினார்.

"நம் மகள் கல்யாணம் ஆகாமல் இத்தனைக் காலம் இருப்பதை விட ஒரு ஆட்டுக்குக் கட்டி வைப்பது நல்லதுதானே?" என்று கேட்டாள் மனைவி.

ஆட்டைத் திருமணம் செய்துகொள்ள பேமாவும் மறுக்கவில்லை.

சரோங் வெளியே வந்து ஆட்டிடம் சொன்னார்:

"சரி. நான் சம்மதிக்கிறேன். நீ திருமணத்திற்கு வேண்டிய ஏற்பாடுகளையெல்லாம் செய்."

அந்த மகிழ்ச்சியான நேரத்தைக் கொண்டாடுவதற்காக 'சாங்' என்னும் இனிய பானத்தை மூக்குமுட்டக் குடித்துவிட்டுதான் அந்த ஆடு சென்றது.

சில நாட்களுக்குப் பிறகு பேமாவுக்கும் அந்த ஆட்டுக்கும் மிகச் சிறப்பாகத் திருமணம் நடந்தது. ஆடு, பேமாவைத் தன் கிராமத்துக்கு அழைத்துச் சென்றது.

ஆட்டின் ஊரைச் சேர்ந்த பறவைகளும் விலங்குகளும் இந்தக் கல்யாணத்தைப் பற்றியே நீண்ட நாட்கள் வியந்து பேசிக் கொண்டிருந்தன. ஒரு அழகான பெண்ணைத் திருமணம் செய்ததற்காக எல்லோரும் அந்த ஆட்டைப் பாராட்டினார்கள்; வாழ்த்தினார்கள்.

ஒருநாள் அந்த ஆடு குன்றின் சரிவில் புல் மேய்ந்து கொண்டிருந்தது. அப்போது, அதற்குத் தெரிந்த ஒரு நரி அந்தப்

பக்கம் வந்தது. ஆட்டின் திருமணத்தைப் பற்றி இரண்டும் பேசிக் கொண்டிருந்தன. நரி சொன்னது:

"அண்ணே, உங்களைப் பற்றி கிராமத்தில் உள்ளவர்கள் மிகவும் உயர்வாகப் பேசிக்கொள்கிறார்கள். நீங்கள் சென்று மிகவும் அழகான பெண்ணைத் திருமணம் செய்து அழைத்து வந்துவிட்டீர்களே!"

இதைக் கேட்டு மகிழ்ச்சியுற்றது ஆடு. கல்யாணத்தைப் பற்றிப் பேசிக்கொண்டிருப்பதால், நரி எப்போது கல்யாணம் செய்து கொள்ளப்போகிறது என்றும் விசாரிக்க வேண்டும் அல்லவா? எனவே ஆடு, பெரிய மனிதத் தோரணையில் சொன்னது:

"அடேய் தம்பி, நீயும் எத்தனைக் காலம் நான் தனியாக இருப்பாய்? உனக்கும் ஒரு கல்யாணம் காட்சி வேண்டாமா?"

இதைக் கேட்டு நரி சற்று வெட்கத்துடன் சொன்னது:

"என் கல்யாணத்தைப் பற்றி நானே எப்படி முடிவு செய்ய முடியும்? உங்களைப்போன்ற பெரியவர்கள்தானே அதற்கு ஏற்பாடு செய்ய வேண்டும்?"

ஆடு பட்டென்று தன் மனைவியின் குடும்பத்தைப் பற்றி நினைத்துப் பார்த்தது. அங்கே திருமணம் ஆகாமல் இன்னும் இரண்டு பெண்கள் இருக்கிறார்கள். அவர்களில் மூத்தவளை நரிக்கு மணம் செய்து கொடுத்தால் என்ன? நரியும் இதைத்தான் விரும்பியது.

இந்த விஷயத்தை சரோங் அறிந்தபோது, முதலில் சற்றுத் தயங்கினார். நரிகள் மிகவும் தந்திரம் கொண்டவை. அந்தத் தந்திரக்கார நரிகளில் ஒன்றுக்கா தன் மகளைத் திருமணம் செய்துகொடுப்பது?

கடைசியில் அவர், "சரி. என்ன வந்தாலும் பார்த்துக் கொள்ளலாம். அப்படியே செய்வோம்!" என்று முடிவு செய்தார். விரைவிலேயே சேதனுக்கும் நரிக்கும் திருமணம் நடந்தது. பிறகு அந்தப் பெண், நரியுடன் சென்றாள்.

இனி மிச்சமிருப்பது ரிஞ்சின் மட்டும்தான். மூன்று பெண்களில் அவள்தான் மிகவும் பேரழகி. அவளுக்கும் விரைவில் திருமணம் செய்துவிட வேண்டும் என்று சரோங்கும் அவர் மனைவியும் விரும்பினார்கள். இந்த விஷயத்தில், அவர்களின் மருமகன்களான ஆடும் நரியும் உதவி செய்வதாகக் கூறின.

ஒருமுறை அந்த நரி ஒரு கழுகைச் சந்தித்தது. அது கழுகுகளிலேயே மிகவும் கௌரவமான கழுகு. மதிப்பு மிக்கது. நரி

அந்தக் கழுகிடம், "நீ என் மைத்துனியைத் திருமணம் செய்து கொள்கிறாயா? அவள் மிகவும் அழகாக இருப்பாள்!" என்றது.

பெண் அழகாக இருப்பாள் என்று காதில் பட்டதுமே, உடனடியாகச் சம்மதித்தது கழுகு. அவ்வாறு அந்தத் திருமணமும் சிறப்பாக நடந்தது. பெண்ணை அழைத்துக்கொண்டு கழுகு தன் வீட்டுக்குச் சென்றது. தங்கள் கடமைகளெல்லாம் முடிந்ததில் சரோங்கும் அவர் மனைவியும் திருப்தியடைந்தார்கள். மருமகன்கள் மூவரும் நல்லவர்கள். வரதட்சணை கொடுக்காமலேயே மூன்று திருமணங்களும் நன்றாக நடந்து முடிந்துவிட்டன. மீதமுள்ள தங்கள் வாழ்க்கையைக் கடவுள் வழிபாட்டில் கழிக்கலாம் என்று அவர்கள் முடிவு செய்தார்கள்.

இப்படிக் காலம் கடந்து சென்றது. ஒரு நாள் சரோங்கின் மனைவி சொன்னாள்:

"நம் பெண்களைத் திருமணம் செய்து அனுப்பி நீண்ட நாட்களாகின்றன. அவர்களைப் பார்க்க நாம் இதுவரை செல்ல வில்லை. நீங்கள் சென்று, அவர்கள் எல்லோரும் எப்படி இருக்கிறார்கள் என்று பார்த்தால் அவர்களுக்கு மிகவும் சந்தோஷமாக இருக்கும்."

சரோங்கிற்கு வயதாகிவிட்டது. வாத நோயின் காரணமாக அவரால் சரியாக நடக்கவோ மலை ஏறவோ முடியாது. ஆனால் மனைவியின் பேச்சைத் தட்டவும் முடியாது. எனவே அவர், மூத்த மகளைச் சென்று பார்க்கலாம் என்று முடிவு செய்தார்.

அப்பாவைப் பார்த்தபோது பேமாவுக்கு மிகவும் மகிழ்ச்சி. மருமகனான அந்த ஆடும் அவரிடம் மரியாதையாக நடந்து கொண்டது. சரோங் பயணம் செய்து மிகவும் களைத்துப்போய் வந்திருக்கிறார். மகள் அப்பாவுக்கு வேண்டிய பணிவிடைகளை யெல்லாம் செய்தாள். அவர் குளிப்பதற்கு சுடு தண்ணீர் வைத்துக்கொடுத்தாள். உண்பதற்கு நல்ல உணவுகள் சமைத்துக் கொடுத்தாள். இந்த உபசரிப்பில் சரோங் மிகவும் திருப்தியடைந்தார்.

ஆனால், தன் மருமகன் எந்த வேலைக்கும் செல்லாமல் வீட்டிலேயே இருப்பதைப் பார்த்து சரோங் வியப்படைந்தார். ஆனால் வீட்டில் எந்தப் பொருளுக்கும் பஞ்சம் இல்லை. இதன் ரகசியம் என்ன என்று அறிய அவர் ஆவல் கொண்டார்.

இந்த விஷயத்தைப் பற்றி ரகசியமாக மகளிடம் கேட்டார். அவள் முதலில் பதில் சொல்லாமல் தவிர்த்தாள். ஆனால், சரோங் கட்டாயப்படுத்திக் கேட்டபோது தன் அப்பாவை உள் அறைக்கு

அழைத்துச் சென்றாள். அங்கே ஒரு மூலையில் ஒரு பெரிய கல் வைக்கப்பட்டிருந்தது. அதைச் சுட்டிக்காட்டி பேமா சொன்னாள்:

"அப்பா, எங்களுக்கு வேண்டியதையெல்லாம் இந்தக் கல்தான் தருகிறது. என் கணவர் என்ன செய்கிறார் தெரியுமா? ஏதாவது தேவைப்படும்போது இந்தக் கல்லில் இரண்டு முறை முட்டுவார். அப்போது எல்லாம் கிடைத்துவிடும்.

இதைக் கேட்டு சரோங் மிகவும் ஆச்சரியப்பட்டார். "விஷயம் மிகவும் எளிதாக இருக்கிறதே!" என்று நினைத்தார்.

பிற்பாடு சரோங் அங்கே ஒரு வாரம் தங்கிவிட்டு தன் வீட்டுக்குத் திரும்பினார். மகள் கொடுத்த பரிசுப் பொருட்களைச் சுமந்துகொண்டு வீட்டுக்கு வர மிகவும் சிரமப்பட்டார். தன் மகளிடமிருந்து பரிசுகள் வந்ததில் சரோங்கின் மனைவிக்கும் பெருமகிழ்ச்சி. பிறகு சரோங், தன் மகள் வீட்டில் பார்த்த எல்லாவற்றைப் பற்றியும் மனைவியிடம் விவரித்தார். தன் மருமகன் எப்படிப் பணக்காரனாக இருக்கிறான் என்ற ரகசியத்தையும் அவர் சொன்னார்.

சரோங், தன் மருமகனைப்போல தானும் பணக்காரனாக ஆக வேண்டும் என்று ஆசைப்பட்டார். அவர் ஒரு நாள் காலையில் மலைக்குப் புறப்பட்டார். அங்கிருந்து ஒரு பாறையை மிகவும் பாடுபட்டு இழுத்துக்கொண்டு வந்தார். பிறகு அதைத் தன் அறையில் வைத்தார். தனக்குத் தேவையான பொருட்களை மனதில் நினைத்தபடியே ஓடிச் சென்று அந்தப் பாறையில் மோதினார்.

அடுத்த நொடியே அவர் மண்டை உடைந்தது. ரத்தம் பெருகத் தரையில் வீழ்ந்தார். அவர் போட்ட கூச்சலைக் கேட்டு அவர் மனைவி ஓடி வந்து அவரைத் தூக்கிக் கட்டிலில் படுக்க வைத்தாள். ரத்தத்தையெல்லாம் துடைத்துவிட்டு, காயத்துக்கு மருந்து வைத்துக் கட்டுப்போட்டாள். தான் செய்த முட்டாள்தனமான காரியத்துக்காக மனைவியிடம் திட்டு வாங்கினார் சரோங்.

சில நாட்களுக்குப் பிறகு சரோங்கின் காயம் ஆறியது. அவர் முன்புபோல உற்சாகம் பெற்றார். அப்போது அவருக்கு, தன் இரண்டாவது மகள் சேதனைப் பார்க்க வேண்டும் என்ற விருப்பம் ஏற்பட்டது. எனவே அவர் சேதனைப் பார்க்கப் புறப்பட்டார்.

மகளும் மருமகனும் மிகவும் மகிழ்ச்சியுடன் அவரை வரவேற்றார்கள். மகள் மிகவும் நன்றாக தன் அப்பாவை உபசரித்தாள். அந்த வீட்டில் எதற்கும் பஞ்சம் இல்லை. ஆனால் சரோங் ஒரு

விஷயத்தைக் கவனித்துவிட்டார். மூத்த மருமகனான ஆட்டைப் போல, இளைய மருமகனான நரியும் எந்த வேலைக்கும் செல்ல வில்லை. நரி பெரும்பாலான நேரமும் படுத்துத் தூங்கிக்கொண்டு தான் இருந்தது. ஆயினும் இந்தக் குடும்பம் எந்தக் கஷ்டமும் இல்லாமல் செழிப்பாக இருக்கிறதே! இதன் ரகசியம் என்னவென்று தெரிந்துகொள்ள சரோங் விரும்பினார்.

அவர் தன் மகளிடம், "உன் கணவர் எந்த வேலைக்கும் செல்லாமல் வீட்டிலேயே படுத்துத் தூங்கிக்கொண்டிருக்கிறாரே! பிறகு நீங்கள் எப்படித்தான் வாழ்கிறீர்கள்?" என்று கேட்டார். மகள் முதலில் பதில் சொல்லத் தயங்கினாள். ஆனால் அப்பா மீண்டும் மீண்டும் கேட்டு நச்சரித்ததால், அவரை உள் அறைக்கு அழைத்துச் சென்றாள். அங்கே ஒரு அழகான பித்தளைப் பாத்திரம் இருந்தது. அதைச் சுட்டிக்காட்டி சேதன் சொன்னாள்:

"அப்பா, இதுதான் எங்கள் சொத்து. எங்களுக்கு ஏதாவது தேவைப்பட்டால் நாங்கள் என்ன செய்வோம் தெரியுமா? இந்தப் பாத்திரத்தை அடுப்பில் வைத்து நன்றாகச் சூடுபடுத்துவோம். இதன் விளிம்பெல்லாம் சுட்டுப் பழுத்துத் தகதகவென்றிருக்கும்போது என் கணவர், தன் வாலால் பாத்திரத்தின் ஓரத்தைத் தட்டுவார். எங்களுக்குத் தேவையானதெல்லாம் உடனே கிடைத்துவிடும்."

இந்த ரகசியத்தைத் தெரிந்துகொண்டவுடன் சரோங்கால் அங்கே இருக்க முடியவில்லை. உடனே தன் வீட்டுக்குத் திரும்ப அவசரப்பட்டார். இன்னும் சில தினங்கள் தங்கிவிட்டுச் செல்லலாம் என்று மகள் மிகவும் கட்டாயப்படுத்தினாள். ஆனால், அவர் கேட்கவில்லை. அவசர அவசரமாகத் தன் வீட்டுக்குப் புறப்பட்டார். வீட்டுக்கு வந்த உடனே தன் மனைவியிடம் சொன்னார்:

"ஒரு பெரிய பித்தளைப் பாத்திரத்தைக் கொண்டு வா. சீக்கிரம் கொண்டு வா! "

"எதற்கு இப்போது திடீரென்று பித்தளைப் பாத்திரம் கேட்கிறீர்கள்?" என்று மனைவி மீண்டும், மீண்டும் கேட்டாள். சரோங் அவளிடம் உண்மையைச் சொல்லவில்லை. "இதோ நீ இப்போது பணக்காரியாகப் போகிறாய்?" என்றார்.

தன் கணவர் மீண்டும் பைத்தியக்காரத்தனமாக ஏதோ செய்யப்போகிறார் என்று அவளுக்குப் புரிந்தது. ஆனால் அவர் கேட்டபடி பித்தளைப் பாத்திரத்தைக் கொண்டு வந்து கொடுத்தாள். சரோங் பாத்திரத்துடன் சமையலறைக்கு ஓடினார். பாத்திரத்தை

102 □ சிரிக்கும் ஆப்பிள் பேசும் திராட்சை

அடுப்பில் வைத்து, திகுதிகுவென்று நன்றாக எரியும்படி அடுப்பைப் பற்ற வைத்தார்.

விரைவிலேயே பாத்திரம் வெப்பத்தால் கனன்றது. அதன் ஓரப் பகுதிகள் சிவப்பு நிறத்தில் தகதகத்தன.

நரிக்கு வால் இருக்கிறது. ஆனால் சரோங்குக்கு வால் இல்லையே! என்ன செய்வது? பாத்திரத்தின் மீது எதைத் தேய்ப்பது? யோசித்துப் பார்த்த சரோங், தன் தாடியையும் மீசையையும் பாத்திரத்தின் விளிம்பில் வைத்துத் தேய்த்தார். அப்போதே அவரது தாடியும் மீசையும் எரிந்து சாம்பலாயின. வெப்பத்தால் அவர் முகமே கருகிவிட்டது.

சரோங், அலறித் துடிதுடித்து விழுந்து புரண்டார். சத்தம் கேட்டு அவர் மனைவி ஓடி வந்து பார்த்தாள். வேறு என்ன செய்வது? மறுபடியும் அவரைத் தூக்கிக் கட்டிலில் படுக்க வைத்தாள். தீப்புண்ணுக்கு மருந்து தடவினாள்.

மருந்து தடவிக்கொண்டு ஒரு வாரம் ஓய்வெடுத்தார் சரோங். பிறகு குணமடைந்தார். பழைய உற்சாகம் மீண்டது. எழுந்து நடக்கத் தொடங்கினார். சில நாட்களுக்குப் பிறகு அவருக்கு, தன் கடைசி மகளைப் பார்ப்பதற்கான விருப்பம் ஏற்பட்டது. விரைவிலேயே அங்கே புறப்பட்டார்.

ரிஞ்சினும் அவளது கழுகுக் கணவனும் சரோங்கை மிகவும் மகிழ்ச்சியாக வரவேற்று உபசரித்தார்கள். அவரது மனதறிந்து நடந்துகொண்டார்கள். தன் மற்ற இரண்டு மருமகன்களைப்போல கடைசி மருமகன் பணக்காரன் அல்லவென்று சரோங் புரிந்து கொண்டார். ஆனால் மிகவும் நல்ல குணம் கொண்ட மருமகன்.

கழுகு சொன்னது:

"மாமா, உங்களுக்கு விருப்பம் இருந்தால் என் மீது அமர்ந்து வாருங்கள். நான் உயரத்தில் பறந்து உங்களுக்கு நல்ல காட்சிகளைக் காட்டுகிறேன்."

இதைக் கேட்டு சரோங் சந்தோஷப்பட்டார்.

"நான் எப்போதும் சாகசப் பயணங்கள் செல்வதில் விருப்ப முள்ளவன். எனக்கு வயதானாலும், மனது இன்னும் இளமையாகத் தான் இருக்கிறது. வாருங்கள் புறப்படுவோம்!" என்றார் அவர்.

கழுகு அவரைச் சுமந்துகொண்டு பறக்கத் தொடங்கியது. பறந்து பறந்து அது மிகவும் உயரத்திற்குச் சென்றது. கீழே தெரிந்த காட்சிகளைப் பார்த்து சரோங் அதிசயித்தார். பச்சை மற்றும்

வெள்ளை நிறமான மலைகள்! வெள்ளி நூல்போலச் சென்று கொண்டிருக்கும் நதிகள்!

கழுகு மேலும் மேலும் தொலைவாகப் பறந்து சென்றது. உலகத்தின் முக்கியமான எல்லா நகரங்களையும் தன் மாமனாருக்குக் காட்டியது. "கடவுளின் படைப்பான இந்த உலகம் எவ்வளவு அழகாக இருக்கிறது!" என்று சொன்னார் சரோங்.

பயணமெல்லாம் முடிந்து அவர்கள் மாலையில் திரும்பி வந்தார்கள். அப்போது சரோங், 'இதுபோல நானும் பறந்து செல்ல வேண்டும்!' என்று நினைத்தார்.

மேலும் சில நாட்கள் அங்கே தங்கிய பிறகு வீடு திரும்பும் பயணம்.

சரோங், வீட்டையடைந்ததும் உடனே தன் மனைவியை அழைத்துச் சொன்னார்:

"உனக்கு ஆகாயத்தில் பறக்க வேண்டுமா? ஆகாயத்தில் பறப்பது எவ்வளவு மகிழ்ச்சியாக இருக்கும் தெரியுமா? என்னுடன் வா. நான் உன்னை ஆகாயத்தில் பறக்கச் செய்கிறேன்."

பிறகு அவர் கழுகின் இறக்கைகள்போன்று இரண்டு இறக்கைகள் செய்ய முயன்றார். வெகு நாள் முயற்சிக்குப் பிறகு அப்படி இரண்டு இறக்கைகள் செய்து முடித்தார்.

தெளிந்த வெயில் பிரகாசிக்கும் ஒரு நல்ல நாள். சரோங் தன் மனைவியை அழைத்துக்கொண்டு மலை உச்சிக்குச் சென்றார். அவர் தன் விலாப்புறங்களில் வைத்துக் கட்டிக்கொண்ட இறக்கைகள், கழுகின் இறக்கைகளைப்போன்றே இருந்தன. பிறகு மனைவியை முதுகில் அமர்த்திக் கொண்டார். இறக்கை விரித்து, மலை விளிம்பிலிருந்து கீழே குதித்தார். ஆனால், எவ்வளவு வேகமாக இறக்கைகளை அசைத்தாலும் அவரால் பறக்க முடியவில்லை. மின்னல் வேகத்தில் அவர்கள் கீழே விழுந்துகொண்டிருந்தார்கள்.

அவர்களின் அதிர்ஷ்டம்! கீழே ஒரு குளம் இருந்தது. அவர்கள் அந்தக் குளத்தில்தான் சென்று விழுந்தார்கள். திக்குமுக்காடிக் கரையேறிய அவர்கள், தள்ளாடித் தள்ளாடி வீட்டுக்குச் சென்றார்கள்.

அதன் பிறகு சரோங் இப்படிப்பட்ட மூடச் செயல்களில் ஈடுபடுவதில்லை.

நரியும் சுண்டெலியும்

ஒரு நரி வெயிலான இடத்தில் தூங்கச் சென்றது. அது ஆழ்ந்து தூங்கிக்கொண்டிருக்கும்போது நான்கு சுண்டெலிகள் வந்தன. அவை, நரியின் ரோமத்தை யெல்லாம் கடித்துப் பிடுங்கின. என்ன நடக்கிறது என்றே தெரியாமல் நரி தூங்கிக்கொண்டிருந்தது. அந்த எலிகள், நரியின் ரோமத்தைப் பிடுங்கிக்கொண்டிருக்கும் போது இப்படிப் பாடின:

"நரியண்ணன் இறந்தாரோ?

மேலுலகம் சென்றாரோ? - அவர்

பிணத்திலுள்ள முடியையே

பிடுங்கிக் கொண்டு செல்வோமே!"

மேலும் நரி தூங்கிக்கொண்டேயிருந்தது. வெகு நேரத்திற்குப் பிறகு அது தூக்கத்திலிருந்து விழித்தெழுந்த போதுதான், தன் ரோமமெல்லாம் பிடுங்கப்பட்டதை உணர்ந்தது. அதற்கு வந்த கோபத்தில் அதன் கால்கள் நடுங்கின. சுண்டெலிகள்தான் இந்த வேலையைச் செய்தன என்று அதற்குத் தெரிந்தது. பக்கத்தில்தான் இருந்தது, சுண்டெலிகள் வாழும் பொந்து. அந்தப் பெரிய பொந்துக்குள் நுழைந்து சென்ற நரி, முதலாவது சுண்டெலியைப் பார்த்துக் கேட்டது:

"என் ரோமத்தையெல்லாம் பிடுங்கியவன் யாரடா?"

சுண்டெலி, "நான் இல்லை அண்ணா!" என்று சொல்லி வடக்குப் பக்கம் ஓடியது.

நரி பொந்துக்குள் இன்னும் கொஞ்சம் தூரம் சென்றபோது, இரண்டாவது சுண்டெலியைப் பார்த்தது.

அதனிடமும் இப்படிக் கேட்டது:

"என் ரோமத்தையெல்லாம் பிடுங்கியவன் யாரடா?"

அந்தச் சுண்டெலி, "நான் இல்லை அண்ணா!" என்று சொல்லி தெற்குப் பக்கம் ஓடியது.

நரி பொந்துக்குள் இன்னும் கொஞ்சம் தூரம் சென்றது. அப்போது எதிர்ப்பட்டது மூன்றாவது சுண்டெலி. அதனிடமும் நரி கடுங்கோபத்துடன் கேட்டது:

"என் ரோமத்தையெல்லாம் பிடுங்கியவன் யாரடா?"

"நான் இல்லை. அப்படிச் செய்தது என் அண்ணன்தான்!" என்று சொல்லி அந்தச் சுண்டெலி கிழக்குப் பக்கம் ஓடியது.

நரி தொடர்ந்து பொந்துக்குள் சென்றது.

அது, கடைசியில் நான்காவது சுண்டெலியையும் பார்த்துக் கேட்டது:

"என் ரோமத்தையெல்லாம் பிடுங்கியது நீதானா?"

"இல்லை. அப்படிச் செய்தது என் தம்பியாக இருக்கும்!" என்று சொல்லி அந்தச் சுண்டெலி மேற்குப் பக்கம் ஓடிச் சென்றது. இன்னும் சற்றுத் தூரம் சென்ற நரி, அங்கே தன் ரோமமெல்லாம் கொட்டிக் கிடப்பதைப் பார்த்தது. அப்போது அதற்கு எல்லா சுண்டெலிகளையும் பழிவாங்க வேண்டும் என்ற வெறி ஏற்பட்டது. ஆனால் அந்த நரியால் என்ன செய்ய முடியும்? எல்லாச் சுண்டெலி களும் ஓடிவிட்டனவே!

நரி, கீழே கிடந்த ரோமத்தையெல்லாம் அள்ளியெடுத்தது. பிறகு கொஞ்சம் மரப் பிசின் எடுத்துக்கொண்டு வந்தது. ஒரு தட்டையான கல்லில் மரப் பிசினைத் தடவி, ரோமத்தையெல்லாம் அதில் போட்டு அதன் மேல் மல்லாந்து படுத்தது. அந்த மரப் பிசினால் ரோமமெல்லாம் தன் உடலில் ஒட்டிக்கொள்ளும் என்பதுதான் அதன் எண்ணம். ஆனால், ரோமத்திற்குப் பதிலாக

அதன் முதுகில் அந்தக் கல் ஒட்டிக்கொண்டது. ஒட்டிப் பிடித்துக் கொண்ட அந்தக் கல்லிலிருந்து நரியால் விடுபடவே முடியவில்லை. செல்லும் இடத்திற்கெல்லாம் அந்தக் கல்லையும் சுமந்தே செல்ல வேண்டியிருந்தது.

உடலில் ரோமம் எதுவுமில்லாமல், ஒரு கல்லையும் சுமந்து கொண்டு வரும் அந்த நரியைப் பார்ப்பதற்கு மிகவும் தமாஷாக இருந்தது. இந்த நரியைப் பார்த்து மற்றொரு நரி சிரித்தது. சிரிப்பை அடக்க முடியாமல் விழுந்து புரண்டு சிரித்தது.

அதைப் பார்த்து, கல் சுமக்கும் நரி சொன்னது:

"விஷயம் தெரியாமல் சிரிக்க வேண்டாம் நண்பனே. இந்தக் கல்லை நான் யாருக்காகக் கொண்டு செல்கிறேன் தெரியுமா? இந்த நாட்டு மன்னனின் மகளுக்குக் கொண்டு செல்கிறேன். இந்தக் கல்லைக் கொண்டு வந்தால் நல்ல பரிசு தருவதாக மன்னர் சொல்லி யிருக்கிறார்."

"அப்படியென்றால் அந்தக் கல்லை என்னிடம் கொடு. நான் சுமந்து வருகிறேன்" என்றது இரண்டாவது நரி.

"உனக்கு விருப்பமென்றால் நீயே எடுத்துக்கொள்!" என்றது முதல் நரி.

இரண்டாவது நரி, முதல் நரியின் முதுகிலிருந்த கல்லைப் பிடித்து மிகவும் பலமாக இழுத்தது. வெகு நேரம் மிகவும் போராடிப் பிய்த்தெடுத்தது. பிறகு முதல் நரி, இரண்டாவது நரியின் மீது அந்தக் கல்லை வைத்தது.

வைத்த நொடியே, அந்தக் கல் இண்டாவது நரியின் முதுகில் உறுதியாக ஒட்டிப் பிடித்துக்கொண்டது. முதல் நரி அதைப் பார்த்து சிரித்துக்கொண்டு ஓடிச் சென்றது.

இரண்டாவது நரி கல்லைச் சுமந்து நடப்பதைப் பார்த்து, மூன்றாவதாக அங்கு வந்த இன்னொரு நரி சிரித்தது. இரண்டாவது நரி பொறுமையாகச் சொன்னது:

"விஷயம் தெரியாமல் இப்படிச் சிரிக்க வேண்டாம் நண்பனே. நான் இந்தக் கல்லை யாருக்காகக் கொண்டு செல்கிறேன் தெரியுமா? நம் மன்னரின் மகளுக்காகக் கொண்டு செல்கிறேன். இந்தக் கல்லைக் கொண்டு போய்க் கொடுத்தால் மன்னர் நிறையப் பரிசுகள் தருவார். இந்தக் கல்லை நீயும் கொஞ்சம் தூரம் சுமக்கிறாயா?"

108 □ சிரிக்கும் ஆப்பிள் பேசும் திராட்சை

இப்படியொரு வாய்ப்புக் கிடைக்கும்போது அதைப் பயன்படுத்திக்கொள்ளாமல் இருப்பது மடத்தனம் என்று நினைத்து, "அப்படியென்றால் அந்தக் கல்லை என்னிடம் கொடு. நான் சுமந்து வருகிறேன்!" என்றது மூன்றாவது நரி.

"நான் மிகவும் களைப்பாக இருக்கிறேன். வேண்டுமானால் நீயே இந்தக் கல்லை எடுத்துக்கொள்!"

மூன்றாம் நரி பெரும்பாடு பட்டு, அந்த நரியின் முதுகிலிருந்து கல்லைப் பிய்த்தெடுத்தது. இரண்டாம் நரி, மூன்றாம் நரியின் மீது கல்லைத் தூக்கி வைத்தது. சக்தியான மரப் பிசின் தடவப் பட்டிருந்த காரணத்தால், கல் உடனே மூன்றாம் நரியின் மீது ஒட்டிக்கொண்டது.

இப்படி மூன்றாம் நரி வெகு தூரம் தனியாகக் கல்லைச் சுமந்து வரும்போது, நான்காவதாக ஒரு நரி வந்தது. தூக்க முடியாமல் கல் சுமந்து வரும் நரியைப் பார்த்து அந்த நரியும் உரக்கச் சிரித்தது.

"நண்பனே, விஷயம் புரியாமல் இப்படிச் சும்மா சிரிக்காதே! இந்தக் கல்லை நான் நம் மன்னரின் மகளுக்காகக் கொண்டு செல்கிறேன். கல்லைக் கொடுத்ததும் நல்ல பரிசுகள் கிடைக்கும்!"

இதைக் கேட்டதும், "நாமும் இதில் கலந்துகொண்டால் மன்னர் கொடுக்கும் பரிசில் நமக்கும் பங்கு கிடைக்குமே!" என்று நான்காம் நரி யோசித்தது. முன்பு போலவேதான் இப்போதும் நடந்தது. இப்போது கல், நான்காம் நரியின் முதுகுக்குச் சென்றுவிட்டது. மூன்றாம் நரி அந்த இடத்தைவிட்டு ஓடிய பிறகுதான், தான் ஏமாற்றப்பட்டுவிட்டோம் என்று நான்காம் நரிக்குப் புரிந்தது. அதற்கு, தன் முதுகில் இறுக ஒட்டிக்கொண்ட கல்லைக் கீழே இறக்கவும் முடியவில்லை, சுமக்கவும் முடியவில்லை. அது துயரத்துடன் தள்ளாடித் தள்ளாடி நடந்து வந்துகொண்டிருந்தது.

நடந்து நடந்து நான்காம் நரி, மன்னரின் அரண்மனைக்கே வந்துவிட்டது. அப்போது அரண்மனை வாசலில் இருந்த காவல் நாய்கள் நரியின் மீது பாய்ந்தன. அஞ்சி நடுங்கியது நரி. அது விரைந்தோடி மறைந்தது. ஒரு வாரத்துக்குப் பிறகு அந்த மரப் பிசின் முற்றிலும் காய்ந்த பிறகுதான் கல், நரியின் முதுகிலிருந்து விழுந்தது.

மூன்று வேட்டைக்காரர்கள்

ஒரு விவசாயிக்கு மூன்று மகன்கள் இருந்தார்கள். மூத்தவன் பெயர் இவான். இரண்டாவது மகன் பெயர் தானிலா. கடைசி மகன் பெயர் நிகிதா. மூவரும் சிறந்த வேட்டைக்காரர்கள். ஆனால் அவர்கள் எப்போது வேட்டைக்குச் சென்றாலும் பெரிய விலங்குகள் கிடைப்பதில்லை.

ஒரு நாள் அவர்கள் மூவரும் மூன்று குதிரைகளில் சென்று கொண்டிருக்கும்போது பெரிய புயலடித்தது. அதனால் அவர்களுக்கு வழி தவறிவிட்டது. இரண்டு நாட்கள் வழி தெரியாமல் சுற்றிக்கொண்டிருந்த பிறகு ஒரு பிரதான சாலைக்கு வந்தார்கள். பிறகு அவர்கள் இப்படி முடிவு செய்தார்கள்:

"இனிமேல் நாம் அதிர்ஷ்டத்தைத் தனித்தனியாகத் தேடிச் செல்வோம்."

அந்தப் பிரதான சாலையிலிருந்து மூன்று வழிகள் பிரியும் இடத்தில் ஒரு தூண் இருந்தது. தூணில் மாட்டப் பட்டிருந்த ஒரு பலகையில் இப்படி எழுதப்பட்டிருந்தது:

"இங்கிருந்து வலது பக்கம் செல்பவனுக்கு சாப்பிடுவதற்கு நிறைய உணவு கிடைக்கும். ஆனால் அவன் குதிரை பட்டினி கிடக்கும்.

“இங்கிருந்து இடது பக்கம் செல்பவன் பட்டினி கிடக்க நேரிடும். ஆனால் அவன் குதிரைக்கு நிறைய உணவு கிடைக்கும்.

“மூன்றாவது பாதையில் செல்பவன் நாட்டுக்கு ராஜாவாக ஆவான்.”

அந்த மூன்று சகோதரர்களும் ஒரே உயரம், ஒரே பருமன், ஒரே நிறம். அவர்களின் குரல்கூட ஒரே மாதிரியிருந்தது. மூத்தவன் இவான், நாட்டுக்கு ராஜாவாக ஆகும் பாதையில் தன் குதிரையைச் செலுத்திச் சென்றான். அந்த நாட்டு ராஜா அவனை அன்புடன் வரவேற்றார். பிறகு கேட்டார்:

“உன் பெயர் என்ன? உனக்கு என்ன தொழில் தெரியும்?”

“என் பெயர் இவான். நான் ஒரு பெரிய வேட்டைக்காரன்.”

ராஜா அவனை வேட்டையாடி வரும்படிக் காட்டுக்கு அனுப்பினார். அது மிகவும் அடர்ந்த காடாக இருந்ததால் இவான் மிகவும் சிரமப்பட்டுத்தான் பயணிக்க வேண்டியிருந்தது.

சற்று தூரம் சென்றபோது எதிரே ஒரு பெரிய பெண் சிங்கம் வந்தது. அவன் அதைப் பார்த்ததும் சுடுவதற்குத் துப்பாக்கி எடுத்தான். அப்போது அந்த சிங்கம் சொன்னது:

“என்னைக் கொன்றுவிடாதே. நான் என் மகனை உனக்குத் தருகிறேன். அவன் உனக்கு உதவி செய்வான்.”

இவான் சிங்கத்தைக் கொல்லவில்லை. அது கொடுத்த இளம் சிங்கத்துடன் புறப்பட்டான். சற்று தூரம் சென்றபோது ஒரு பெண் கரடி எதிரே வந்தது. அவன் அதைச் சுடுவதற்குத் துப்பாக்கி எடுத்தான். அப்போது கரடி சொன்னது:

“என்னைக் கொல்லாதே. என் மகனை உனக்குத் தருகிறேன். அவன் உனக்கு உதவி செய்வான்.”

இவான் கரடியைச் சும்மா விட்டுவிட்டு, அது கொடுத்த இளம் கரடியுடன் புறப்பட்டான்.

மேலும் சற்றுத் தூரம் சென்றபோது ஒரு பெண் ஓநாய் எதிரே வந்தது. இவான் அதைக் கொல்வதற்குத் துப்பாக்கியை எடுத்தான்.

அப்போது அந்த ஓநாய் சொன்னது:

“என்னைக் கொல்லாதே. என் மகனை உனக்குத் தருகிறேன். அவன் உனக்கு உதவி செய்வான்.”

இவான் கரடியைச் சுடவில்லை. அது கொடுத்த இளம் ஓநாயுடன் பயணத்தைத் தொடர்ந்தான்.

இப்போது அவனிடம் ஒரு சிங்கமும், ஒரு கரடியும், ஒரு ஓநாயும் இருந்தன.

அவன் அரண்மனைக்கு வந்த பிறகு மன்னர் அவன் வேட்டைத் திறமையைப் புகழ்ந்தார். அவனுக்குத் தன் மகளைத் திருமணம் செய்து கொடுத்தார். திருமணம் முடிந்து சில நாட்களுக்குப் பிறகு வேட்டைக்குப் போக விரும்பினான் இவான். அந்த நாட்டின் வடக்கு எல்லையில் ஒரு அடர்ந்த காடு இருந்தது. அந்தக் காட்டுக்குச் சென்று வேட்டையாட வேண்டும் என்பதுதான் அவன் எண்ணம்.

அப்போது, இவானின் மனைவியான இளவரசி சொன்னாள்:

"ஒருபோதும் அந்தக் காட்டுக்குச் சென்று வேட்டையாடாதீர்கள். பனியில் உறைந்துபோவீர்கள்."

தன் மனைவி சொன்னதை இவான் கேட்கவில்லை. சிங்கம், கரடி, ஓநாய் ஆகியவற்றுடன் அவன் வேட்டைக்குப் புறப்பட்டான்.

நாட்டின் எல்லையைக் கடந்து கடைசியில் வடக்கு எல்லையில் உள்ள காட்டில் நுழைந்தான். உடனே இருட்டு சூழ்ந்தது. பனி பொழியத் தொடங்கியது. குளிர்ந்த காற்றில் அவன் கிடுகிடுவென்று நடுங்கினான். குளிரின் காரணத்தால் தடுமாறி வழிதவறி காட்டில் பல இடங்களில் அலைந்தான். கடைசியில் தூரத்தில் ஒரு இடத்தில் வெளிச்சம் தெரிந்தது. அவன் சிங்கத்திடம் சொன்னான்:

"நீ மிகவும் பலம் வாய்ந்த விலங்குதானே, அந்த இடத்துக்குச் சென்று கொஞ்சம் நெருப்பு கொண்டு வா."

பிறகு கரடியிடம் சொன்னான்:

"நீ சென்று கொஞ்சம் விறகு கொண்டு வா."

பிறகு ஓநாயிடம் சொன்னான்:

"இரவு உணவுக்கு ஒரு பன்றிக் குட்டியைப் பிடித்துக்கொண்டு வா."

சிங்கம் தீ கொண்டு வந்தது. கரடி விறகு கொண்டு வந்தது. ஓநாய் ஒரு பன்றிக் குட்டியைப் பிடித்து வந்தது.

இவான், நெருப்பைக் கொண்டு விறகைப் பற்ற வைத்து தீ மூட்டினான். பன்றியை நெருப்பில் வேக வைத்தான்.

அந்தக் காட்டில் ஒரு சூனியக்காரி வாழ்ந்து வந்தாள். அவள் பெயர் பாபாயாகா. அவள் மிகவும் ஒல்லியாக இருப்பாள். அவள் கண்கள் தீக் கங்குகள்போன்று ஒளிரும். இவான் இரவு உணவு சாப்பிட்டுக்கொண்டிருக்கும்போது பாபாயாகா அங்கே வந்தாள். நடுங்கும் குரலில் சொன்னாள்:

"நல்லிதயம் கொண்ட இளைஞனே, என்னால் இந்தக் குளிரைத் தாங்க முடியவில்லை. நான் சற்று நேரம் இந்த நெருப்பின் பக்கத்திலிருந்து குளிர் காய்ந்துகொள்ளட்டுமா?"

இவான் சொன்னான்:

"வந்து உட்காருங்கள். இங்கே அமர்ந்து குளிர் காய்ந்துகொள்ளுங்கள்!"

அப்போது பாபாயாகா போலியாகச் சொன்னாள்:

"ஐயோ, இந்த விலங்குகளைப் பார்த்தால் எனக்குப் பயமாக இருக்கிறது."

"நீங்கள் அஞ்சாதீர்கள். இங்கே வந்து உட்காருங்கள். இந்த விலங்குகள் உங்களைத் தொந்தரவு செய்யாது."

அப்போது பாபாயாகா விசித்திரமான ஒரு வேண்டுகோளைச் சொன்னாள்:

"எனக்கு ஐந்து ரோமங்கள் வேண்டும். உன் தலை முடி ஒன்று. பிறகு சிங்கத்தின் முடி, கரடியின் முடி, ஓநாயின் முடி, அப்புறம் இந்தக் குதிரையின் முடி. எல்லாம் ஒவ்வொன்று வேண்டும்."

இவான் சற்றும் சந்தேகிக்காமல் ஐந்து முடிகளைப் பிடுங்கி அவளிடம் கொடுத்தான். முடிகள் கையில் கிடைத்த உடனே பாபாயாகா, அந்த முடிகளின் மீது ஊதினாள். உடனே இவானும் அவனுடைய விலங்குகளும் கற்சிலைகளாக மாறிவிட்டார்கள்.

இவானின் மனைவி அவனுக்காக அரண்மனையில் காத்திருந்தாள்.

இந்த நேரத்தில் சகோதரன் தானிலா, காட்டில் சென்று கொண்டிருந்தான். அவனும் ஒரு பெண் சிங்கத்தைப் பார்த்தான். அதைச் சுட முற்படும்போது பெண் சிங்கம் அவனிடம் சொன்னது:

"என்னைச் சுட்டுவிடாதே. என் மகனை உனக்குத் தருகிறேன்."

அவன் சிங்கத்தைக் கொல்லவில்லை. இளம் சிங்கத்தை வாங்கிக்கொண்டு சென்றான்.

சற்று தூரம் சென்றபோது எதிரே பெண் கரடி வந்தது. அவன் மீண்டும் துப்பாக்கி எடுத்தான். பெண் கரடி சொன்னது:

"என்னைக் கொல்லாமல் விட்டால் என் மகனைத் தருகிறேன்."

தானிலா, இளம் கரடியை வாங்கிக்கொண்டு கரடியைப் போக அனுமதித்தான்.

அடுத்ததாக அவன் ஒரு ஓநாயையும் பார்த்தான். அப்போதும் அவன் துப்பாக்கி எடுத்தான். ஓநாய் தன் மகனான இளம் ஓநாயைக் கொடுத்து விட்டுத் தப்பிச் சென்றது.

அவ்வாறு, வழியில் கிடைத்த விலங்குகளுடன் அவன் ராஜாவின் அரண்மனைக்கு வந்தான். ராஜாவின் மகள் அவனைப் பார்த்து, வேட்டைக்குச் சென்ற தன் கணவர்தான் திரும்பி வந்துவிட்டார் என்று நினைத்தாள். தானிலா, அவள் தன் அண்ணனின் மனைவிதான் என்று உடனே புரிந்துகொண்டான். தான் அவள் கணவனின் தம்பி என்று அவன் காட்டிக்கொள்ளவில்லை. முக்கியமான வேலை இருப்பதாகச் சொல்லி, அரண்மனையில் உள்ள வேறொரு அறையில் தங்கினான்.

மறுநாள் காலையில் தானிலா வேட்டைக்குப் போகத் தயாரானான். அப்போது இளவரசி அவனுக்கு நினைவுபடுத்தினாள்:

"ஒருபோதும் வடக்கு எல்லையில் இருக்கும் காட்டுக்குச் சென்று விடாதீர்கள். போனால் அப்புறம் திரும்பியே வரமாட்டீர்கள்."

ஆனால், அவன் நேராக அங்குதான் சென்றான். பனி கொட்டியது. கடுங் குளிர் நிலவியது. இரவு நேரத்தில் காட்டில் ஒரு இடத்தில் ஓய்வெடுக்கத் தீர்மானித்தான். குளிரில் அவன் உடல் முழுதும் உதறலெடுத்தபோது, தீ கொண்டு வரும்படி சிங்கத்தை அனுப்பினான். விறகு கொண்டு வரும்படிக் கரடியை அனுப்பினான். ஒரு பன்றிக் குட்டியைப் பிடித்து வரும்படி ஓநாயை அனுப்பினான்.

விலங்குகள் அவனது கட்டளைகளை உடனே நிறைவேற்றின. தீ மூட்டி பன்றிக் குட்டியைச் சமைத்து உண்ணும்போது அங்கு வந்தாள் சூனியக்காரி பாபாயாகா.

"தம்பி, எனக்கு மிகவும் குளிராக இருக்கிறது. இந்த இடத்தில் அமர்ந்து சற்றுக் குளிர் காய்ந்துகொள்ளட்டுமா?" என்று கேட்டாள்.

"இங்கே அமர்ந்து குளிர்காய்ந்துகொள்ளுங்கள்." என்றான் தானிலா.

பாபாயாகா இவானிடம் கேட்டதுபோலவே, இப்போது தானிலாவிடமும் ஐந்து ரோமங்கள் கேட்டாள்:

"உன் தலை முடி ஒன்று வேண்டும். பிறகு சிங்கத்தின் முடி, கரடியின் ரோமம், ஓநாயின் முடி, உன் குதிரையின் முடி. எல்லாம் ஒவ்வொன்று வேண்டும்."

வரப்போகும் ஆபத்தைப் பற்றி எதுவும் தெரியாத தானிலா, ரோமங்களைப் பிடுங்கிக் கொடுத்தான். பாபாயாகா அந்த ரோமங்களின் மீது ஊதினாள். உடனே அவளைத் தவிர மற்ற அனைவரும் கற்சிலைகளாக மாறிவிட்டார்கள்.

இந்த நேரத்தில் நிகிதா பயணம் புறப்பட்டிருந்தான். வழியில் அவன் ஒரு பெண் சிங்கத்தைப் பார்த்தான். துப்பாக்கியால் அந்த சிங்கத்தைக் குறி பார்த்தபோது அது சொன்னது:

"என்னைக் கொல்லாதே, என் மகனை உனக்குத் தந்து விடுகிறேன்."

நிகிதா சிங்கத்தை விட்டுவிட்டு இளம் சிங்கத்தை வாங்கிக் கொண்டான்.

சற்று தூரம் சென்ற பிறகு ஒரு பெண் கரடியைப் பார்த்தான். பெண் கரடியைக் கொல்ல முற்பட்டபோது அதுவும் தன் மகனைத் தருவதாகச் சொன்னது. நிகிதா இளம் கரடியை வாங்கிக்கொண்டான். இன்னும் சற்றுத் தூரம் சென்றபோது ஓநாய் வந்தது.

"என்னைக் கொன்றுவிடாதே, நான் என் மகனைக் கொடுத்து விடுகிறேன்" என்று சொல்லி அது இளம் ஓநாயைக் கொடுத்தது.

நிகிதா அதையும் வாங்கிக்கொண்டான். விலங்குகளுடன் ராஜாவின் அரண்மனைக்கு வந்தான்.

நிகிதாவைப் பார்த்தபோது, அவன் தன் கணவன்தான் என்று நம்பினாள் இளவரசி. சகோதரர்கள் மூவரும் பார்வைக்கு ஒரே மாதிரி இருப்பார்கள் அல்லவா, அதனால்தான் அவள் அப்படி நினைத்தாள். நிகிதா இந்த விஷயத்தைப் புரிந்துகொண்டான். ஆயினும் வெளியே காட்டிக்கொள்ளவில்லை. தனக்கு ஒரு முக்கிய வேலை இருப்பதாகச் சொல்லி, அரண்மனையில் உள்ள வேறொரு அறையில் தங்கினான்.

காலையில் எழுந்து நிகிதா வேட்டைக்குப் புறப்பட்டபோது, இளவரசி எச்சரித்தாள்:

"நீங்கள் வடக்கு எல்லையில் இருக்கும் காட்டுக்கு மட்டும் சென்று விடாதீர்கள். அங்கு எப்போதும் பனி கொட்டிக் கொண்டிருக்கும். கடுங்குளிர் நிலவும்."

ஆனால் நிகிதா, இளவரசி சொன்னதைக் கேட்கவில்லை. தன் அண்ணன்கள் அந்தக் காட்டில்தான் தொலைந்திருக்க வேண்டும் என்று யூகித்தான். எப்படியாவது அவர்களைக் கண்டுபிடித்தே ஆக வேண்டும் என்று பிடிவாதத்துடன் அங்கே சென்றான்.

காட்டில் தன் சகோதரர்களும் அவர்களின் விலங்குகளும் கற்சிலைகளாக மாறியிருப்பதைப் பார்த்து, நிகிதா பெரிதும் துயருற்றான். இதற்கு ஏதாவது வழி ஏற்படும் என்று நினைத்து இரவு அங்கே தங்க முடிவு செய்தான். சிங்கத்தை அனுப்பி தீ கொண்டு வரச் செய்தான். கரடி விறகுகொண்டு வந்தது. ஓநாய் பன்றிக் குட்டியைப் பிடித்து வந்தது. நிகிதா உண்டு முடித்து குளிர் காய்ந்து கொண்டிருந்தபோது அங்கு வந்தாள் பாபாயாகா. அவளைப் பார்த்ததும் தன் பிடரியைச் சிலிர்த்துக்கொண்டு சி ்கம் கர்ஜித்தது.

அவள் நிகிதாவிடம், "தம்பி நான் இங்கே அமர்ந்து குளிர் காய்ந்துகொள்ளட்டுமா?" என்று அனுமதி கேட்டாள். பிறகு முன்பு கேட்டது போலவே மிகவும் பணிவுடன், ஐந்து ரோமங்கள் வேண்டும் என்று கேட்டாள். உடனே நிகிதாவுக்கு, இவள்தான் தன் அண்ணன்களையும் அவர்களின் விலங்குகளையும் கற்சிலைகளாக மாற்றியிருக்கிறாள் என்று புரிந்தது. அவன் உடனடியாக உத்தரவிட்டான்:

"என் விலங்கு நண்பர்களே, நீங்கள் இவளைப் பிடித்துத் தீயில் போடுங்கள்!"

அப்போது பாபாயாகா பதறித் துடித்தாள். சிங்கமும் கரடியும் ஓநாயும் அவளைப் பிடித்துத் தீயினருகே கொண்டு வந்தன.

எல்லாம் தெரிந்த பாபாயாகா அலறினாள்:

"என்னைக் கொன்றுவிடாதே நிகிதா. நான் உன் அண்ணன் களுக்கு உயிர் கொடுக்கிறேன்!"

"சரி! உடனே அப்படிச் செய்!" என்று நிகிதா கட்டளையிட்டான்.

அவள் சென்று அந்த ஒவ்வொரு சிலையிலும் ஊதினாள். கடைசியில் எல்லா சிலைகளும் உயிர் பெற்றன.

தன் அண்ணன்கள் உயிர் பெற்று வந்ததும் நிகிதா சொன்னான்:

"இவான், தானிலா, இந்தச் சூனியக்காரியைப் பிடித்துத் தீயில் போடுங்கள்!"

எல்லோரும் சேர்ந்து அவளைப் பிடித்துத் தீயில் போட்டார்கள்.

பிறகு மூன்று சகோதரர்களும் தங்களின் விலங்குகளுடன் அரண்மனைக்குச் சென்றார்கள்.

மூன்று சகோதரர்களும் ஒன்று சேர்ந்தது அங்கு ஒரு பெரிய விழாவாகக் கொண்டாடப்பட்டது.

விருந்துக்குப் பிறகு எல்லோரும் கடற்கரைக்கு உலவச் சென்றார்கள். அப்போது ஒரு கடல் பூதம் ஒரு காகிதத்தைச் சுருட்டிக் கரையில் எறிந்தது. அந்தக் காகிதத்தில் இப்படி எழுதப்பட்டிருந்தது:

"இவான், தானிலா, நிகிதா! நீங்கள் மூவரும் சேர்ந்து என் அம்மாவான பாபாயாகாவைக் கொன்றுவிட்டீர்கள். அதற்காக நான் உங்கள் நாட்டைப் பறித்துக்கொள்ளப்போகிறேன். நான் அப்படிச் செய்யக் கூடாது என்றால், இந்த நாட்டு ராஜாவின் மகளைத் தங்க வண்டியில் வைத்து கடற்கரைக்குக் கொண்டு வர வேண்டும்."

அந்தப் பூதத்தின் கட்டளைப்படியே செய்வதாக நடிப்போம் என்றான் நிகிதா. அவன் சொன்னது போன்றே ராஜா, தன் மகளைத் தங்க வண்டியில் வைத்து கடற்கரைக்குக் கொண்டு வந்தார்.

மூன்று சகோதரர்களும் ராஜாவும் இரவில் கடற்கரையிலேயே காத்திருந்தார்கள்.

சகோதரர்கள் மூவரும், "இளவரசியைக் கொண்டு செல்ல பூதம் வரும். அப்போது சிங்கங்கள் இளவரசியின் வண்டிச் சக்கரங்களைப் பின்னால் இழுக்கட்டும், கரடிகள் பூதத்தின் கைகளைப் பிடித்துக் கொள்ளட்டும். ஓநாய்கள் பாய்ந்து சென்று அதன் கழுத்தில் கடிக்கட்டும்." என்று திட்டமிட்டிருந்தார்கள்.

நள்ளிரவானபோது கடலில் மிகப் பெரிய சத்தம் கேட்டது. கடல் பூதம் வருகிறது. கரைக்குத் தாவி வந்து, தங்க வண்டியைக் கடலை நோக்கி இழுக்கத் தொடங்கியது. ஆனால் சிங்கங்கள் விட்டுக் கொடுக்கவில்லை. அவை வண்டியைப் பிடித்துப் பின்னால் இழுத்தன. திடீரென்று கரடிகள் பாய்ந்து பூதத்தின் கரங்களைப் பிடித்துக் கொண்டன. பூதத்தால் அசைய முடியவில்லை. பிறகு ஓநாய்கள் பாய்ந்து பூதத்தின் கழுத்தைக் கடித்துக் குதறின. பூதம் இறந்து வீழ்ந்தது. பிறகு எல்லோரும் மகிழ்ச்சியாக அரண்மனைக்குத் திரும்பினார்கள்.

ராஜா தன் அடுத்த வாரிசாக இவானுக்குப் பட்டம் சூட்டினார். இரண்டு தம்பிகளும் மந்திரிகளானார்கள்.

நல்ல கானும் கெட்ட கானும்

ஆப்கானிஸ்தானில் தாராவீஸ் என்ற நகரம் இருக்கிறது. அங்கே ஒரு ஏழைச் சிறுவன் வாழ்ந்திருந் தான். அவன் மிகவும் நல்லவன். நேர்மையானவன். அதனால் மக்கள் அவனை நல்ல கான் என்று அழைத்தார்கள். அவன் முழுப் பெயர் அப்துல் ரகுமான் கான்.

வறுமையின் காரணத்தால் அவனால் கல்வி கற்க முடியவில்லை. அவன் சற்று வளர்ந்த பிறகு தன் நாட்டைச் சுற்றிப் பார்க்க விரும்பினான். தன் பெற்றோர் களின் அனுமதியுடன் பயணம் புறப்பட்டான்.

நல்ல கான் சில நாட்கள் பயணம் செய்த பிறகு காந்தகார் மாவட்டத்துக்கு வந்தான். காலை நேரத்தில் அவன் தற்செயலாக ஒரு பள்ளிக்கூடத்தின் பக்கமாகச் செல்ல நேர்ந்தது. அந்த நேரத்தில் பிள்ளைகள் பள்ளிக்கு வந்துகொண்டிருந்தார்கள். அவனும் அவர் களுடன் சேர்ந்து பள்ளிக்கு உள்ளே சென்று இருக்கையில் அமர்ந்துகொண்டான்.

இவன் அறிமுகமற்ற புதியவனாக இருக்கிறானே என்று சந்தேகப்பட்ட ஆசிரியர், அவனை அழைத்து விசாரித்தார். அவன் கதையைக் கேட்டு அவருக்கு இரக்கம் ஏற்பட்டது. மற்ற பிள்ளைகளுடன் வகுப்பில்

அமர அவனையும் அனுமதித்தார். வகுப்பு முடிந்ததும் அவனை அழைத்துச் சொன்னார்:

"குழந்தைகள் கொண்டு வந்து தரும் உணவில் ஒரு பங்கை நான் உனக்குத் தருகிறேன். பிரபுவின் மாளிகையின் பக்கத்தில் உள்ள ஒரு சிறிய கட்டடத்தில்தான் நான் வசிக்கிறேன். நீயும் என்னுடன் தங்கலாம். நீ சிறுசிறு வீட்டு வேலைகள் செய்தால் போதும்."

நல்ல கான் மிகவும் நிம்மதியடைந்தான்.

பள்ளியில் படிப்பதும் வீட்டு வேலைகள் செய்வதுமாக அவன் நாட்கள் சென்றுகொண்டிருந்தன. அவன் மிகவும் நன்றாகப் படித்ததால் வகுப்பில் முதல் மாணவனாகத் தேர்ச்சி பெற்றான். ஏதாவது காரணத்தால் ஆசிரியர் வராதபோது அவன்தான் வகுப்பில் பாடம் நடத்துவான். அதனால் அவனை அவன் நண்பர்களுக்கும் ஊர்க்காரர்களுக்கும் மிகவும் பிடித்துவிட்டது.

ஒரு கட்டத்தில் படிப்பு முடிந்து அந்தப் பள்ளியை விட்டுச் செல்ல வேண்டிய நேரம் வந்துவிட்டது. அப்போது அவனுக்கு ஆசிரியரும் அவன் நண்பர்களும் நிறையப் பரிசுப் பொருட்கள் கொடுத்தார்கள். பல நாட்கள் உண்ணப் போதுமான ரொட்டியும் மற்ற உணவுப் பொருட்களும் அவனுக்குக் கிடைத்தன. அதை எல்லாவற்றையும் எடுத்துக்கொண்டு அவன் புறப்பட்டுச் சென்றான்.

அப்படி நடந்து செல்லும்போது அவனுக்கு மற்றொரு நண்பன் கிடைத்தான். அவனும் ஊர் சுற்றிப் பார்க்கப் புறப்பட்டவன்தான். அவன் பெயர் அமீர்கான். ஆனால் அவனது கெட்ட குணத்தால் மக்கள் அவனை கெட்ட கான் என்று அழைத்தார்கள். இதை அமீர்கானே சொன்னபோது நல்ல கான் மிகவும் வியப்படைந்தான். ஆனால் வெறுப்புக்கொள்ளாமல் அவன் கெட்ட கானுடன் பயணம் செய்தான்.

வழியில் பசித்தது. நல்ல கான் தன் உணவுப் பொதியைப் பிரித்தான். தன் உணவை கெட்ட கானுடன் பகிர்ந்துகொண்டு உண்டான். நல்ல கான் வைத்திருந்த உணவு முற்றிலும் தீரும்வரை இப்படியே இருவரும் பகிர்ந்து உண்டார்கள்.

நல்ல கானிடம் இருந்த உணவு தீர்ந்துவிட்டது. அப்போது நல்ல கான் கெட்ட கானிடம் சொன்னான்:

"நண்பரே, என்னிடமிருந்த உணவு முழுதும் தீர்ந்துவிட்டது. இனி உங்கள் உணவுப் பொதியைப் பிரியுங்கள். நாம் ஏதாவது சாப்பிடலாம்."

அப்போது, கெட்ட கான் இப்படிச் சொன்னான்:

"பார் நண்பனே, நீ நல்லவன், நான் கெட்டவன். நான் உன்னைப்போல முட்டாள் அல்ல. என்னிடம் உள்ள உணவு நான் சாப்பிடுவதற்கானது. இதுவரை நான் உனக்குத் துணையாக வந்தேன். இனி நாம் பிரிந்துவிடலாம்" என்று சொல்லி, கெட்ட கான் நடந்து சென்றான். நல்ல கான் அன்று இரவு ஒரு மரத்தின் அடியில் படுத்துத் தூங்கினான். பசியால் அவன் மிகவும் துன்புற்றான். குளிரும் கடுமையாக இருந்தது!

மறுநாள் காலையில் அவன் மீண்டும் பயணம் தொடர்ந்தான். பசிக்குச் சில பழங்களைப் பறித்துத் தின்றான். அப்படிச் சென்றுகொண்டிருக்கும்போது ஒரு ஆட்டிடையனைச் சந்தித்தான். நல்ல கானைப் பார்த்து இரக்கப்பட்ட இடையன், அவனுக்குக் கொஞ்சம் ரொட்டியும் தேனும் கொடுத்தான். அதைச் சாப்பிட்ட வுடன் நல்ல கானுக்குக் கொஞ்சம் நிம்மதியாக இருந்தது. அன்று இரவு ஒரு குகைக்குள் தங்கினான்.

அன்று பௌர்ணமி. நிலவு வெளிச்சம் குகைக்குள்ளும் கசிந்து வந்தது. அதனால் குகையின் உட்புறத்தை அவனால் நன்கு பார்க்க முடிந்தது. அந்தக் குகையின் ஒரு மூலையில் ஒரு உயரமான பாறை இருந்தது. அதில் ஏறிப் படுத்தால் மறைவாக இருக்கும். யாருக்கும் தெரியாது. ஆனால், அங்கிருந்து வெளியே நடக்கும் விஷயங்களைப் பார்க்க முடியும். நல்ல கான் தன் கையில் மிச்சமிருந்த ஆகாரத்தையும் சாப்பிட்டுவிட்டு பாறை மீது ஏறிப் படுத்துக்கொண்டான்.

நள்ளிரவில் சில குரல்கள் கேட்டு விழித்தான். ஒரு நரி குகைக்கு உள்ளே வருவது அவனுக்குத் தெரிந்தது. நரி அந்த இடத்தைச் சுற்றிப் பார்த்த பிறகு கீழே ஒரு மூலையில் படுத்துக் கொண்டது.

இன்னும் சற்று நேரம் கடந்த பிறகு அந்தக் குகைக்குள் ஒரு ஓநாய் வந்தது. அதுவும் நரியைப்போல குகையின் மற்றொரு மூலையில் படுத்துக்கொண்டது. பிறகு அந்தக் குகைக்குள் ஒரு சிறுத்தைப் புலி வந்தது. அதன் உடலில் இருந்த புள்ளிகள் நிலா வெளிச்சத்தில் ஒளிர்ந்தன. படுத்துக் கிடக்கும் மற்ற விலங்குகளைத் தொந்தரவு செய்யாமல் அந்தச் சிறுத்தை, தானும் ஒரு இடத்தில் படுத்தது.

மேலே படுத்திருந்த நல்ல கான், இந்த விலங்குகள் ஒன்றை ஒன்று தொந்தரவு செய்யாமல் படுத்திருக்கின்றனவே என்று வியந்தான். ஆனால் அந்த விலங்குகள் அடிக்கடி தலையைத் தூக்கி குகையின் வாசலையே பார்த்துக்கொண்டிருந்தன. அவற்றின்

பரபரப்பைப் பார்த்து, அந்தக் குகைக்கு இன்னும் ஏதோ ஒரு விலங்கு வரப்போகிறது என்று நல்ல கான் ஊகித்தான்.

அவன் நினைத்தது சரிதான். குகைக்கு வெளியே சிங்கத்தின் பயங்கரமான கர்ஜனை கேட்டது. அதைத் தொடர்ந்து அதன் கம்பீரமான உருவம் குகையின் வாயிற் பகுதியில் தென்பட்டது. சிங்கம் குகைக்குள் நுழைந்ததுமே மற்ற மூன்று விலங்குகளும் மரியாதையுடன் எழுந்து நின்றன.

தன் நீண்ட வாலை ஆட்டியபடியே சிங்கம் அந்தக் குகைக்குள் சுற்றி வந்தது. பிறகு பக்கத்தில் இருந்த ஒரு கல்லில் அமர்ந்தது. மற்ற விலங்குகள் பணிவுள்ள மாணவர்களைப்போல, சிங்கத்தின் அருகில் சென்று நின்றன.

சிங்கம் அந்த விலங்குகளைப் பார்த்துச் சொன்னது:

"என்ன விசேஷம்? பொழுது போக்குவதற்கு ஆளுக்கு ஒரு கதை சொல்லுங்கள்."

தந்திரக்கார நரிதான் முதலில் கதை சொல்லத் தொடங்கியது.

"மதிப்பிற்குரிய ராஜாவே!" சிங்கத்தைப் பார்த்து மிகவும் மரியாதையுடன் சொல்ல ஆரம்பித்தது.

"இங்கிருந்து இரண்டு மைல் தூரத்தில், வடகிழக்குத் திசையில் ஒரு ஆலமரம் இருக்கிறது. அந்த ஆலமரத்தின் கீழே வசிக்கும் ஒரு எலியின் அற்புதக் கதையை நான் உங்களுக்குச் சொல்கிறேன்."

"சொல்" எனும் அர்த்தத்தில் சிங்கம் தலையாட்டியது. அதன்படி நரி கதையைத் தொடர்ந்தது.

"முன்பே சொன்னதுபோல, அந்த முதிய ஆலமரத்தின் கீழேதான் அந்த எலி வசித்து வந்தது. அந்த ஆலமரம் ஒரு துறவின் ஆசி பெற்ற ஆலமரம். அதனால் மரம் இன்றும் வளர்ந்து வருகிறது. எலி தினமும் காலையில் பொந்திலிருந்து வெளியே வரும். முதலில், இள வெயில் வந்துவிட்டதா என்று பார்க்கும். பிறகு மீண்டும் பொந்துக்குள் சென்று அங்கிருக்கும் தங்க நாணயங்களை ஒவ்வொன்றாக வெளியே எடுத்து வரும். இப்படி முந்நூறு தங்க நாணயங்களை எடுத்து வந்து வெளியே வைக்கும். அவை வெயிலில் மின்னும் பளபளப்பைப் பார்த்து ரசித்து மகிழும். ஏறத்தாழப் பதினைந்து நிமிட நேரம் இப்படிக் கடந்து செல்லும். பிறகு அந்த எலி தங்க நாணயங்களை ஒவ்வொன்றாக உள்ளே எடுத்துச் சென்று வைக்கும். எலி தங்க நாணயங்களை வெளியே எடுத்துச் சென்று

வைக்கும்போது யாரேனும் ஒரு கல்லெடுத்து எலியைப் பார்த்து எறிந்தால் அது அஞ்சி ஓடிவிடும். அந்தச் செல்வம் எல்லாம் கல்லெறிந்த வனுக்கே கிடைக்கும்."

நரி சொன்ன இந்தக் கதை சிங்கத்துக்கு மிகவும் பிடித்து விட்டது. ஆயினும் அது மற்ற விலங்குகளுக்கு ஒரு எச்சரிக்கை செய்தது:

"இந்த ரகசியத்தை யாரிடமும் சொல்லிவிடாதீர்கள்!"

அடுத்ததாக ஓநாய் கதை சொல்ல ஆரம்பித்தது:

"பக்கத்தில் உள்ள ஒரு கிராமத்தில் ஒரு ஆட்டிடையன் வாழ்ந்து வருகிறான். அவன் பெயர் ஷாகுல். இரண்டு குதிரைகளைக் கொடுத்து விட்டு, மாற்றாக ஒரு நாயை வாங்கி அவன் வளர்த்து வருகிறான். அது வயதான நாயாக இருந்தாலும் எங்களுக்கெல்லாம் அந்த நாயைப் பார்த்தால் பயமாக இருக்கும். அந்த நாய் பக்கத்தில் இருக்கும் போது ஆட்டு மந்தையை நெருங்கக்கூட எங்களால் முடியாது. இது இப்படியே இருக்கட்டும். இனி நான் மற்றொரு கதையும் சொல்கிறேன்.

"நீம்ரோஸ் நாட்டின் தலை நகரான ஸாவன், இங்கிருந்து ஐம்பது மைல் தூரத்தில் இருக்கிறது. எல்லா வளமும் உள்ள அந்த நாட்டின் சுல்தானுக்கு இப்போது ஒரு சிக்கல்."

"அது என்ன? அது என்ன சிக்கல்?" என்று சிங்கம் ஆவலுடன் கேட்டது.

ஓநாய் தொடர்ந்தது:

"சொல்கிறேன். நீம்ரோஸ் சுல்தானுக்கு ஒரே ஒரு மகள்தான் இருக்கிறாள். அவள் மிகவும் அழகாக இருப்பாள். ஆனால், நீண்ட நாட்களாக அவள் கடும் நோய்வாய்ப்பட்டுக் கிடக்கிறாள். நாட்டில் உள்ள வைத்தியர்களும் மந்திரவாதிகளும் தங்களால் இயன்ற அளவுக்கு அவளுக்குச் சிகிச்சையளித்துப் பார்த்துவிட்டார்கள். ஆனால் அவள் உடல்நிலை தேறவில்லை. மேலும் மேலும் மோசமாகிக் கொண்டுதான் இருக்கிறது."

இப்போது சிங்கம் மிகவும் கவலையுடன் கேட்டது:

"அந்த நோய்க்குச் சிகிச்சை ஒன்றும் இல்லையா?"

"இருக்கிறது ராஜாவே, இருக்கிறது..." என்று ஓநாய் அமைதியாகச் சொன்னது. "தீர்வு இல்லாத பிரச்சினை இருக்கிறதா? இதற்கான சிகிச்சையை நான் சொல்கிறேன். நான் முன்பே சொன்ன நாய் இருக்கிறதல்லவா. அதன் ரத்தத்தைக் காய்ச்சி லேசான சூட்டுடன் இளவரசியின் உடலில் தடவ வேண்டும். அப்படிச் செய்தால் அவள் நோய் உடனே குணமாகிவிடும்."

“இது மிகவும் நல்ல விஷயமாக இருக்கிறதே!” என்று சொல்லி சிங்கம் குபீரென்று சிரித்தது.

அடுத்து சிறுத்தை கதை சொல்ல வந்தது:

“என் கதையை நான் சுருக்கமாகச் சொல்லிவிடுகிறேன் ராஜாவே. நாம் இருக்கும் இந்த இடம் தொடர்பானதுதான் நான் சொல்லப் போகும் கதை. எனக்கு இந்தக் கதையை என் அம்மா சொன்னார்கள். என் அம்மாவுக்கு அவர்களின் அம்மா சொன்னார்கள்.

“முற்காலத்தில் மத்திய ஆசியாவிலிருந்து வந்த தைமூர் எனும் கொள்ளைக்காரன் நீம்ரோஸ் சுல்தானுடன் சண்டையிட்டான். அவனுக்குப் பயந்த நீம்ரோஸ் சுல்தான் என்ன செய்தார் தெரியுமா? தன்னிடமிருந்த வைரங்களையும் நகைகளையும் பல பெட்டிகளில் போட்டுப் பூட்டி முத்திரை வைத்தார். அந்தப் பெட்டிகளை யெல்லாம் மிகவும் ரகசியமாக இங்கே கொண்டு வந்து புதைத்து வைத்தார். சுல்தான் முன்னிலையில் அந்தப் பெட்டிகளைப் புதைத்து வைத்த சேவகர்கள் மிக மிகவும் நம்பிக்கையானவர்கள். அவர்கள் அந்த ரகசியத்தைப் பற்றி யாரிடமும் சொல்லவில்லை.

“அவ்வாறு நீம்ரோஸ் சுல்தானின் செல்வமெல்லாம் இங்கே புதைக்கப்பட்டு நூறு வருடங்கள் முடிந்துவிட்டன. தைமூர் வந்து நீம்ரோஸ் சுல்தானைத் தோற்கடித்தான் என்றாலும் அவனால் இந்தச் செல்வங்களைக் கண்டுபிடிக்க முடியவில்லை. இந்தப் பெரிய ரகசியம் நீம்ரோஸ் சுல்தானுடன் மறைந்துவிட்டது. நீம்ரோஸ் சுல்தானின் வாரிசுதான் இப்போது நாட்டை ஆட்சி செய்கிறார். இந்தப் புதையலைத் தோண்டி எடுத்து அவரிடம் கொடுத்தால், செல்வம் சரியான ஆளிடம் சென்று சேர்ந்துவிடும்.”

இந்தக் கதையைக் கேட்டுச் சிங்கம் மிகவும் மகிழ்ச்சி யடைந்தது. பிறகு மற்ற விலங்குகளிடம் சொன்னது:

“இது முக்கியமான விஷயம். இந்தப் புதையல் ரகசியத்தை வெளியே சொல்லிவிடாதீர்கள். இன்னும் ஒரு மாதம் சென்ற பிறகு நாம் இதுபோன்ற ஒரு பௌர்ணமியில் இங்கே சந்திப்போம். அப்போது நீங்கள் புதிய கதைகளுடன் வர வேண்டும்.”

பிறகு அந்த விலங்குகள் பிரிந்து சென்றன. அப்போது நல்ல கான் நிம்மதிப் பெருமூச்சு விட்டான். ஆயினும் உடனே வெளியே வருவதற்கு அஞ்சினான். பொழுது விடிந்து நன்றாக வெளிச்சம் பரவியதும் வெளியே வந்தான். தான் கேட்ட விஷயங்கள் எல்லாம் கனவுதானோ என்று அவனுக்குச் சந்தேகம் ஏற்பட்டது.

பிறகு அவன் வடகிழக்குத் திசைக்குச் சென்றான். நரி சொன்ன பெரிய ஆலமரம் அங்கே இருந்தது.

தெளிவான காலைப் பொழுது. மரங்களுக்கிடையிலிருந்து சூரியக் கதிர்கள் தங்கக் கம்பிகள்போல நீண்டு வருகின்றன. அப்போது அந்த ஆலமரப் பொந்தில் வாழும் எலி, தன் தங்க நாணயங்களையெல்லாம் வெயிலில் கொண்டு வந்து வைத்திருந்தது. பிறகு, அந்த நாணயங்கள் வெயிலில் ஒளிர்வதைப் பார்த்து ரசித்தது. வெயில் இன்னும் சற்று அதிகரித்தவுடன் எலி அந்த நாணயங்களைச் சுற்றி வந்து நடனமாடியது! அது தன்னையே மறந்து ஆனந்தமாக நடனமாடியது!

இந்த நேரம் பார்த்து நல்ல கான் ஒரு சிறிய கல்லை எடுத்து எலியின் அருகே போட்டான். உடனே பயந்துபோன எலி சட்டென்று தன் பொந்துக்குள் சென்று ஒளிந்துகொண்டது.

நல்ல கான், தங்க நாணயங்களையெல்லாம் எடுத்துத் தன் பையில் வைத்துக்கொண்டான். பிறகு நிம்மதியாகப் பயணம் தொடர்ந்தான்.

அவன் சந்தைக்கு வந்தபோது அங்கே கடைகள் எல்லாம் திறந்திருந்தன. அவன் ஒரு கடைக்குள் சென்றான். கையிலிருந்த தங்க நாணயங்களில் ஒன்றை எடுத்து விற்றான். அந்த ஒரு தங்க நாணயத்திற்குப் பதிலாக அவனுக்கு நிறைய வெள்ளி நாணயங்கள் கிடைத்தன. அவற்றைக் கொண்டு தேவையான உடைகள் வாங்கினான். வழிப் பயணத்தில் சாப்பிடுவதற்கு உணவும் வாங்கி வைத்துக்கொண்டான்.

அதற்கு அடுத்ததாக நல்ல கான், ஓநாய் சொன்ன ஆட்டிடையனைத் தேடிச் சென்றான். நீண்ட தூரம் சென்றபோது, ஒரு மலைச் சரிவில் இடையனின் ஆடுகளும் பசுக்களும் மேய்வதைப் பார்த்தான். அவற்றிற்கிடையில் ஒரு நாயும் இருந்தது. ஓநாய் குறிப்பிட்ட நாய் இதுவாகத்தான் இருக்கும் என்று தோன்றியது. ஆனால், ஷாகுல் என்னும் பெயருடைய இடையனை அங்கே காணவில்லை.

தண்ணீர் தாகமாக இருந்ததால் நல்ல கான், பக்கத்தில் உள்ள ஒரு ஓடையை நோக்கிச் சென்றான். அங்கே, பருத்த உருவமுடைய ஒருவன் ஓய்வெடுத்துக்கொண்டிருந்தான். அவன்தான் ஷாகுலாக இருப்பான் என்று தோன்றியது. நல்ல கான் இடையனை நெருங்கிச் சென்று வணக்கம் சொன்னான்.

மிகவும் மரியாதையுடன் பேசினான் இடையன்:

"சகோதரா, நீங்கள் யார்? நீங்கள் எங்கிருந்து வருகிறீர்கள்? என்ன விஷயம்?"

"நான் ஆட்டிடையன் ஷாகுலைச் சந்திக்க வேண்டும்."

"நான்தான் ஆட்டிடையன் ஷாகுல். சொல்லுங்கள், என்ன விஷயம்?"

தான் சொல்லவிருக்கும் செய்தி மிகவும் சிக்கலானது என்று நல்ல கானுக்குத் தெரியும். அதனால் அவன் மிகவும் எச்சரிக்கையுடன் பேசினான்:

"சகோதரா, நான் தூரத்தில் உள்ள சந்தையிலிருந்து கொஞ்சம் நல்ல ரொட்டியும், மற்ற உணவுப் பொருட்களும் வாங்கி வந்திருக்கிறேன். முதலில் நாம் சாப்பிட்ட பிறகு மற்ற விஷயங்களைப் பற்றிப் பேசலாம்."

உடனே ஷாகுல் இரண்டு மண் சட்டிகள் நிறையப் பால் கொண்டு வந்தான். பிறகு இருவரும் சேர்ந்து நன்றாகச் சாப்பிட்டார்கள்.

தூரத்தில் குரைத்துக்கொண்டிருக்கும் அந்த நாயைப் பார்த்து நல்ல கான் சொன்னான்:

"சகோதரா, உங்கள் நாய் மிகவும் நன்றாக இருக்கிறதே! உங்கள் நாயை யாராவது விலைக்குக் கேட்டால் நீங்கள் என்ன விலை சொல்வீர்கள்?"

"என் நாயை நான் யாருக்கும் விற்க மாட்டேன் சகோதரா" என்று ஷாகுல் பெருமையுடன் சொன்னான். "நான் என் இரண்டு குதிரைகளைக் கொடுத்துவிட்டுதான் இந்த நாயை வாங்கினேன்."

உடனே நல்ல கான் சொன்னான்:

"அப்படியென்றால் நான்கு குதிரைகளுக்கான விலையை வாங்கிக் கொண்டு இந்த நாயை எனக்குத் தருகிறீர்களா?"

ஷாகுல் சற்று நேரம் எதுவும் பேசவில்லை. நாய்க்கு வயதாகி வருகிறது என்று அவனுக்குத் தெரியும். இப்போது விற்றால் ஒரு குதிரையின் விலைகூட இந்த நாய்க்குக் கிடைக்காது. இந்த நிலையில் நான்கு குதிரை விலை கிடைப்பது என்பது சாதாரணம் அல்ல. அந்தப் பணத்தில் ஒரு இளம் நாயும் இரண்டு குதிரைகளும் வாங்கலாம். அப்புறமும் பணம் மிச்சமிருக்கும்.

ஷாகுல் யோசித்துக்கொண்டிருப்பதைப் பார்த்து நல்ல கான் அவனுக்கு நினைவுபடுத்தினான்:

"சகோதரா, நீங்கள் ஏன் பேசாமல் இருக்கிறீர்கள். நான் சொன்ன விலை குறைவாக இருக்கிறதா?"

"நீங்கள் நல்ல விலைக்குத்தான் கேட்கிறீர்கள். நான் வேறொரு விஷயம் பற்றி யோசித்துக்கொண்டிருந்தேன். இந்த நாயுடன் பழகாத நீங்கள் எப்படி இதை அழைத்துச் செல்வீர்கள்?"

"எனக்கு நாய் தேவையில்லை. அதன் ரத்தம்தான் வேண்டும். ஆபத்தான நிலையில் இருக்கும் நோயாளியைக் காப்பாற்றுவதற்காக."

பிறகு இருவரும் சந்தைக்குச் சென்றார்கள். நல்ல கான் தன்னிடமிருந்த தங்க நாணயம் ஒன்றைக் கொடுத்து, அதன் மதிப்புக்குச் சமமான வெள்ளி நாணயங்கள் வாங்கினான். அந்த நாய்க்குப் பேசிய விலையைவிட அதிகமாகவே இடையனிடம் கொடுத்தான். இடையன் நாயின் உடலைச் சற்றுக் கீறியவுடன் ரத்தம் வழிந்தது. அதை ஒரு குவளையில் பிடித்துக் கொடுத்தான். நாய் ரத்தத்துடன் பயணம் சென்றான் நல்ல கான். அந்த நாய், வயிற்றுப் பகுதியில் கீறப்பட்டதால் வலியில் துடித்து எங்கோ விரைந்து ஓடியது. காட்டுப் பகுதிக்குச் சென்று காயத்தைக் குணமாக்கும் மூலிகைச் செடிகள் மீது விழுந்து புரண்டது. ரத்தம் வழிவது நின்றவுடன் அது காட்டிலேயே வசிக்கத் தொடங்கியது. அதன் பிறகு அது இடையனிடம் திரும்பவே இல்லை.

அவ்வாறு நல்ல கான், பக்கத்தில் உள்ள நீம்ரோஸ் நாட்டுக்குச் சென்றான்.

நீம்ரோஸின் தலைநகரான ஸாவன் என்னும் நகரத்தை அடைய அவன் மிகவும் வேகமாகச் செல்லும் ஒரு குதிரையைப் பயன்படுத்தினான். அங்கே ஒரு சத்திரத்தில் வாடகை அறை எடுத்துத் தங்கினான். ஒரு பணியாளனை வைத்துக்கொண்டான். ஒரு வைத்தியரைப்போல உடையணிந்துகொண்டான். ஒரு கடிதம் எழுதி தன் பணியாளன் மூலமாக மந்திரிக்குக் கொடுத்து அனுப்பினான். வெகு தொலைவில் உள்ள நாட்டில் அரண்மனை வைத்தியராக இருக்கும் தான், இளவரசிக்குச் சிகிச்சையளித்துக் குணப்படுத்த வந்திருப்பதாக அந்தக் கடிதத்தில் எழுதப்பட்டிருந்தது. அந்தக் கடிதம் கிடைத்த உடனே வைத்தியரை அழைத்து வருவதற்கு மந்திரி, ஆறு குதிரைகள் பூட்டப்பட்ட வண்டி அனுப்பினார்.

அரண்மனைக்கு வந்த வைத்தியரை மந்திரி வரவேற்று உபசரித்தார். வைத்தியருக்குப் பழரசம் கொடுத்தபடி அவர் சொன்னார்:

"உங்களைப்போன்ற ஒரு திறமையான வைத்தியரை வரவேற்பதில் எனக்கு மிகவும் மகிழ்ச்சி. ஆனால் அதில் ஒரு சிக்கல் இருக்கிறது. நிறைய வைத்தியர்களைப் பார்த்து சுல்தான் மிகவும் சலித்துப் போய்விட்டார். இளவரசியை யாராலும் குணப்படுத்த முடியவில்லை. இனிமேல் வைத்தியர் என்று சொல்லிக்கொண்டு யாராவது வந்து அவர்கள் இளவரசியைக் குணப்படுத்தவில்லையென்றால் அந்த வைத்தியருக்கு கடும் தண்டனையளிக்கப்படும் என்று சுல்தான் அறிவித்திருக்கிறார்."

பிறகு நல்ல கானை உற்றுப் பார்த்துச் சொன்னார்:

"நீங்கள் இளைஞராக இருக்கிறீர்கள். ஏன் தேவையில்லாமல் வந்து ஆபத்தில் மாட்டிக்கொள்கிறீர்கள்? திரும்பிப் போய்விடுவது தான் உங்களுக்கு நல்லது."

மந்திரியின் பேச்சைக் கேட்டு நல்ல கான் சிரித்துக்கொண்டு சொன்னான்:

"நீங்கள் என்னைப் பற்றிப் பயப்பட வேண்டாம். என் முயற்சியில் நான் தோற்றால் சுல்தான் என்ன தண்டனை கொடுத்தாலும் மகிழ்ச்சியுடன் ஏற்றுக்கொள்கிறேன். நான் இப்படிச் சொன்னதாக சுல்தானிடம் சொல்லுங்கள்."

மந்திரியின் மூலமாக இந்த விவரங்களையெல்லாம் தெரிந்து கொண்ட சுல்தான், புதிய வைத்தியரை அழைத்து வரச் சொன்னார். நல்ல கான், நாயின் ரத்தத்தைக் காய்ச்சினான். அதில் பல மூலிகைப் பொருட்களைச் சேர்ப்பதுபோன்று பாவனை செய்தான். பிறகு அந்தக் களிம்பை இளம் சூட்டுடன் எடுத்துக் கொடுத்து இளவரசியின் உடலில் பூசும்படிக் கூறினான்.

பணிப் பெண்கள், அறைக்குள் படுத்திருந்த இளவரசியின் உடலில் அந்தக் களிம்பைத் தடவினார்கள். அதன் விளைவு என்னவென்று அறிய எல்லோரும் காத்திருந்தார்கள்.

அந்தக் களிம்பைத் தடவி ஒரு மணி நேரம் கடந்த பிறகு இளவரசிக்குப் பசித்தது. சர்பத்தும் பழங்களும் வேண்டும் என்று கேட்டாள். இந்தச் செய்தியை அறிந்து சுல்தான் எல்லையற்ற மகிழ்ச்சியடைந்தார். நல்ல கானை அழைத்துத் தன் பக்கத்தில் அமர்த்திக்கொண்டார். அவனுக்கு விலையுயர்ந்த உடைகளையும் வைரங்களையும் நகைகளையும் பரிசளித்தார்.

அப்போது நல்ல கான் பணிவுடன் சொன்னான்:

"சுல்தான் அவர்களே, இதெல்லாம் இருக்கட்டும். இளவரசி முற்றிலும் நலம் பெறுகிறார்களா என்று நாம் பொறுத்திருந்து பார்க்கலாம்."

பணிப் பெண்கள், நல்ல கான் உருவாக்கிக் கொடுத்த களிம்பை சில தினங்கள் தொடர்ந்து இளவரசியின் உடலில் தடவினார்கள். இளவரசியின் நோய் முற்றிலும் குணமடைந்து விட்டது. இந்த மகிழ்ச்சியான செய்தி நாடெங்கும் பரவியது. முன்பு பெரிய பெரிய வைத்தியர்கள் சிகிச்சையளித்துப் பார்த்தார்கள், மிகவும் சக்தி படைத்த மந்திரவாதிகளும் குணப்படுத்த முயன்றார்கள். ஆனால் அவர்களால் இளவரசியை நோயின் பிடியிலிருந்து காப்பாற்ற முடியவில்லை. ஆனால் எங்கிருந்தோ வந்த இந்த இளம் வைத்தியர் சில தினங்களிலேயே இளவரசியைக் காப்பாற்றிவிட்டாரே என்று மக்கள் வியந்தார்கள். நல்ல கானைப் பார்ப்பதற்கு கூட்டம் கூட்டமாக மக்கள் வந்தார்கள். மக்களின் விருப்பத்திற்கிணங்க சுல்தான், நல்ல கானை ஒரு பல்லக்கில் ஏற்றி ஊர் முழுதும் ஊர்வலமாகக் கொண்டு செல்லும்படி உத்தரவிட்டார். பல்லக்கு செல்லும் தெருவெங்கும் மக்கள் நடனமாடினார்கள். பிறகு ஏழைகளுக்கு நிறைய தான தருமங்கள் செய்யப்பட்டன.

ஊர்வலம் முடிந்து திரும்பி வந்த நல்ல கானைப் பார்த்து சுல்தான் சொன்னார்:

"நீங்கள் என் ஒரே மகளின் உயிரைக் காப்பாற்றியதன் மூலமாக என் உயிரையே காப்பாற்றியிருக்கிறீர்கள். அதனால் என் மகளை உங்களுக்கே திருமணம் செய்து தருகிறேன். தவிர, இனி இந்த நாடும் என் செல்வங்கள் அனைத்தும் உங்களுடையவை!"

சுல்தான் இப்படிச் சொன்னதும் அங்கே இருந்த மக்களும் மந்திரிகளும் கரகோஷம் செய்தார்கள். உடனே நல்ல கான் எழுந்து பணிவுடன் சொன்னான்:

"சுல்தான் அவர்களே, உங்கள் அன்புக்கு நான் பெரிதும் கடமைப்பட்டிருக்கிறேன். இதற்கு எப்படி நன்றி சொல்வது என்று எனக்குத் தெரியவில்லை. ஆனால் ஒரே ஒரு வேண்டுகோள் இருக்கிறது. எனக்கு ஒரு வாரம் அவகாசம் தர வேண்டும். தவிர, ஐம்பது நல்ல ஒட்டகங்களும் ஆயுதபாணிகளான நூறு வீரர்களும் எனக்கு வேண்டும்."

அவன் கேட்டதையெல்லாம் சுல்தான் கொடுத்தார்.

நல்ல கான் ஒட்டக மந்தையுடன் உடனே பயணம் புறப்பட்டான். ஆயுதம் தரித்த நூறு வீரர்கள் பின் தொடர்ந்து

வந்தார்கள். அன்றொரு நாள் விலங்குகள் கதை சொன்ன குகையை நோக்கித்தான் நல்ல கான் சென்றான். மூன்று நாள் பயணத்திற்குப் பிறகு அவன் அந்தக் குகையைச் சென்றடைந்தான்.

அங்கே நல்ல கான் சுட்டிக்காட்டிய இடத்தில் வீரர்கள் ஆழமாகத் தோண்டிப் பார்த்தார்கள். அப்போது செல்வம் நிறைந்த பெட்டிகள் புதைக்கப்பட்டிருப்பது தெரிந்தது. வீரர்கள் ஒவ்வொன்றாக வெளியே எடுத்தார்கள். கடைசியில் எல்லாப் பெட்டிகளையும் ஒட்டகங்களின் மீது வைத்துக் கட்டிக்கொண்டு நாட்டுக்குத் திரும்பினார்கள்.

இந்த நேரத்திலெல்லாம் நீம்ரோஸில் உள்ள மக்கள் உற்சாகக் கொண்டாட்டத்தில் மூழ்கியிருந்தார்கள். நல்ல கானும் படை வீரர்களும் பெரும் செல்வத்தை மீட்டு எடுத்துக்கொண்டு வருகிறார்கள் என்ற செய்தியையும் கேட்டபோது, அவர்களின் மகிழ்ச்சி பன்மடங்காகப் பெருகியது. வைத்தியரை வரவேற்க நகர வாயிலில் பெரிய பெரிய அலங்கார வளைவுகள் அமைக்கப்பட்டன. வைத்தியரின் ஒட்டகங்களும் வீரர்களும் நகரத்திற்குள் நுழைந்த போது அவர்களை மக்கள் ஆரவாரமாக வரவேற்றார்கள்.

கொண்டு வரப்பட்ட அந்தப் பெட்டிகளுக்குள் எண்ணற்ற வைரங்கள் ஒளி வீசின. முத்துக்கள் ஜொலித்தன. தங்கக் கட்டிகள் நிறைந்திருந்தன. அந்தக் காட்சி எல்லோருக்கும் பெரிய அதிசயமாக இருந்தது. எல்லாவற்றையும் வெளியே எடுத்து நூறு தட்டுக்களில் மக்கள் பார்வைக்கு வைத்தார்கள். சுல்தான் மகிழ்ச்சியைக் கட்டுப் படுத்திக் கொள்ள முடியாமல் நல்ல கானைக் கட்டிப்பிடித்துக் கொண்டு சொன்னார்:

“உங்களைக் கடவுள்தான் இங்கே அனுப்பியிருப்பார் போலிருக்கிறது! என்னிடம் இருக்கும் செல்வத்தைவிட எத்தனையோ மடங்கு அதிகமான செல்வத்தை இப்போது நீங்கள் கொண்டு வந்திருக்கிறீர்கள். இதோ, என் மகளையும் நாட்டையும் ஏற்றுக் கொள்ளுங்கள்.”

இந்த வார்த்தைகளைக் கேட்டு நல்ல கான் தாழ்மையுடன் சொன்னான்:

“சுல்தான் அவர்களே, இந்தப் புதையல் எல்லாம் உங்களுக்கு உரிமையானவைதான். நெடுங்காலத்துக்கு முன்னால் தைமூர் இந்த நாட்டைக் கொள்ளையிட முற்பட்டான். அப்போது உங்கள் முன்னோர்கள் இந்தச் செல்வத்தையெல்லாம் எடுத்துச் சென்று வெகு தொலைவில் உள்ள ஒரு குகையில் புதைத்து வைத்தார்கள். இது உங்களுக்கும் உங்கள் குடும்பத்திற்கும் சேர வேண்டிய செல்வம்தான். இதையெல்லாம் நீங்கள்தான் ஏற்றுக் கொள்ள வேண்டும்.”

சுல்தான் சொன்னார்:

"ஆமாம். நீங்கள் என் ஒரே மகளைத் திருமணம் செய்துகொள்ள வேண்டும் என்பதும், இந்தச் சொத்துக்களையும் இந்த நாட்டையும் ஏற்றுக்கொள்ள வேண்டும் என்பதும் கடவுளின் விருப்பம்."

பிறகு ஒரு வாரத்திற்குள் கோலாகலமாகத் திருமணம் செய்வதற்கு ஏற்பாடானது.

இந்தச் செய்தி எங்கும் பரவியது. நாட்டு மக்களெல்லாம் தங்கள் சொந்தக் குடும்பத்தில் ஒரு திருமணம் நடக்கவிருப்பதைப்போன்று மிக்க மகிழ்ச்சியடைந்தார்கள். அலங்கரிக்கப்பட்ட அந்த நகரம் ஒரு அற்புத உலகமாக மாறியது. எங்கும் விருந்துகளும் கொண்டாட்டங் களும்தான்!

திருமணத்தில் கலந்துகொள்வதற்காக நல்ல கான் தன் பெற்றோர்களை வரவழைத்திருந்தான். அவர்கள் தங்கள் மகனைப் பார்த்து அடைந்த சந்தோஷத்தை விவரிப்பதற்கு வார்த்தைகள் இல்லை. திருமண ஏற்பாடுகளைப் பார்த்து அவர்கள் பெருமிதங் காண்டார்கள்.

திருமண ஊர்வலம் நகரத்தைச் சுற்றி வரும்போது ஒரு சுவாரஸ்யமான நிகழ்ச்சி நடந்தது. தெருவோரத்தில் இருந்த ஒரு உணவு விடுதியின் முதலாளி தன் வேலைக்காரனைத் திட்டுவது நல்ல கானின் கவனத்தில் பட்டது. எச்சில் பாத்திரங்களைக் கழுவாமல், திருமண ஊர்வலத்தை வேடிக்கை பார்த்து நின்றதுதான் அந்த வேலைக்காரன் செய்த குற்றம். கந்தல் உடையணிந்த வேலைக் காரனை அந்த முதலாளி அடித்தான். அதைப் பார்த்த நல்ல கான், தன் சேவகனிடம் சொன்னான்:

"அந்த வேலைக்காரனிடம் சொல். அவன் நாளை வந்து என்னைப் பார்க்க வேண்டும். அவனுக்கு நல்ல உடைகள் கொடு."

அப்படியே மறுநாள் காலையில் அந்த வேலைக்காரன் நல்ல கானின் முன்னால் அழைத்து வரப்பட்டான். அவனைப் பக்கத்தில் அமர வைத்துக்கொண்டு நல்ல கான் சொன்னான்:

"நான் உங்களுக்கு அரண்மனையில் ஒரு நல்ல வேலை தருகிறேன். இனிமேல் நீங்கள் அந்தக் கடைக்காரனிடம் அடிவாங்கிக் கொண்டும் வசைபட்டுக்கொண்டும் இருக்க வேண்டாம்."

அப்போது அந்த இளைஞன் நல்ல கானை உற்றுப் பார்த்துக் கேட்டான்:

"உங்களை எங்கோ பார்த்ததுபோன்று தோன்றுகிறதே!"

"எங்கே என்னைப் பார்த்தீர்கள்?"

"இப்போது எனக்கு நினைவு வந்துவிட்டது. நீங்கள் ஒருமுறை என் நண்பராக என்னுடன் பயணம் செய்தீர்கள்..."

"அப்படியா? அப்போது நடந்த ஏதேனும் ஒரு நிகழ்ச்சியைச் சொல்லுங்கள், எனக்கு நினைவு வருகிறதா என்று பார்க்கலாம்."

"நீங்கள் உங்கள் உணவை என்னுடன் பகிர்ந்துகொண்டீர்கள். உங்கள் உணவு தீர்ந்ததும் நான் என் உணவை உங்களுடன் பகிர்ந்து கொள்ளாமல் இங்கே வந்துவிட்டேன்."

அப்போதுதான், தன் முன்னால் நிற்பவன் கெட்ட கான் என்பது நல்ல கானுக்குப் புரிந்தது. நல்ல கான் சொன்னான்:

"ஆமாம். நான் உங்களுடன் பயணம் செய்தவன்தான். நான் நேர்மையையும் நல்ல வழியையும் கைவிடாததால் எனக்குப் பல நன்மைகள் ஏற்பட்டன. இப்போது நான் இந்த நாட்டு சுல்தானின் மருமகன். இனி நீங்கள் இங்கேயே வசிக்கலாம். நான் உங்களுக்கு ஒரு நல்ல வேலை ஏற்பாடு செய்கிறேன்."

இந்த வார்த்தைகளைக் கேட்டு, கெட்ட கான் மகிழ்ச்சியடைய வில்லை. அவன் நல்ல கான் மீது கடும் பொறாமை கொண்டான். ஆனால் அதை வெளியே காட்டிக்கொள்ளாமல் தந்திரமாகக் கேட்டான்:

"நண்பரே, உங்களுக்கு எப்படி இவ்வளவு செல்வம் கிடைத்தது. அந்த ரகசியத்தை எனக்குச் சொல்வீர்களா?"

அதைக் கேட்டதும் நல்ல கான், தன் அனுபவங்களை யெல்லாம் அவனிடம் சொன்னான். அதில் உள்ள படிப்பினையை உணர்ந்து, கெட்ட கான் திருந்துவான் என்ற எண்ணத்தால்தான் சொன்னான். ஆனால் அந்தக் குகையின் கதையை அறிந்ததும், கெட்ட கான் கேட்ட கேள்வி இதுதான்:

"நாம் பிரிந்தோமே, அந்த இடத்திலிருந்து தூரத்தில் தானே அந்தக் குகை இருக்கிறது?"

"இல்லை. அதற்குப் பக்கத்தில் இருக்கிறது."

கெட்ட கான் உடனே சொன்னான்:

"எனக்கு ஒரு குதிரையும், இருநூறு வெள்ளி நாணயங்களும் வேண்டும்."

வியப்புடன் கேட்டான் நல்ல கான்:

"உங்களுக்குத் தேவையானதையெல்லாம் நான் இங்கே தருகிறேன் என்று சொன்னேனே, அப்புறம் எதற்கு குதிரையும் வெள்ளி நாணயங்களும்?"

கெட்ட கான் இப்படிப் பதில் சொன்னான்:

"இந்தப் பந்தயத்தில் நான் உன்னைத் தோற்கடிப்பேன். நான் அந்தக் குகைக்குச் சென்று ஒளிந்திருந்து விலங்குகளின் பேச்சைக் கேட்பேன். அப்படி உன்னைவிடப் பெரிய பணக்காரனாவேன்!"

வேறெதுவும் பேசாமல் அவன் கேட்டதைக் கொடுத்தான் நல்ல கான்.

குதிரையுடனும் பணத்துடனும், கெட்ட கான் புறப்பட்டான். மூன்று நாட்கள் பயணம் செய்து அவன் அந்தக் குகையை அடைந்தான். அன்று பௌர்ணமி நாள். சிங்கமும் மற்ற விலங்குகளும் குகையில் சந்திக்கும் நாள். கெட்ட கான் அந்தக் குகைக்குள், நல்ல கான் படுத்திருந்த அதே உயரமான பாறை மீது ஏறிப் படுத்திருந்தான்.

நள்ளிரவானது. விலங்குகள் ஒவ்வொன்றாக வந்தன. நரி வந்தது. ஓநாய் வந்தது. சிறுத்தை வந்தது. கடைசியில் அந்த சிங்க ராஜாவும் வந்தது.

தன் உயர்ந்த இருக்கையில் அமர்ந்துகொண்டு சிங்கம் கேட்டது:

"ஆகட்டும், நீங்கள் எல்லாம் கதை சொல்லத் தயாராக வந்திருக்கிறீர்கள் அல்லவா?"

அப்போது ஒரு பெருமூச்சுடன் நரி சொன்னது:

"ராஜாவே, அந்த எலி வைத்திருந்த தங்க நாணயங்களை யெல்லாம் யாரோ எடுத்துச் சென்றுவிட்டார்கள். அந்த இழப்பைத் தாங்கிக்கொள்ள முடியாமல் எலி அழுது அழுதே செத்துவிட்டது!"

உடனே ஓநாய் சொன்னது:

"அந்த ஷாகுலின் நாயைப் பற்றிச் சொன்னது உங்களுக்கு நினைவிருக்கிறதல்லவா. யாரோ அந்த நாயின் ரத்தத்தை எடுத்துவிட்டார்கள். அதற்குப் பதிலாக அந்த இடையன் இப்போது மூன்று வேட்டை நாய்களை வளர்க்கிறான்."

சிறுத்தை இதைவிடத் துயரமான ஒரு கதையைச் சொன்னது:

"ராஜாவே, குகைக்குப் பக்கத்தில் இருக்கும் பெரிய பள்ளத்தைப் பார்த்தீர்களா? சமீபத்தில் யாரோ வந்து இங்கே இருந்த புதையலை எடுத்துச் சென்றுவிட்டார்கள்!"

இதையெல்லாம் கேட்டு சிங்கம் கடுங் கோபம் கொண்டது. அது இப்படிக் கர்ஜித்தது:

"நாம் பேசிக்கொண்டிருந்ததையெல்லாம் யாரோ ஒருவன் கேட்டிருப்பான். இப்போதும் இங்கே ஒருவன் ஒளிந்துகொண்டிருக்க வேண்டும். இதோ, மனித வாசனை வருகிறது. நாம் இந்த இடத்தில் நன்கு தேடிப் பார்க்க வேண்டும்."

உடனே விலங்குகள் எல்லாம் அந்தக் குகைக்குள் தேடிப் பார்த்தன. சற்று நேரத்தில் அங்கே, சிறுத்தையின் உறுமலும் கெட்ட கானின் அலறலும் கேட்டது. கடைசியில் அவனது சில எலும்புகள் தான் மிச்சமாயின.

நல்ல கான், சுல்தானுக்குப் பிறகு அந்த நாட்டின் ராஜா வானான். மக்கள் அவனை நல்லவர் அப்துல் ரகுமான் கான் என்று மரியாதையுடன் அழைத்தார்கள். நல்லவர் அப்துல் ரகுமான் கானின் ஆட்சிக் காலத்தில் நாடு மிகவும் முன்னேற்றமடைந்தது. மக்கள் மகிழ்ச்சியுடன் வாழ்ந்தார்கள்.

முயலும் முதலையும்

முதலைக்குக் கரையில் ஒரு தோட்டம் இருந்தது. ஒரு நாள் அது வெயில் காய்ந்துகொண்டிருக்கும்போது அந்த வழியாக ஒரு முயல் வந்தது. அந்த முயல், முதலையைப் பார்த்துச் சொன்னது:

"மாமா, சிறப்புச் செய்திகள் ஏதும் இருக்கிறதா? நீங்கள் தான் எவ்வளவு மகிழ்ச்சியாக வாழ்கிறீர்கள்! உண்பது உறங்குவதைத் தவிர உங்களுக்கு வேறு என்ன வேலை? இந்த உலகத்திலேயே எந்தக் கவலையுமற்று வாழும் ஒரே பிராணி நீங்கள் மட்டும்தான்."

"உன் வேலையைப் பார்த்துக்கொண்டு போடா முயல் பயலே. தொந்தரவு செய்யாதே!" என்றது முதலை. முயல் பேசியது முதலைக்குப் பிடிக்கவில்லை. அது மீண்டும் கண்களை மூடிப்படுத்தது. முதலையின் மூக்குக்கு நேராக ஒரு வாழைக் குலை தொங்கிக்கொண்டிருந்தது. அதைப் பார்த்த முயல்,

'எவ்வளவு அழகான வாழைப் பழங்கள்! அது அந்த முதலையின் மூக்குக்குப் பக்கத்தில் இருக்கிறதே மெதுவாகப் பக்கத்தில் சென்று, ஒரே பாய்ச்சலில் ஒரு வாழைப் பழத்தைக் கடித்து எடுத்துக்கொண்டு ஓடிவிடலாம்!'

என்று யோசித்தது. அது மெதுவாக வாழை மரத்தை நெருங்கியது. பழக் குலையை நோக்கித் தாவ முற்பட்டது. அப்போது முதலை விழித்துக்கொண்டது. அது முயலைப் பார்த்து எரிச்சலுடன்,

"ச்சீ போடா! அதிகப் பிரசங்கி!" என்று கத்தியது.

முதலையின் கூர்மையான பற்களுக்குப் பயந்து முயல் ஓடியது. திரும்பிப் பார்க்காமல் ஒரே ஓட்டமாக ஓடிச் சென்றது. வீட்டுக்குச் சென்றதும் தன் மனைவி பிள்ளைகளிடம் இப்படிச் சொன்னது:

"அந்த முதலை மிகவும் சுயநலக்கார முதலையாக இருக்கிறது. அது எப்போதும் வயிறு நிறையத் தின்றுவிட்டு, குறட்டைவிட்டுத் தூங்கிக்கொண்டிருக்கிறது. அதற்கு மற்றவர்களின் பசியைப் பற்றிக் கவலையில்லை. நாம் எப்படியாவது அந்த முதலையை ஏமாற்ற வேண்டும்."

பிறகு முயல், தன் மனைவியையும் பிள்ளைகளையும் அழைத்துக் கொண்டு அந்த முதலை இருக்கும் இடத்துக்குச் சென்றது. அப்போதும் முதலை தூங்கிக்கொண்டுதான் இருந்தது. முயல்களெல்லாம் காய்ந்த புற்களையும் சருகுகளையும் சேகரித்து வந்து முதலையைச் சுற்றிலும் பரப்பின. இதையெல்லாம் அந்த முதலை கவனிக்கவே இல்லை.

முயல்கள் சருகுகளைக் கொளுத்திவிட்டன. சுற்றிலும் தீ திகுதிகுவென்று எரிந்தபோது முதலைக்கு மூச்சுத் திணறியது. அது தும்மியது. சீறியது. முயல் குடும்பம், என்ன நடக்கிறது என்று பார்ப்பதற்காக பக்கத்துப் புதரில் ஒளிந்திருந்தது.

தாங்க முடியாத வெப்பத்தால் மிகவும் துன்புற்றது முதலை. அதற்கு மூச்சுவிட முடியவில்லை. எனவே வாயை அகலமாகத் திறந்தது. அந்த நேரத்தில் அதன் வாய்க்குள் ஒரு நெருப்புத் துண்டு வந்து விழுந்தது. எரிச்சல் தாங்க முடியாமல் முதலை துடித்தது. வெளியே செல்வதற்கு வழி தெரியவில்லை. சுற்றிலும் தீ! கரும் புகை! வாய் கருகிவிட்டது! வருவது வரட்டும் என்று முதலை ஒரு தாவு தாவி, நெருப்பைத் தாண்டிச் சென்று விழுந்தது. ஒரு வழியாகத் தப்பித்தது.

இந்தக் காட்சியைப் பார்த்து முயல் குடும்பம் "கீ...கீ..." என்று சிரித்தது. இது அந்த முதலையின் கோபத்தை மேலும் அதிகப்படுத்தியது. அது,

"போக்கிரி முயல்களே! நீங்கள் எப்போதாவது ஆற்றங்கரைக்கு வருவீர்கள் அல்லவா, அப்போது பார்த்துக்கொள்கிறேன்!" என்று கத்தியது. பிறகு முதலை ஆற்றுக்குச் சென்றது. நீரில் இறங்கி நின்று தன் உடலைக் குளிர்வித்துக்கொண்டது.

அதன் பின்னால் நின்று முயல் கத்தியது:

"முதலை மாமா, இனி நீங்கள் கரைக்கு வரும்போது ஜாக்கிரதையாக இருக்க வேண்டும்!"

பிறகு முயல்கள், முதலையின் தோட்டத்திலிருந்த வாழைக் குலையை எடுத்துக் கொண்டன. அங்கு இருந்த காய்கறிகளையெல்லாம் பறித்துக் கொண்டன. குறிப்பாகத் தளிர் இலைகளை அதிகம் பறித்துப் பத்திரப்படுத்தின.

அன்று முதல் முயல்கள், ஆற்றங்கரைக்குச் செல்லும் வழக்கத்தைக் கைவிட்டன. அந்த முதலை கரைப் பகுதிக்கு வருவதுமில்லை.

அன்றைக்கு நடந்த சம்பவம் அந்த முதலைக்குப் பெரும் வருத்தத்தை ஏற்படுத்தியது. தான் முயல்களிடம் தோற்றுப்போன விஷயம் எல்லோருக்கும் தெரிந்திருக்குமோ என்று அது மிகவும் பயந்தது.

ஒரு தியாகத்தின் கதை

ஒரு இடத்தில் தானிலோவ் எனும் மனிதன் வாழ்ந்துவந்தான். அவனுக்கு நிறையக் குழந்தைகள் இருந்தார்கள். ஆனால் அவன் மிகவும் ஏழை. அவனுக்கு ஒரு பசு இருந்தது. அது மிகவும் குறைவாகத்தான் பால் கொடுக்கும்.

ஒருநாள் அவன் மனைவி, "நாம் இந்தப் பசுவை விற்றுவிட்டால் என்ன?" என்று கேட்டாள். அவனும் அந்த யோசனையை ஏற்றுக் கொண்டான். குடும்பத்தைக் காப்பாற்ற உணவு வேண்டும் அல்லவா. அதனால் பசுவை விற்றுத்தான் ஆக வேண்டும். அவன் பசுவைக் கட்டி இழுத்துக்கொண்டு சந்தைக்குச் சென்றான். அதை ஐநூறு ரூபிளுக்கு விற்றான். பணத்தைத் தன் பையில் வைத்துக்கொண்டு சந்தையில் நடக்கும்போது, அவன் ஒரு தூக்கு மரத்தைப் பார்த்தான். அந்தத் தூக்கு மரத்தின் கீழே நின்றிருந்த ராணுவ வீரன் இப்படி அறிவித்தான்:

"எல்லோரும் கவனியுங்கள்! இதோ நிற்கும் மனிதன் நம் ராஜாவின் விரோதி. இவனைத் தூக்கில் போட்டுக் கொல்லும்படி ராஜா உத்தரவிட்டுள்ளார். ஆனால், இவன் விடுதலையாக வேண்டும் என்று விரும்புகிறவர்கள்,

இவனுக்காக ஐநூறு ரூபிள் கொடுத்தால் இவன் விடுதலை செய்யப்படுவான்."

சற்று நேரத்திற்குப் பிறகு தூக்கு மரத்தின் பக்கத்தில் நீதிபதியும் வந்து நின்றார். அவர் அறிவித்தார்:

"ஐநூறு ரூபிள் பணம் கட்டி யாரும் இவனை விடுவிக்க முன்வரவில்லையென்றால், இவன் இப்போதே தூக்கில் போட்டுக் கொல்லப்படுவான்."

சற்று நேரம் அங்கே அமைதி நிலவியது.

நீதிபதி இறுதியாகக் கேட்டார்:

"ஐநூறு ரூபிள் பணம் கொடுத்து இந்த மனிதனை விடுதலை செய்ய இங்கே யாரும் இல்லையா?"

அங்கு கூடியிருந்த மக்கள் ஒருவரை ஒருவர் பார்த்துக் கொண்டார்களே அன்றி, பணம் கட்டி அவனை விடுவிக்க யாரும் முன்வரவில்லை.

கருணையுள்ள தானிலோவால் இதைச் சகித்துக்கொள்ள முடியவில்லை. தன் பையிலிருந்த ஐநூறு ரூபிள் பணம் அவனுக்குக் கலக்கத்தை ஏற்படுத்தியது. தான் வைத்திருக்கும் பணம் தன் இதயத்தைச் சுட்டெரிப்பதாக அவனுக்குத் தோன்றியது.

அந்தக் கனத்த அமைதியில் தானிலோவின் ஒற்றைக் குரல் மட்டும் முழங்கியது:

"நான் தருகிறேன்! நான் தருகிறேன்! அந்த மனிதன் விடுதலை பெறுவதற்கான பணத்தை நான் தருகிறேன்!"

நீதிபதி தானிலோவிடமிருந்து பணத்தை வாங்கிக்கொண்டு, கைதியை விடுவித்தார். தானிலோவ், கைதியை தன்னுடன் அழைத்துக் கொண்டு கிராமத்துக்கு வந்தான். ஆனால், கிராமவாசிகள் இப்படிப் பேசிக்கொண்டார்கள்:

"தானிலோவ் தான் பசு விற்ற பணத்தால், ராஜாவுக்கு எதிராகக் குற்றம் செய்த ஒரு கைதியை விடுவித்திருக்கிறான்."

தானிலோவ் தன் வீட்டை நோக்கி நடந்தான். அவன் மனைவி அங்கே காத்திருந்தாள். தான் செய்த காரியத்திற்காகத் தன் மனைவி என்ன சொல்வாளோ என்று பதற்றத்துடன் வந்துகொண்டிருந்தான் தானிலோவ்.

தன் கணவனைப் பார்த்ததும் தானிலோவின் மனைவி மிகவும் சாந்தமாகக் கேட்டாள்:

"நம் பிள்ளைகளின் பசி தீர்க்க நீங்கள் ஒரு கொள்ளைக் காரனையா கொண்டு வந்திருக்கிறீர்கள்?"

"நீ பேசாமலிரு. இவ்வளவு அழகான ஒரு மனிதனைத் தூக்கிலேற்றிக் கொல்வதை பார்த்துக்கொண்டு நான் எப்படி சும்மா இருக்க முடியும்?"

ஆனால் உடன் வந்த மனிதன் மிகவும் அடக்கமான குரலில் சொன்னான்:

"அம்மா, நீங்கள் கவலைப்படாதீர்கள். உங்களுக்கு ஒரு பசு கிடைக்கும்."

அவன் தானிலோவின் வீட்டில் இரண்டு நாட்கள் இருந்தான். மூன்றாம் நாள் புறப்பட்டான். நெடுநாட்களுக்குப் பிறகு திரும்பி வந்தான். அவனுடன் இரண்டு பசுக்களும் இருந்தன.

அவனிடம் தானிலோவின் மனைவி கேட்டாள்:

"இந்தப் பசுக்கள் உங்களுக்கு எப்படிக் கிடைத்தன?"

அவன் சொன்னான்:

"என்னை நம்புங்கள். நான் திருடன் அல்ல. தொலை தூரத்தில் உள்ள நகரத்தில் சில மாதங்கள் இரவு பகலாகப் பாடுபட்டு உழைத்தேன். அந்தப் பணத்தில்தான் இவற்றை உங்களுக்காக வாங்கி வந்தேன்."

தானிலோவும் அவன் மனைவியும் அவன் சொன்னதைக் கேட்டு மிகவும் மகிழ்ந்தார்கள். அவன் தொடர்ந்து தானிலோவின் குடும்பத்திற்காகப் பாடுபட்டான். தானிலோ அவனைத் தன் சொந்த சகோதரனைப்போலப் பார்த்துக்கொண்டான். அவர்கள் ஒற்றுமையுடன் உழைத்து விரைவிலேயே பணக்காரர்களானார்கள்.

இரண்டு முட்டாள்கள்

ஒருவனின் பணப் பை தொலைந்துபோயிற்று. அதைத் தேடிக்கொண்டே அவன் ஒரு முச்சந்திக்கு வந்துவிட்டான். அந்த முச்சந்தியில் எங்கே திரும்பிச் செல்ல வேண்டும் என்று அவனுக்குத் தெரியவில்லை. அப்போது அங்கே மற்றொரு மனிதன் வந்தான். அவர்கள் இருவரும் பேசிக்கொண்டார்கள்:

முதல் மனிதன்: "நீங்கள் எங்கே செல்கிறீர்கள்?"

இரண்டாம் மனிதன்: "நான் என்ன சொல்வேன் சகோதரா? என்னைப்போன்ற ஒரு முட்டாள் இந்த உலகத்தில் இருப்பானா?"

முதல் மனிதன்: "அப்படிச் சொல்லாதீர்கள். நான்தான் உலகத்திலேயே பெரிய முட்டாள். நான்தான் பெரிய முட்டாள்."

இது மிகவும் சிக்கலாகிவிட்டதே. இனி ஒரு நீதிபதி இல்லாமல் இந்தப் பிரச்சினையைத் தீர்க்க முடியாது என்று அவர்களுக்குத் தோன்றியது. அப்போது வழிப்போக்கன் ஒருவன் அங்கே வந்தான். இருவரும் அவனிடம் விவரத்தைத் தெரிவித்துத் தங்களுக்குத் தீர்ப்புச் சொல்லும்படிக் கேட்டுக்கொண்டார்கள்.

வழிப்போக்கன் சொன்னான்: "நீங்கள் இருவரும் தான்தான் பெரிய முட்டாள் என்று பிடிவாதம் பிடிக்கிறீர்கள். ஒருவர் மற்றவரைவிடப் பெரிய முட்டாள் என்றால், அதற்கான காரணத்துடன் நிரூபிக்க வேண்டும்."

அப்போது முதலாம் மனிதன் சொன்னான்: "என் கதையைக் கவனமாகக் கேளுங்கள். நான் அரண்மனையில் வேலை செய்கிறேன். நான் அங்கே விதைக்கவோ அறுக்கவோ செய்யவில்லை. அப்படியென்றால் என் வேலை குறிப்பிட்டுச் சொல்லும்படியானதல்ல என்று அர்த்தம். நான் எந்த விஷயத்திற்கும் மற்றவர்களைச் சார்ந்திருக்க மாட்டேன். வெற்றிலை பாக்கு இல்லையென்றாலும்கூட மற்றவர்களைக் கேட்க மாட்டேன். இல்லையென்றால் இல்லை. அவ்வளவுதான்.

"அரண்மனையில் எனக்கு முழுமையான சுதந்திரம் இருக்கிறது. ராணி அமர்ந்திருக்கும் இடத்திற்குக்கூட நான் தயக்கமில்லாமல் செல்வேன். யாரும் என்னை எதுவும் சொல்ல மாட்டார்கள். அப்படியிருக்கும்போது நான் ஒரு காட்சியைப் பார்த்தேன். ஒரு பணிப் பெண், ராணியின் பாதங்களுக்கு வர்ணம் தீட்டிக்கொண்டிருக்கிறாள்.

"அரண்மனையில் பார்க்கும் எந்த விஷயத்தையும் வீட்டில் வந்து சொல்ல வேண்டும் என்பது என் மனைவியின் கட்டாயம். பெண்களின் விருப்பத்தை நாம்தானே நிறைவேற்றி வைக்க வேண்டும்? அப்படி நான், ராணி தன் காலுக்கு வர்ணம் தீட்டிக்கொள்ளும் விஷயத்தையும் என் மனைவியிடம் சொன்னேன். உடனே என் மனைவிக்கும் தன் காலில் வர்ணம் தீட்டிக்கொள்ள வேண்டும் எனும் ஆசை வந்துவிட்டது.

"பெரிய சிக்கலாகிவிட்டது! எனக்கு எப்படி வர்ணம் கிடைக்கும்? அரண்மனையிலிருந்து கொஞ்சம் வர்ணத்தைத் திருடலாம் என்றால் அது அவ்வளவு சுலபமான வேலை இல்லை. ஆனால் வேறு வழி என்ன இருக்கிறது? கடைசியில் நான் அப்படித்தான் செய்தேன். யாரும் இல்லாத நேரத்தில் ராணியின் வர்ணத்திலிருந்து கொஞ்சம் எடுத்து வந்துவிட்டேன். வீட்டுக்குச் சென்றபோது என் மனைவிக்கு மிகவும் சந்தோஷம். உடனே அவள் காலைக் கழுவிவிட்டு நாற்காலியின் மீது அமர்ந்தாள். நான் கீழே அமர்ந்து என் மனைவியின் கால்களுக்கு வர்ணம் பூசினேன்.

"பாதங்களுக்கு நிறம் பூசிய பிறகு ராணி என்ன செய்வார்கள் என்று என் மனைவி கேட்டாள். அவர்கள் சும்மா படுக்கையில் சாய்ந்து கால் ஆட்டிக்கொண்டிருப்பார்கள் என்று நான் பதில் சொன்னேன். அதுபோல தானும் செய்ய வேண்டும் என்று அவள் விரும்பினாள்.

146 □ சிரிக்கும் ஆப்பிள் பேசும் திராட்சை

உனக்கு விருப்பமென்றால் அப்படியே செய் என்றேன் நான். அவள் கட்டிலில் படுத்துக்கொண்டு காலாட்டி மகிழ்ந்தாள்.

"இப்படி வெகு நேரம் சென்றது. இரவு உணவுக்கான நேரம் வந்துவிட்டது. அடுப்புப் பற்ற வைக்க பக்கத்து வீட்டிலிருந்து நெருப்பு வாங்கி வர வேண்டும் என்றாள் அவள். என் குணம் உங்களுக்குத் தெரியும் அல்லவா. நான் எந்த விஷயத்திற்கும் யாரையும் சார்ந்திருக்க விரும்பமாட்டேன். யாரிடமும் எதுவும் கேட்கவும் மாட்டேன். என் மனைவியின் காலில் வர்ணம் பூசப்பட்டிருந்ததால் அவளால் நடக்க முடியாது. நடந்தால் வர்ணம் கலைந்து அசிங்கமாகி விடும் அல்லவா.

"பிறகு நான் யோசித்து ஒரு வழி கண்டுபிடித்தேன். அவளைத் தூக்கி என் தோளில் வைத்துக்கொண்டேன். பக்கத்து வீட்டுக்குச் சென்று அவள் வாயால் நெருப்புக் கேட்க வைத்தேன். அப்போது பக்கத்து வீட்டுக்காரி கேலி செய்தாள். 'பாருங்கள், இந்த மனிதனைப் போல ஒரு முட்டாள் இந்த உலகத்தில் இருப்பானா!' என்றாள். அவள் நெருப்பு தரவில்லை. இதனால் நான் மற்ற வீடுகளுக்கும் என் மனைவியைச் சுமந்து சென்று நெருப்புக் கேட்க வைத்தேன். யாருமே தரவில்லை. நீங்கள் இப்போது சொல்லுங்கள். என்னைப் போன்ற முட்டாள் வேறு யாரேனும் இருப்பார்களா?"

முதலாம் மனிதன் கதை சொல்லி முடித்தான். பிறகு இரண்டாம் மனிதன் கதை சொல்லத் தொடங்கினான்:

"என் கதையையும் சற்றுக் கேளுங்கள். என் வீட்டில் மனைவி மட்டும்தான் இருக்கிறாள். என் மாமனார் பெரிய பணக்காரர். ஆனால், எந்த விஷயத்திற்கும் நான் அவரிடம் சென்றதில்லை. நான் படித்தவனோ, பணக்காரனோ அல்ல. பிறகு நான் எதற்குப் பெரிய மனிதர்களின் வீட்டுக்குச் செல்ல வேண்டும்? ஆனால், ஒரு முறை நான் அங்கே செல்ல வேண்டி வந்தது. என் மாமனார் தன் மகள்களையும் மருமகன்களையும் விருந்துக்கு அழைத்திருந்தார். அவர் வீட்டில் ஒரு சடங்கு. அப்புறம் எப்படிப் போகாமல் இருக்க முடியும்? எனவே நானும் சென்றேன்.

"ஆனால், நான் என்ன செய்தேன் என்று தெரியுமா? அங்கே சென்றேன் என்றாலும் வீட்டுக்குள் செல்லாமல் வெளித் திண்ணையில் அமர்ந்திருந்தேன். மதிய உணவுக்கு என் மனைவி வந்து அழைத்தாள். ஆனால் நான் போகவில்லை. சாப்பாட்டு விஷயத்தில் அவ்வளவு ஆர்வம் காட்டினால் நான் பட்டினிக்காரன் என்று மற்றவர்கள் இளக்காரமாக நினைத்துக்கொள்ள மாட்டார்களா?

"ஆனால், மாலை நேரம் வந்தபோது என்னால் பசியைத் தாங்கிக்கொள்ள முடியவில்லை. அந்தச் சடங்கில் நள்ளிரவில்தான்

விருந்து பரிமாறப்படும். என்னால் பசியைப் பொறுத்துக்கொள்ள முடியவில்லை. யாருக்கும் தெரியாமல் ஏதேனும் சாப்பிட நினைத்து அந்த இடமெங்கும் தேடினேன். கடைசியில் களஞ்சிய அறைக்குச் சென்றேன். அங்கே ஒரு அரிசிப் பானை இருந்தது. அதில் கையிட்டு ஒரு பிடி அரிசி அள்ளினேன். ஆனால் பானைக்குள்ளிருந்து கையை வெளியே எடுக்க முடியவில்லை. நான் பானையுடன் அப்படியே அமர்ந்திருந்தேன். அப்போது என்னைத் தேடி என் மனைவி விளக்குடன் அங்கே வந்தாள். அவள் என்னை வாய்க்கு வந்தபடி திட்டித் தீர்த்துவிட்டு, அள்ளிய அரிசியைத் திரும்பவும் பானை யிலேயே போட்டுவிடும்படிச் சொன்னாள். அவள் சொன்னபடிச் செய்த பிறகுதான் என்னால் கையை வெளியே எடுக்க முடிந்தது. அப்போது என் மனைவியின் பேரறிவைக் குறித்து நான் பெரிதும் வியந்தேன். நான் நீண்ட நேரமாக ஒரு பிரச்சினையில் சிக்கித் தவித்துக்கொண்டிருந்தபோது, அவள் மிகவும் சுலபமாக ஒரு வழி சொல்லி என்னைக் காப்பாற்றிவிட்டாளே! அவள் உண்மையிலேயே ஒரு தெய்வப் பிறவியாகத்தான் இருப்பாள் என்று எனக்குத் தோன்றியது. நான் அவள் காலில் தொபுக்கடீர் என்று விழுந்து வணங்கினேன்.

அதைப் பார்த்து என் மனைவி சொன்னாள்: 'உங்களுக்கு வெட்கமில்லையா? யாராவது தன் மனைவியின் காலில் விழுந்து வணங்குவார்களா? உங்களைப்போன்ற முட்டாள் இந்த உலகத்தில் வேறு யாரும் இருக்க மாட்டார்கள்!'

"ஐயா, என் கதையைக் கேட்டீர்களா? என் மனைவியே என்னை மிகப் பெரிய முட்டாள் என்று சொன்னாளே! அப்படியென்றால் நான்தானே எல்லா முட்டாள்களைவிடவும் பெரிய முட்டாளாக இருக்க வேண்டும்!"

இருவரின் கதையையும் கேட்டு அந்த வழிப்போக்கன் குழம்பினான். இருவருமே ஒருவரை ஒருவர் மிஞ்சிய முட்டாளாக இருந்தார்கள். அவர்களில் யார் பெரிய முட்டாள் என்று அவனால் முடிவு செய்ய முடியவில்லை. கடைசியில் அவன்,

"உங்கள் விஷயம் பற்றி நான் நிறைய யோசிக்க வேண்டும். நாளை இதே நேரத்திற்கு இங்கே வாருங்கள். நான் என் தீர்ப்பைச் சொல்கிறேன்!" என்றான். இரண்டு முட்டாள்களும் அந்த முடிவை ஏற்றுக்கொண்டார்கள்.

"அப்பாடா! தப்பித்தேன்!" என்று நிம்மதிப் பெருமூச்சு விட்டபடி விரைந்து நடந்தான் வழிப்போக்கன்.

இரக்கமுள்ள வண்டிக்காரனும் மோசக்கார முதலையும்

ஒரு காகம் ஆற்றுக்குக் குறுக்கே பறந்துகொண்டிருந்தது. அது திடீரென்று ஒரு காட்சியைப் பார்த்தது. அந்த இடத்திலேயே வட்டமிட்டுப் பறந்தது. காகம் கண்ட காட்சி வேறொன்றுமல்ல. ஆற்றின் தெளிவான தண்ணீரில், கரையோரமாக ஒரு முதலை நீந்திக்கொண்டிருக்கிறது. ஆற்றில் தண்ணீர் மிகவும் குறைவாக இருக்கிறது.

அந்த முதலையைப் பார்த்தபோது காகத்திற்கு ஒரு பேராசை. அந்த முதலையைக் கொத்தித் தின்ன வேண்டும். இதுவரை ஒரு முதலையைக் கொத்தித் தின்றிராத காகம் முதலையைத் தின்ன ஆசைப்பட்டது. ஆனால், மிகவும் கனத்த உடல் கொண்ட முதலையை தண்ணீரிலிருந்து கொத்தி எடுக்க முடியாதே. அந்த முதலையின் தோலும் முரட்டுத் தோலாக இருக்கிறதே. கொத்தினால் அலகு உடைந்துவிடுமே!

காகம் முதலையிடம் சொன்னது:

"அண்ணே, முதலை அண்ணே! தொலைவில் வேறொரு நதி இருக்கிறது. அது நிறையத் தண்ணீர் இருக்கிறது. தண்ணீர் இல்லாத இந்த ஆற்றில் எதற்குக் கிடந்து கஷ்டப்படுகிறாய்? என்னுடன் வா. நான் உன்னை அந்த நதிக்கு அழைத்துச் செல்கிறேன்."

காகம் சொன்னதை முதலை நம்பியது. முதலை கரையில் ஏறி ஊர்ந்து சென்றது. காகம் மேலே பறந்தது. அப்படி அவை இரண்டும் வெகு தூரம் சென்றன. கரைப் பகுதியில் அதிகம் பயணம் செய்திராத முதலையின் கால்கள் வலியெடுத்தன.

அப்போதும் காகம், முதலையைத் தின்ன வேண்டும் என்றுதான் விரும்பியது. அதற்கு எப்படிப்பட்ட ஒரு கெட்ட எண்ணம் பார்த்தீர்களா?

ஆயினும், ஒரு காகம் முதலையைத் தின்றதாக ஒரு வரலாறு இந்தப் பூமியில் இல்லை. என்றாலும் காகம் அப்படி ஆசைப்படுகிறது.

அவ்வாறு முதலை தரையில் நடந்து வந்தது. காகம் ஆகாயத்தில் பறந்து சென்றது. அப்படி இரண்டும் பயணம் சென்றன. இரண்டுக்கும் இரண்டு வழி. ஒரு பயணம்.

கடைசியில் முதலையால் கால் வலியைத் தாங்கிக்கொள்ள முடியவில்லை. அது மேற்கொண்டு நடக்க முடியாமல் அப்படியே மல்லாந்து படுத்தது.

சற்று நேரத்திற்கெல்லாம் முதலையிடம் எந்த அசைவும் இல்லை. அதற்கு அவ்வளவு சோர்வு. அவ்வளவு வலி. இந்த நேரம் பார்த்து முதலையை ஓங்கிக் கொத்தியது காகம். மீண்டும் கொத்தியது. சட்டென்று காகத்தின் அலகு இரண்டாக உடைந்து விட்டது. பிறகு எப்படி முதலையைக் கொத்துவது?

காகம் பறந்து எங்கோ சென்றது. அலகு இல்லாத காகம்!

முதலை வழியில் கிடந்தது. அந்த வழியாக ஒரு ஏழை வண்டிக்காரன், தன் காளை வண்டியுடன் வந்தான். அவன், வழியில் சோர்ந்து படுத்திருந்த முதலையைப் பார்த்தான்.

ஐயோ பாவம்! இந்த முதலை இந்த வறண்ட மண்ணுக்கு எப்படி வந்தது?

காகம் முதலையை ஏமாற்றிய கதை வண்டிக்காரனுக்குத் தெரியாது.

அந்த வண்டிக்காரன் முதலையைத் தூக்கித் தன் வண்டியில் போட்டுக்கொண்டு, ஆற்றுக்குப் போகும் வழியில் வண்டியைச் செலுத்தினான். பாவம் அந்த வண்டிக்காரன். பாவம் அந்த முதலை.

ஆற்றங்கரைக்கு வந்த பிறகு வண்டிக்காரன் முதலையை எடுத்து ஆற்று நீரில் விட்டான். தண்ணீரில் விழுந்தபோது முதலைக்கு புத்துணர்ச்சி ஏற்பட்டது. திடீரென்று ஒரே பாய்ச்சலாகப் பாய்ந்து வண்டிக்காரனின் காளையின் காலைக் கவ்வியது.

இதைப் பார்த்த வண்டிக்காரன் அன்புடன் சொன்னான்:

"கடிவிடு கடிவிடு முதலையே

காளையின் காலைக் கடிக்காதே முதலையே!"

அப்போது ஆற்றுக்குத் தண்ணீர் குடிக்க வந்த முயல் இந்தப் பாட்டைக் கேட்டது. முயல் மெதுவாக அந்த இடத்திற்கு வந்தது.

முதலை காளையின் காலைக் கடித்துக்கொண்டிருக்கிறது. வண்டிக்காரன் காளையின் காலை விடும்படிச் சொல்கிறான். இதைப் பார்த்த முயல் சொன்னது:

"தடியால் அடி வண்டிக்காரா,

தடியால் அடி வண்டிக்காரா!"

வண்டிக்காரன் தன் வண்டியில் கிடந்த தடியை எடுத்து முதலையை ஓங்கி அடித்தான். உடனே முதலை காளையின் காலை விட்டுவிட்டது. வண்டிக்காரன் காளையுடனும் வண்டியுடனும் அந்த இடத்திலிருந்து சென்றான்.

முதலை, வண்டிக்காரனுக்கு உதவி செய்த முயலின் மீது கோபம் கொண்டது. அந்த முயல் சொன்னதால்தானே வண்டிக்காரன் தன்னைத் தடியால் அடித்தான். அதனால் அந்த முயலுக்கு ஒரு பாடம் புகட்ட வேண்டும் என்று முதலை காத்திருந்தது.

அடுத்த நாள் முயல், ஆற்றுக்குத் தண்ணீர் குடிக்க வந்தது. அப்போது முதலை கரையோரமாக ஒரு மரக்கட்டை போல அசையாமல் கிடந்தது.

முதலை அசையாமல் கிடந்தாலும் அசைந்துகொண்டு கிடந்தாலும் முயலை ஏமாற்றுவது என்பது சிரமம். அந்த முயல் மிகவும் திறமையான முயல். அது எல்லோருக்கும் தெரியும்.

மரக்கட்டைபோல அசையாமல் படுத்திருக்கும் முதலையைப் பார்த்து முயல் ஒரு பாட்டுப் பாடியது:

"முதலையென்றால் மேலே நீந்தும்

ஜிங்கிடி ஜிங்கா!

மரக் கட்டையென்றால் கீழே செல்லும்

ஜிங்கிடி ஜிங்கா!"

இந்தப் பாட்டைக் கேட்டவுடன் முதலை சற்றுக் கீழே அமிழ்ந்தது. தான் ஒரு மரக் கட்டையென்று தோன்ற வேண்டும் என்று நினைத்துத்தான் அப்படிச் செய்தது. இதற்கிடையில் தூரத்திற்குச் சென்று தண்ணீர் குடித்துவிட்டு முயல் அகன்றது.

அடுத்த நாளும் முயல் தண்ணீர் குடிக்க ஆற்றுக்கு வந்தது. அப்போதும் முதலை கரையோரமாக, ஆற்றில் கிடக்கும் ஒரு மரக்கட்டைபோன்று அசையாமல் கிடந்தது. முயல் வேறு ஏதோ சிந்தித்துக்கொண்டிருந்ததால் அது முதலையைக் கவனிக்கவில்லை. தண்ணீர் குடிப்பதற்காகக் குனிந்தது. திடீரென்று முதலை முயலின் காலைப் பிடித்துக்கொண்டது. முயல் மீது முதலை கடுங்கோபம் கொண்டதற்கு இரண்டு காரணங்கள். ஒன்று, வண்டிக்காரனுக்குச் சொல்லிக் கொடுத்து அடி வாங்கித் தந்தது. இரண்டாவது, சின்னக் குழந்தையை ஏமாற்றுவதுபோல நேற்று பாட்டுப் பாடி ஏமாற்றிவிட்டுச் சென்றது.

அதனால் முதலை, வாயை மூடிக்கொண்டே ஒரு பாட்டுப் பாடியது:

"ஈஹி... ஈஹி... ஈஹி...
முயலே உன்னை நான்
மென்று தின்பேனே!"

முதலை, முயலின் காலை நன்றாகப் பிடித்துக்கொண்டது. தன் வாலைப் போட்டுத் தண்ணீரில் அடித்துக்கொண்டது. மீண்டும் வாய் திறக்காமல் பாட்டுப் பாடியது:

"ஈஹி... ஈஹி... ஈஹி...
முயலே உன்னை நான்
தின்னப் போகிறேன்!"

முதலையின் பாட்டைக் கேட்டபோது முயலுக்குச் சிரிப்பு வந்தது. அதுவும் ஒரு பாட்டுப் பாடியது:

"ஆகா... ஓகோ... லாலா...
முதலையே உன்னை நான்
ஏமாற்றிடுவேனே!"

பிறகு முயல், முதலையிடம் சொன்னது:

"உன்னால் முடியும் என்றால் ஈஹி... ஈஹி... ஈஹி... என்று பாடாமல் ஆகா... ஓகோ... லாலா... என்று பாடு! நான் உன் திறமையைப் பார்க்கிறேன். உன்னால் அந்த எழுத்துக்களைச் சரியாக உச்சரிக்க முடிகிறதா என்று பார்க்கிறேன். உன்னை நீயே பெரிய திறமைசாலி என்று நினைத்துக்கொண்டிருக்கிறாயே, நான் சொன்னபடி பாடு பார்ப்போம்!"

முதலைக்குக் கோபம் வந்துவிட்டது. அது சொன்னது:

"என்னால் எப்படி வேண்டுமானாலும் பாட முடியும். இந்த உலகத்தில் என்னைவிடச் சிறந்த பாடகர் வேறு யார் இருக்கிறார்கள்? அற்பப் பிராணியான உன்னிடம் தோற்பதற்கு நான் தயாராக இல்லை. நான் தோல் தடித்த ஒரு விலங்கு. உன்னைவிட நானே திறமைசாலி!"

முதலை வாயை நன்றாகத் திறந்து உரக்கப் பாடியது:

"ஆகா... ஓகோ... லாலா...

முயலே உன்னை நான்

தின்னப் போகிறேன்!"

முதலை பாடுவதற்காக வாய் திறந்த அந்த நேரம் பார்த்து, முயல் பாய்ந்து அப்பால் சென்று தப்பித்துவிட்டது. இதைப் பார்த்ததும் முதலை கோப ஆவேசத்தால் நடுங்கியது. ஆனால் என்ன செய்வது? அறிவும் திறமையும் உள்ளவர்களை ஏமாற்றுவது மிகவும் சிரமம்தானே!

காட்டில் உள்ள விலங்குகளிலேயே மிகவும் அறிவுள்ளதும் தந்திரம் உள்ளதும் முயல்தான். தன் பாதுகாப்பிற்காகத்தான் முயல் தன் திறமைகளைப் பயன்படுத்துகிறது. ஆனால் முயல் யாரையும் தொந்தரவு செய்ததாக சரித்திரம் இல்லை.

ராஜா நல்ல அமைச்சரை தேர்ந்தெடுத்த கதை

முற்காலத்தில் பர்மாவில் ஒரு ராஜா இருந்தார். அவர் தன் தலைமை அமைச்சரை எப்படித் தேர்ந்தெடுத்தார் தெரியுமா? தலைமை அமைச்சராகத் தேர்ந்தெடுக்கப் படக்கூடியவர் நல்ல அறிவும் திறமையும் கொண்ட வராக இருக்க வேண்டும். அப்படிப்பட்டவர்தான் அந்தப் பதவிக்குப் பொருத்தமானவர்.

பர்மாவை ஆண்டு வந்த ராஜாவின் தலைமை அமைச்சர் திடீரென்று இறந்துவிட்டார். அவருக்கு அடுத்த படி நிலையில் மூன்று அமைச்சர்கள் இருந்தார்கள். அந்த மூவரையும் ராஜாவுக்கு மிகவும் பிடிக்கும்.

அப்படியென்றால் இந்த மூன்று அமைச்சர்களில் யாரை தலைமை அமைச்சராக்குவது?

ஒரே நேரத்தில் மூவரை தலைமை அமைச்சர்களாக ஆக்கக் கூடாது. ஒரு காலகட்டத்தில் ஒருவர்தான் தலைமை அமைச்சராக ஆக முடியும். என்ன செய்வது?

ராஜா இந்த விஷயத்தைப் பற்றிக் கடுமையாகச் சிந்தித்தார். இதனால் அவர் இரவுகளில் சரியாகத் தூங்குவதுகூட இல்லை. சரியாகச் சாப்பிடவும் முடிய வில்லை. ராஜா இதைப் பற்றியே யோசித்து யோசித்து எல்லா நேரத்திலும் சோர்வுடன் காணப்பட்டார்.

ராஜாவை மகிழ்ச்சிப்படுத்துவதற்காக எல்லோரும் ஒரு உல்லாசப் பயணத்திற்கு ஏற்பாடு செய்தார்கள்.

ஐராவதி நதியில் படகில் பயணம் செய்வது, கரையில் நடன நிகழ்ச்சிகள் நடத்துவது, பாட்டுப் பாடுவது இதுபோன்று பல நிகழ்ச்சிகள் நடத்துவது என்பதுதான் திட்டம். இதையெல்லாம் பார்த்தால் ராஜாவுக்கு மகிழ்ச்சி ஏற்படும்.

ராஜாவும் அவர் பரிவாரங்களும் ஐராவதி நதியில் படகில் சென்றுகொண்டிருந்தார்கள். அப்போது கரையில் ஆடல் பாடல் நிகழ்ச்சிகளும் வாத்திய இசைக் கச்சேரிகளும் நடந்துகொண்டி ருந்தன. ராஜா இதையெல்லாம் பார்த்து மகிழ்ந்தார். ராஜாவுக்குப் பக்கத்தில் மூன்று அமைச்சர்களும் இருந்தார்கள்.

படகுப் பயணம் முடிந்து ராஜா கரையில் ஓய்வெடுத்துக் கொண்டிருந்தார். அப்போது அவர் ஐராவதி நதியில் வெகு தூரத்தில் ஏதோ ஒன்று மிதந்து செல்வதைப் பார்த்தார்.

அதைச் சுட்டிக்காட்டி அவர் கேட்டார்:

"அதோ நதியில் தூரத்தில் மிதந்து செல்வது என்ன?"

ஒரு அமைச்சர் அமர்ந்தபடியே சொன்னார்:

"அது ஒரு மாம்பழமாகத்தான் இருக்க வேண்டும். வேறொன்றாக இருப்பதற்கு வாய்ப்பில்லை."

இரண்டாவது அமைச்சர் ஆற்றங்கரைவரை ஓடிச் சென்று பார்த்துவிட்டு வந்து சொன்னார்:

"அது ஒரு நல்ல மாம்பழம்தான். வேறொன்றுமல்ல."

மூன்றாவது அமைச்சர் ஓடிச் சென்று தன் மேலங்கியையும் தலைப்பாகையையும் கழற்றிக் கரையில் வைத்தார். விரைந்தோடும் நதியில் குதித்து நீந்திச் சென்றார். அந்த மாம்பழத்தை எடுத்துக்கொண்டு வந்து ராஜாவின் காலருகே வைத்துச் சொன்னார்:

"இது உட்கூடான ஒரு தங்க மாம்பழம். இதுபோன்ற மாம்பழம் வேறெங்கும் இருக்காது. இதை நான் உங்களுக்குச் சமர்ப்பிக்கிறேன்."

பிறகு ராஜா அதிகம் சிந்திக்கவில்லை. இந்த மூவரில் யார் தலைமை அமைச்சர்? ராஜா உற்சாகமடைந்தார். உல்லாசப் பயணத்தை முடித்துக்கொண்டு அரண்மனைக்குத் திரும்பினார்.

மறுநாள் ராஜ சபையில் எல்லோரும் கூடியிருந்தார்கள். ராஜா அறிவித்தார்:

"நான் மனிதர்களை மதிப்பிடுவது, அவர்களின் வார்த்தைகளை வைத்து அல்ல, அவர்களின் செயல்களை வைத்துத்தான்."

கதை இங்கே முடிகிறது. இனி ஒரு கேள்வி.

ராஜா தேர்ந்தெடுத்த தலைமை அமைச்சர் யார்? யார் தலைமை அமைச்சராக ஆக வேண்டும்?

எல்லோரும் ஒரே பதிலைத்தான் சொன்னார்கள். அந்த பதில் என்ன?

கைப்பிடி அரிசி

நதியில் திடீரென்று வெள்ளம் வந்தது. தெற்கு மேற்குப் பருவ மழை பெய்யத் தொடங்கிவிட்டது. விடாத பெரு மழை! எங்கும் தண்ணீர்! தண்ணீர்! பல வீடுகள் வெள்ளத்தில் அடித்துச் செல்லப்பட்டுவிட்டன. விவசாயம் முற்றிலும் அழிந்தது.

பாக்சித்தீன் ஏழை. அவனும் அவன் மனைவியும் குழந்தைகளும் மிகவும் துன்புற்றார்கள். தங்களிடம் மிச்சமிருந்த எல்லாவற்றையும் அவர்கள் இழந்து விட்டார்கள். விவசாயம் செய்த மிகச் சிறிய இடத்தில், வெள்ளத்தில் அடித்து வரப்பட்ட வண்டல் மண்தான் இருந்தது. பாக்சித்தீனின் மனைவி முன்னா, அழுது மன்றாடிப் பிரார்த்தித்தாள். மலை மேல் சிறு கோயிலில் இருக்கும் கடல் தேவதையை அழைத்து அழுதாள்.

"நாம் இனி என்ன செய்வது? நமக்கு யாரும் ஆதரவு இல்லையே! இனி நமக்குக் கடல் தேவதைதான் கதி!" என்று அவள் உரத்த குரலில் பிரார்த்தித்தாள்.

கடல் தேவதை கைவிடமாட்டாள் என்று பாக்சித்தீனுக்கு மிகவும் உறுதியான நம்பிக்கை இருந்தது. கடலோரத்தில் பெரிய மலை இருக்கிறது. அந்த மலை மேல் உள்ள குகைகளில் நிறையப் பறவைக் கூடுகள் இருக்கின்றன.

பறவைகள் அந்தக் கூடுகளில் கொண்டு வந்து வைக்கும் சிப்பிகளைச் சேகரித்தால், அதைச் சில நாட்கள் சாப்பிடலாம். அந்த மக்கள் கடல் சிப்பிகளை விரும்பி உண்பார்கள். மக்கள் மலையை நோக்கிச் செல்கிறார்கள். அவர்களுடன் சேர்ந்து செல்லலாம் என்று நினைத்தான் பாக்சித்தீன். மலைமேல் உள்ள குகைகளில் சிப்பி பொறுக்கச் செல்பவர்கள், கடல் தேவதை சிலைக்கு காணிக்கைப் பொருள் வைத்து வழிபட்ட பிறகுதான் சிப்பி பொறுக்க வேண்டும். இப்போதும் அப்படித்தான் எல்லோரும் கடல் தேவதைக்குக் காணிக்கை கொண்டு செல்கிறார்கள்.

ஆனால், மலை ஏறுவது மிகவும் கடினம். மலை உச்சியிலிருந்து அடிவாரம்வரை பல கயிறுகள் கட்டித் தொங்கவிடப்பட்டிருக்கும். அவற்றைப் பிடித்துக்கொண்டுதான் ஏற வேண்டும்; இறங்க வேண்டும். பாக்சித்தீன், கடல் தேவதைக்குப் படைத்து வழிபடுவதற்கு தன்னிடம் என்ன இருக்கிறது என்று பார்த்தான்.

ஒரு கைப்பிடி அரிசி மட்டுமே இருந்தது. இந்தச் சிறிதளவு அரிசியையும் கடல் தேவதைக்குக் காணிக்கை கொடுத்துவிட்டால், பசியால் அழும் குழந்தைகளுக்கு என்ன கொடுப்பது? பசியால் அழும் தங்கள் குழந்தைகளைப் பற்றி நினைத்தபோது அந்தப் பெற்றோரின் விழிகளில் கண்ணீர் நிறைந்தது.

என்ன வந்தாலும் வரட்டும், மிச்சமுள்ள இந்த அரிசியை மலை மீது உள்ள கடல் தேவதை சிலைக்குப் படைத்து வணங்க வேண்டும் என்று அவர்கள் முடிவு செய்தார்கள். மஞ்சள் நீரும் காவி நிறமும் தெளித்து அந்த அரிசிக்கு நிறம் கொடுத்தார்கள். முன்னா, ஒரு கிழிந்த துணியைத் துவைத்துத் தூய்மையாக்கி, அதில் அரிசியைக் கட்டிக் கொடுத்தாள்.

சற்றுத் தூரத்தில் கடல் கொந்தளித்துக்கொண்டிருந்தது. பொங்கும் அந்தக் கடலைப் பார்த்தபோது முன்னாவுக்கு அச்சமாக இருந்தது.

“நான் பிரார்த்தனை செய்கிறேன். கடல் தேவதை ஆபத்து ஏற்படுத்த மாட்டாள்” என்று முன்னா சொன்னாள்.

அவன் காலையிலேயே மற்றவர்களுடன் சேர்ந்து மலை ஏறச் சென்றான். அப்போது பாக்ஃமூர் என்பவன் தனக்கு முன்பாக நடப்பதைப் பார்த்தான். பாக்ஃமூர் பணக்காரன். அவன் கையில் ஒரு பெரிய பொதி இருந்தது. அந்தப் பொதியிலிருந்து அவன் அடிக்கடி வறுத்த கோழிக் கறியையும் வறுத்த மீனையும் எடுத்துத் தின்று

கொண்டிருந்தான். அன்று பாக்சித்தீன் எதுவும் சாப்பிட்டிருக்க வில்லை. ஏனென்றால் அவனிடம் சாப்பிடுவதற்கு எதுவும் இல்லை.

எப்படியானாலும், என்னிடம் இருக்கும் கொஞ்சம் அரிசியைக் கடல் தேவதைக்குக் கொடுக்கத்தான் வேண்டும் என்று பாக்சித்தீன் நினைத்தான்.

அவர்கள் மலையடிவாரத்துக்குச் சென்றார்கள். மலை உச்சியிலிருந்து கட்டித் தொங்கவிடப்பட்டிருக்கும் கயிறுகளைப் பிடித்து மேலே ஏறத் தொடங்கினார்கள். பாக்சித்தீனும் ஒரு கயிறைப் பிடித்து ஏறினான். பாக்மூர் அப்போதும் கீழே அமர்ந்து, தன் பொதியை அவிழ்த்து கோழிக்கறியும் மீனும் தின்றுகொண்டிருந்தான். தின்று முடித்த பிறகு மிச்சமிருக்கும் எலும்புகளை அவன் அந்தப் பொதியிலேயே வைத்துக் கட்டினான். அந்த மிச்ச மீதிகளைத்தான் கடல் தேவதைக்குக் காணிக்கையாகப் படைக்க வேண்டும் என்று நினைத்திருந்தான் அவன்.

கயிறுகளைப் பிடித்து மேலே ஏறிய பலர், அங்குள்ள குகை களுக்குச் செல்லத் தொடங்கினார்கள். அவர்களுடன் பாக்சித்தீனும் சென்றான். கடல் தேவதையின் கோயிலில், தான் கொண்டு வந்த கைப்பிடி அளவு அரிசியை வைத்து வணங்கினான்.

அவன் நண்பர்கள் அவனை உற்சாகப்படுத்தினார்கள்:

"போ, ஏதாவது ஒரு பறவைக் கூட்டைக் கைப்பற்று. அதன் உள்ளே ஏதேனும் இருக்கும்."

பாக்சித்தீன் ஒரு குகைக்குள் சென்றான். அந்தக் குகையில் ஒரு பறவைக் கூட்டைக்கூடக் காணவில்லை. ஆனால், குகையின் தரையில் நிறையச் சிப்பிகள் குவிந்திருந்தன. பறவைகள் கொண்டு வந்து போட்டவை அவை.

பாக்சித்தீன் அந்தச் சிப்பிகளை அள்ளித் தன் பையில் வைத்துக் கொண்டான்.

"முன்னாவும் என் குழந்தைகளும் பசியுடன் இருப்பார்கள். இதை உடனே எடுத்துச் சென்று சமைக்க வேண்டும்!" என்று பாக்சித்தீன் தனக்குத்தானே சொல்லிக் கொண்டான். அப்போது அங்கே ஒரு பெண் தோன்றினாள். அவள்தான் கடல் தேவதை! அவள் சொன்னாள்:

"பாக்சித்தீன், நீ இந்தச் சிப்பிகளையெல்லாம் எடுத்துக்கொள். எல்லாம் உனக்கு உரியவைதான். நீ கொடுத்த ஒரு கை அரிசியை

162 □ சிரிக்கும் ஆப்பிள் பேசும் திராட்சை

நான் சாப்பிட்டேன். அது எனக்கு மிகவும் பிடித்துவிட்டது. என் வயிறு நிறைந்துவிட்டது."

வியந்து பரவசமடைந்த பாக்சித்தீன் வணங்கினான். தோன்றியது போன்று பட்டென்று மறைந்தாள் தேவதை! பிறகு அவன் அங்கு குவிந்து கிடந்த சிப்பிகளையெல்லாம் வாரி அள்ளிக் கொண்டான்.

கீழே பார்த்தபோது, பாக்மூர் இறைச்சி தின்று பெருத்த வயிற்றுடன் படுத்துத் தூங்கிக்கொண்டிருந்தான். அவன் மிகவும் தாமதமாகத்தான் விழித்தான்.

பாக்சித்தீனின் காதுகளில் கடல் தேவதையின் குரல் மட்டும் ஒலித்தது:

"நீ வீட்டுக்குச் செல் பாக்சித்தீன். அந்தச் சிப்பிகளால் உனக்குத் தேவையான தெல்லாம் கிடைக்கும்!"

அவன் வீட்டுக்கு வந்தான். சிப்பிகளைத் திறந்து பார்த்தபோது எல்லாச் சிப்பிகளிலும் நிறைய நிறைய முத்துக்கள் இருந்தன.

பாக்மூரும் தன் வீட்டுக்குத் திரும்பி வந்தான். இடி விழுந்து அவன் வீடு தகர்ந்திருந்தது. அவன் மனைவியும் குழந்தைகளும் அழுதுகொண்டிருந்தார்கள்.

பாக்சித்தீன் அந்த முத்துக்களையெல்லாம் விற்று நிலமும் காளைகளும் வாங்கினான். வீடு கட்டினான். விவசாயம் செய்தான்.

நண்பர்கள் எதிரிகளான கதை

முற்காலத்தில் மனிதர்கள் பூமிக்கு அடியில்தான் வாழ்ந்து கொண்டிருந்தார்கள். அப்போது மனிதர்களுக்கும் விலங்குகளுக்கும் இடையில் நட்பு இருந்தது; பேச்சு இருந்தது. அங்கே உள்ள கடவுளின் பெயர் 'காங்.' அவர்தான் பாதாள உலகத்தின் அதிபர். எல்லா உயிர்களையும் படைத்தவரும் அவர்தான். அந்தப் பாதாள உலகம் அமைதியானதாக மகிழ்ச்சி நிறைந்ததாக இருந்தது. அங்கே சூரியன் இல்லை. என்றாலும் எப்போதும் நல்ல வெளிச்சம் இருந்தது.

அப்படியிருக்கும்போது காங், எல்லா உயிரினங்களையும் மேலே உள்ள உலகத்துக்குக்கொண்டு செல்ல வேண்டும் என்று முடிவு செய்தார். அதற்காக அவர் மேல் உலகத்தில் ஒரு அதிசய மரத்தை உருவாக்கினார். அந்த மரத்தின் கீழே மேல் உலகத்தையும் பாதாள உலகத்தையும் இணைக்கும் சுரங்கப்பாதை இருந்தது. இந்த சுரங்கத்தின் வழியாக காங், எல்லா மனிதர்களையும் விலங்குகளையும் மேல் உலகத்துக்குக் கொண்டு வந்தார். புதிய உலகம் மிகவும் மகிழ்ச்சியளித்தது. மனிதர்கள் சுற்றிலும் உள்ள காட்சிகளைப் பார்த்து வியந்தார்கள்! விலங்குகள் கட்டுப்படுத்த முடியாத உற்சாகத்துடன் அங்கும் இங்கும் துள்ளிக் குதித்தன.

உலக நாடோடிக் கதைகள் ☐ 165

காங் எல்லோரையும் அழைத்துச் சொன்னார்:

"இதுதான் பூமி. நாம் இப்போது பூமிக்கு வந்திருக்கிறோம்! உங்கள் எல்லோரையும் நான் இந்த பூமிக்கு வரவேற்கிறேன். நீங்கள் இங்கே அமைதியாகவும் மகிழ்ச்சியாகவும் வாழ வேண்டும். ஆனால், எக்காரணம் கொண்டும் ஒரு செயலை மட்டும் செய்துவிடாதீர்கள்!"

"ஒருபோதும் செய்யக் கூடாத அந்தச் செயல் என்ன?" என்று மனிதர்கள் கேட்டார்கள்; விலங்குகளும் கேட்டன.

"நீங்கள் ஒருபோதும் நெருப்பைப் பயன்படுத்தாதீர்கள்! அப்படிச் செய்தால் உங்களுக்குப் பல தீமைகள் ஏற்படும்!"

இப்படிச் சொல்லிவிட்டு காங் மறைந்தார்.

அப்போது பகலாக இருந்ததால் பூமியில் நல்ல வெளிச்சம் இருந்தது. மனிதர்களுக்கும் விலங்குகளுக்கும், தமாஷ் பேச்சும் சிரிப்பும் விளையாட்டுமாகப் பொழுதுபோனது. அந்த இடங்களையெல்லாம் சுற்றி வருவது சந்தோஷமாக இருந்தது. வெகு நேரத்திற்குப் பிறகு சூரியன் மறைந்தது. எங்கும் இருள் பரவியது. மனிதர்கள் அஞ்சினார்கள். விலங்குகளுக்கு இருட்டில் பார்க்க முடிந்ததால் அவை அஞ்சவில்லை. நீண்ட நேரத்திற்குப் பிறகு மனிதர்களுக்குக் குளிரெடுக்கத் தொடங்கியது. அவர்களுக்கு விலங்குகளைப்போல உடலில் ரோமம் இல்லையல்லவா?

கடைசியில் ஒரு மனிதன் சொன்னான்:

"ஓ! என்ன கடுங்குளிர்! தாங்க முடியவில்லையே! நாம் தீ மூட்டிக் குளிர் காயலாம்."

காங் கடவுளின் முன்னெச்சரிக்கையை மறந்து அவர்கள் தீ மூட்டத் தொடங்கினார்கள். அந்தத் தீயின் வெளிச்சத்தில் மனிதர்களால் பார்க்க முடிந்தது. குளிரைப் போக்கிக் கொள்ளவும் முடிந்தது.

ஆனால், நெருப்பைப் பார்த்து விலங்குகள் அஞ்சின. அவை மிரண்டு ஓடிச் சென்று காட்டிலும் குகையிலும் ஒளிந்தன. காங் கடவுளின் கட்டளையை மறுத்ததால் - அன்று முதல் விலங்குகளின் மொழி மனிதர்களுக்கும், மனிதர்களின் மொழி விலங்குகளுக்கும் மறந்துவிட்டது. அதனால் மனிதர்களால் விலங்குகளைப் புரிந்து கொள்ள முடியவில்லை. விலங்குகளால் மனிதர்களைப் புரிந்து கொள்ள முடியவில்லை. ஒரு காலத்தில் இருந்த நெருக்கமான நட்பு இப்போதில்லை. பிற்பாடு மனித இனமும் விலங்கினமும் ஒன்றுக் கொன்று பயந்து, விலகி வாழத் தொடங்கின.

மரமான நாயின் கதை

முற்காலத்தில் ஒரு கிராமத்தில் ஜியு எனும் விவசாயியும் அவன் மனைவியும் வாழ்ந்தார்கள். அவர்கள் மிகவும் நல்லவர்கள். ஆனால் அவர்கள் வீட்டுக்குப் பக்கத்தில் லியாங்கும் அவன் மனைவியும் வசித்தார்கள். அவர்கள் கெட்ட குணம் கொண்டவர்கள்.

ஜியு வீட்டில் 'ஷிரோ' என்னும் பெயருள்ள ஒரு வெள்ளை நாய் இருந்தது. அந்த நாயின் மீது அவர்கள் மிகவும் அன்பு செலுத்தினார்கள். அதை மிகவும் நன்றாக வளர்த்தார்கள். ஆனால் பக்கத்தில் இருக்கும் லியாங்குக்கு நாய்களைப் பார்த்தால் மிகவும் கோபம் வரும். ஷிரோவைப் பார்க்கும்போதெல்லாம் அவன் கல்லெறிந்து துரத்துவான்.

ஒரு முறை ஷிரோ நீண்ட நேரமாகக் குரைத்துக் கொண்டிருந்தது. இதைக் கேட்டு ஜியு அதன் அருகே சென்றான். அங்கே ஷிரோ பள்ளம் தோண்டிக்கொண்டி ருந்தது.

"பள்ளம் தோண்ட நானும் உதவி செய்கிறேன் ஷிரோ" என்ற ஜியு, ஒரு மண்வெட்டியை எடுத்துக்கொண்டு வந்தான். ஷிரோ தோண்டிய இடத்தில் தோண்டத் தொடங்கினான். திடீரென்று மண்வெட்டி எதிலோ

168 சிரிக்கும் ஆப்பிள் பேசும் திராட்சை

மோதும் சத்தம் கேட்டது. இன்னும் கொஞ்சம் தோண்டிப் பார்த்தவுடன், ஒரு பெரிய குடம் மண்ணில் புதைந்திருப்பது தெரிந்தது. ஜியு அந்தக் குடத்தை வெளியே எடுத்துப் பார்த்தான். அது நிறையத் தங்க நாணயங்கள்! ஜியுவும் அவன் மனைவியும் பெருமகிழ்ச்சியடைந்தார்கள். அவர்கள் ஷிரோவுக்கு நன்றி சொன்னார்கள்.

பக்கத்து வீட்டிலிருக்கும் லியாங், இதையெல்லாம் மறைந்திருந்து பார்த்துக்கொண்டிருந்தான். சற்று நேரத்திற்குப் பிறகு அவன் ஜியுவின் வீட்டுக்குச் சென்று கேட்டான்:

"நான் உங்கள் ஷிரோவைச் சற்று நேரம் என் வீட்டுக்குக் கொண்டு செல்லட்டுமா?"

ஜியு சம்மதித்தான்.

அந்தக் கெட்டவன் லியாங், நாயைத் தன் வீட்டுக்குக் கொண்டு சென்றான். பிறகு கட்டளையிட்டான்:

"ஏ நாயே! உடனே, இங்கே பள்ளம் தோண்டு. எனக்குத் தங்கம் வேண்டும். இல்லையென்றால் நான் உன்னைக் கொன்றுவிடுவேன்."

ஷிரோ தரையில் பள்ளம் தோண்டத் தொடங்கியது. ஆனால் லியாங்குக்குப் பொறுமை இல்லை. அவன் ஷிரோவைப் பிடித்து ஒரு இடத்தில் கட்டிப்போட்ட பிறகு, தானே அந்த இடத்தைத் தோண்டத் தொடங்கினான். ஆனால், எவ்வளவு ஆழமாகத் தோண்டிப் பார்த்தாலும் அவனுக்கு எதுவும் கிடைக்கவில்லை. ஏமாற்றத்தால் கடுங்கோபம் கொண்டு மண்வெட்டியால் ஷிரோவின் தலையில் அடித்தான். மண்டை உடைந்த ஷிரோ அப்போதே இறந்துவிட்டது.

ஷிரோ இறந்துவிட்டது என்று அறிந்த ஜியுவும் அவன் மனைவியும் மிகவும் துயரடைந்தார்கள். வெகு நேரம் அழுதார்கள். பிறகு ஒரு குழி தோண்டி ஷிரோவை அடக்கம் செய்து, மேலே ஒரு பைன் மரம் நட்டார்கள். தினமும் அந்த மரத்துக்குத் தண்ணீர் ஊற்றினார்கள். உரம் இட்டார்கள். அதனால் அந்த மரம் விரைவில் வளர்ந்து பெரிதானது.

அப்படியிருக்கும்போது ஒரு நாள், ஜியு தன் மனைவியிடம் சொன்னான்:

"உனக்கு நினைவிருக்கிறதா? நம் ஷிரோவுக்கு அரிசி மாவில் செய்த அப்பம் என்றால் மிகவும் பிடிக்கும். நாம் இந்த மரத்தை

வெட்டி ஒரு உரல் செய்யலாம். அந்த உரலில் அரிசி இடித்து மாவாக்கலாம். அந்த மாவில் ஷிரோவுக்குப் பிடித்த அரிசி அப்பம் சுடலாம்."

மனைவியும் இதை ஏற்றுக்கொண்டாள்.

அவர்கள் பைன் மரத்தை வெட்டி உரல் செய்தார்கள். அதில் ஈர அரிசியை இட்டு இடிக்கத் தொடங்கினார்கள். அப்போது ஒரு அற்புதமான சம்பவம் நிகழ்ந்தது! உரலில் இட்ட அரிசி மணியெல்லாம் தங்கமாக மாறியது. அப்படி ஜியு பெரிய பணக்காரனானான்.

பக்கத்து வீட்டில் உள்ள லியாங் இதையெல்லாம் மறைந்திருந்து பார்த்துக்கொண்டிருந்தான். அவன் வெட்கமில்லாமல் மீண்டும் வந்து உரல் கடன் கேட்டான். ஜியு தயக்கமே இல்லாமல் அதைக் கொடுத்தான். லியாங்கும் அவன் மனைவியும் அந்த உரலில் அரிசியிட்டு இடிக்கத் தொடங்கினார்கள்.

லியாங் சொன்னான்:

"இப்போது நாம் போட்ட அரிசியெல்லாம் தங்கமாகும், பார்த்துக்கொள்!"

ஆனால் வேறொன்று நடந்தது! அவன் இடிக்கத் தொடங்கியவுடனே அரிசியெல்லாம் மண்ணாக மாறிவிட்டது. சினமடைந்த லியாங் உரலை வெட்டி அடுப்பில் வைத்து எரித்துவிட்டான்.

வெகு நேரமான பின்னும் உரலை திரும்பத் தராததால் அதை வாங்குவதற்காக ஜியு, லியாங்கின் வீட்டுக்கு வந்தான். உரல் எரிந்து விட்டது என்று அறிந்ததும் அதிர்ச்சியடைந்தான். அவன் அழுதபடியே, உரலின் சாம்பலை எடுத்துக்கொண்டு தன் வீட்டுக்கு வந்தான்.

அது கடுங்குளிர் காலம். மரங்களில் இலையோ காயோ இல்லை. ஜியு, தன்னிடமிருந்த உரலின் சாம்பலில் கொஞ்சம் எடுத்து, அதைத் தோட்டத்தில் செரி மரத்தின் அடியில் தூவினான். திடீரென்று அந்த மரம் பூப்பூத்துத் தளிர் விட்டுக் காய்காய்க்கத் தொடங்கியது. பருவமற்ற காலத்தில் அந்த நாட்டில் ஒரே ஒரு செரி மரம் மட்டும் காய்த்துக் குலுங்கும் அற்புதக் காட்சி! இதைப் பார்ப்பதற்கு நிறைய மனிதர்கள் வந்தார்கள்.

ஜியுவின் வீட்டுக்குப் பக்கத்தில்தான் அரண்மனை இருந்தது. அங்கிருந்த இளவரசன், ஜியுவின் அற்புத செரி மரத்தைப் பற்றிக் கேள்விப்பட்டான். அவனது தோட்டத்திலும் ஒரு செரி மரம் இருந்தது. அந்த மரத்தை இளவரசன் பெரிதும் விரும்பினான். ஆனால் கடுமையான அந்த உறை பனிக் காலத்தில் அவனது மரம் பட்டுப்போகும் நிலையிலிருந்தது. ஜியுவின் செரி மரத்தைப் பற்றிக் கேள்விப்பட்டபோது, தன் மரத்தையும் பிழைக்க வைக்க முடியும் என்று இளவரசனுக்குத் தோன்றியது.

விரைவிலேயே ஒரு சேவகன் ஜியுவின் வீட்டுக்கு வந்தான். இளவரசனின் விருப்பத்தை ஜியுவிடம் தெரிவித்தான்.

ஜியு, உரலின் சாம்பல் கொஞ்சம் எடுத்துக்கொண்டு அரண்மனைக்கு வந்தான். படை வீரர்கள் அவனை காய்ந்த செரி மரத்திடம் கொண்டு சென்றார்கள்.

விரைவிலேயே இளவரசனும் அங்கே வந்தான். ஜியு, இளவரசனை வணங்கிய பிறகு செரி மரத்தில் ஏறினான். அந்த மரத்தின் கிளைகளிலெல்லாம் சாம்பலைத் தூவினான்.

உடனடியாக அந்த மரம் துளிர்க்கத் தொடங்கியது. மிக விரைவில் அதன் கிளைகளில் சிவந்த செரிப் பழங்கள் காய்க்கத் தொடங்கின. இளவரசன் வியப்பாலும் மகிழ்ச்சியாலும் தன்னையே மறந்துவிட்டான். ஜியுவுக்கு நிறையத் தங்க நாணயங்களும் மற்ற பரிசுகளும் கொடுத்தான். தன் ஆலோசகராக தன்னுடனேயே வைத்துக்கொண்டான்.

பயணியும் நரியும் புலியும்

ஒருமுறை ஒரு பயணி மலைப் பாதையில் சென்று கொண்டிருந்தான். இடையில் அவனுக்கு வழி தவறி விட்டது. நேரம் இருட்டிவிட்டது. அவன் அங்கே சுற்றித் திரிந்து, மலையின் அடிவாரத்தில் உள்ள ஒரு குடிலுக்குச் சென்று சேர்ந்தான். அங்கே ஒரு அழகான பெண் இருந்தாள். அவள் அந்தப் பயணியை அன்புடன் வரவேற்று உபசரித்தாள். பாதி நரியுடலும் பாதி பெண் உடலும் கொண்ட சூனியக்காரி அவள். அவன் வரும் நேரத்தில் தன்னை ஒரு அழகான பெண்போல மாற்றிக் கொண்டிருந்தாள். அந்த வீட்டில் வேறு யாரும் இல்லை.

நள்ளிரவில் பயணி திடுக்கிட்டு விழித்தான். சமைய லறையில் யாரோ வாளைக் கூர் தீட்டும் ஓசை கேட்டது. சுற்றிலும் பயங்கரமான இருட்டு. அவன் பயந்தான். ஒரு சூனியக்காரியின் குடிலுக்கு வந்து மாட்டிக் கொண்டோம் என்று புரிந்தது. மெதுவாக எழுந்து அங்கிருந்து ஓடிச் சென்றான். ஆனால், அவன் ஓடும் சத்தம் அந்த வீட்டில் இருந்த சூனியக்காரிக்குக் கேட்டது. அவள் பாதி நரியின் உடலாகவும் மீதி பெண் உடலாகவும் மாறி, கையில் ஒரு வாளுடன் அவனைத் துரத்தி வந்தாள். அவன் ஓடி ஓடி ஒரு மாளிகையின் வாசலுக்கு வந்தான். அந்த மாளிகையின் உள்ளே யாரோ பாடிக்கொண்டி ருப்பது கேட்டது. அவன், "உதவி செய்யுங்கள்! என்னைக் காப்பாற்றுங்கள்!" என்று கத்தினான்.

அந்தச் சத்தம் கேட்டு வீட்டுக்காரன் வெளியே வந்தான். அவன் வேறு யாருமல்ல, சூனியக்காரியின் மகன்தான். அவன் பயணியைத் திட்டினான்:

"நீ ஏன் என்னைத் தொந்தரவு செய்கிறாய்?"

பிறகு அந்தப் பயணியைப் பிடித்துக் கட்டிப்போடும்படி தன் வேலைக்காரர்களிடம் சொன்னான். அப்புறம்தான் அந்தப் பயணி, தான் அந்த சூனியக்காரியின் மகனிடம் வந்து சிக்கிக்கொண்டோம் என்று தெரிந்துகொண்டான். அவன் ஒரு மண் குடிலுக்குள் கட்டிப்போடப் பட்டான்.

சற்று நேரத்திற்குப் பிறகு, சூனியக்காரியின் மகன் ஒரு வாளை எடுத்துக்கொண்டு பயணியைக் கொல்லச் சென்றான். பயணி அவனிடம் கெஞ்சினான்:

"எனக்கு மிகவும் தாகமாக இருக்கிறது. ஒரு குடம் தண்ணீர் குடித்தால்தான் என் தாகம் அடங்கும். என் கடைசி ஆசையை நிறைவேற்றிவிட்டு நீங்கள் என்னைக் கொல்லலாம்."

அவனுக்கு ஒரு குடம் தண்ணீர் கொடுக்கும்படி வேலைக்காரர் களுக்குக் கட்டளையிட்டு, வீட்டுக்காரன் உள்ளே சென்றான். வேலைக்காரர்கள் ஒரு குடத்தில் தண்ணீர்கொண்டு வந்து வைத்தார்கள். தண்ணீர் குடிப்பதற்காக பயணியின் கட்டுகளை அவிழ்த்துவிட்டுவிட்டு வெளியே சென்று நின்றார்கள். மண் குடிலுக்குள் இருந்த பயணி, தண்ணீரையெல்லாம் அருகேயிருந்த சுவற்றில் ஊற்றினான். மண் சுவர் ஊறி வலுவிழந்தது. பயணி அதில் ஒரு துளை செய்து வெளியே வந்துவிட்டான்.

ஆனால், அந்த மாளிகை செங்குத்தான ஒரு இடத்தில் இருந்தது. அதன் கீழே பெரிய பள்ளத்தாக்கு. தப்பித்த பயணி அந்தப் பள்ளத் தாக்கில் விழுந்துவிட்டான். அந்த நேரத்தில் அந்தப் பள்ளத்தாக்கில் ஒரு புலி சென்றுகொண்டிருந்தது. பயணி மிகச் சரியாக அதன் மீதே சென்று விழுந்தான். எதிர்பாராமல் தன் மீது ஏதோ வந்து விழுந்ததால் மிகவும் அதிர்ச்சியடைந்த புலி, திடுதிடுவென்று பாய்ந்து சென்று தன் குகைக்குள் ஒளிந்துகொண்டது. குகைக்குள் சென்று பொறுமையாக யோசித்துப் பார்த்தபோதுதான் அதற்கு, தன் மீது விழுந்தது ஒரு மனிதன்தான் என்று புரிந்தது. அது திரும்பவும் ஓடிச் சென்று அவனைப் பிடித்து தன் குகைக்கு இழுத்து வந்தது. தன் குட்டிகள் தின்பதற்காக அவனை அங்கே போட்டு வைத்தது. புலி கடித்ததால் பயணியின் முகத்திலும் உடலிலும் காயங்கள் ஏற்பட்டு ரத்தம் வழிந்தது. அவன் அசைவற்று அப்படியே கிடந்தான்.

இந்த மனிதன் செத்துவிட்டான் என்று நினைத்த புலி, அவனை அப்படியே போட்டுவிட்டு குகைக்கு வெளியே சென்றது. அந்த நேரத்தில் பயணி எழுந்தான். அங்கு இருந்த புலிக் குட்டிகளைக் கொன்றுவிட்டு குகைக்கு வெளியே வந்தான். பக்கத்திலிருந்த ஒரு மரத்தில் ஏறி அமர்ந்துகொண்டான்.

அந்த நேரத்தில் சூனியக்காரியும் அவள் மகனும் பயணியைத் தேடிப் புலிக் குகைக்கு வந்தார்கள். வெளியே சென்றிருந்த புலி அப்போதுதான் குகைக்குத் திரும்பி வந்தது. அங்கே இறந்து கிடக்கும் தன் குட்டிகளைப் பார்த்து அதிர்ச்சியடைந்தது. அங்கிருந்த சூனியக்காரியையும் அவள் மகனையும் சினத்துடன் பார்த்தது. அவர்கள்தான் தன் குட்டிகளைக் கொன்றிருக்க வேண்டும் என்ற எண்ணம் அதற்கு. உடனே மூர்க்கமாக அவர்களுடன் சண்டையிட்டது புலி. அதன் பலத்த தாக்குதல்களைத் தாங்க முடியாமல் சூனியக்காரியும் அவள் மகனும் இறந்தார்கள். அந்தச் சண்டையில் புலியும் படுகாயமடைந்ததால் தரையில் சாய்ந்தது. சற்று நேரத்திற்குப் பிறகு அதுவும் இறந்தது.

புலியும் சூனியக்காரியும் அவள் மகனும் இறந்துவிட்டார்கள் என்று உறுதிப்பட்டபோது, பயணி மரத்திலிருந்து கீழே இறங்கினான். சூனியக்காரியின் குடிலுக்குச் சென்று தேடிப் பார்த்தான். அங்கே நிறையத் தங்கக் கட்டிகளும் வைர மாலைகளும் இருந்தன. அவன் எல்லாவற்றையும் எடுத்துக்கொண்டு வந்தான். பெரும் பணக்காரனாக வாழ்ந்தான்.

இளவரசியின் நீளக் கூந்தல்

மிகப் பழங்காலத்தில் லிபியாவில் ஒரு அழகான இளவரசி இருந்தாள். அவளுக்கு மிகவும் நீளமான கூந்தல் இருந்தது. அவள் எல்லோரிடமும் அன்புடன் பழகினாள். அதனால் அவளை எல்லோருக்கும் மிகவும் பிடிக்கும்.

அந்த நாட்டிலேயே, மிகவும் பயங்கரமான ஒரு அரக்கன் இருந்தான். அவனது அரண்மனை கடலுக்கு அடியில் இருந்தது. அந்த அரக்கன் ஒவ்வொரு ஆண்டும் தன் பிறந்த நாளின்போதுதான் கண் விழிப்பான். வருடத்தின் மற்ற நாட்களிலெல்லாம் தூங்கிக்கொண்டிருப்பான்.

ஒருநாள் இளவரசி கடற்கரையில் உலவிக்கொண்டிருந்தாள். அன்றைய நாள்தான் அரக்கனின் பிறந்தநாள். அந்த அரக்கன் அவளைப் பார்த்துக்கொண்டிருந்தான். அவள் அழகைப் பார்த்து மிகவும் வியந்துபோன அரக்கன், அவளைப் பிடித்துக் கட்டித் தன் அரண்மனைக்குக் கொண்டு சென்றான். அப்போது இளவரசியின் தலை முடிகளில் சில, கடற்கரையில் உதிர்ந்து விழுந்தன.

அடுத்த நாள் அரக்கன், இளவரசியின் கூந்தலைக் கையில் பிடித்துக்கொண்டே தூங்க முற்பட்டான். அப்போது அவன் சொன்னான்:

“இதோ, நான் தூங்கப்போகிறேன். இனி ஒரு வருடம் கழித்து என் பிறந்த நாள் வரும்போதுதான் விழிப்பேன். அதற்குள் யாராவது வந்து உன்னைத் தொட்டால், உன்னை இங்கிருந்து கடத்திச் செல்ல முயன்றால் நான் எல்லோரையும் கொன்று தின்றுவிடுவேன்.”

இளவரசி எங்கே சென்றாள் என்று தெரியாமல் ராஜா மிகவும் கலக்கமடைந்தார். அவளைத் தேடுவதற்காக எல்லாப் பகுதிகளுக்கும் ஆட்களை அனுப்பினார். கடைசியில் அவருக்கு, கடல் அரக்கன்தான் அவளைப் பிடித்துச் சென்றிருக்கிறான் என்ற உண்மை தெரிந்தது. அப்போது சிலர் கடற்கரையில் கிடந்த, இளவரசியின் மிக நீளத் தலை முடியை எடுத்து வந்து ராஜாவிடம் காட்டினார்கள். அதன் பிறகு ராஜாவின் துயரம் பன்மடங்கு பெருகியது. எப்படியாவது அந்த அரக்கனைக் கொன்று இளவரசியை விடுவித்தே ஆக வேண்டும். அதற்கு என்ன வழி என்று ராஜா யோசித்தார். கடலின் அடிப் பகுதிக்குச் சென்று இந்தக் கடல் அரக்கனைக் கொல்லும் திறமையுள்ளவர் யார் என்று அவர் தேடத் தொடங்கினார். அவர், நாட்டில் உள்ள இளைஞர்கள் அனைவரையும் அழைத்துச் சொன்னார்:

“கடல் அரக்கனைக் கொன்று இளவரசியைக் காப்பாற்றும் இளைஞனுக்கு நான் இளவரசியைத் திருமணம் செய்து கொடுப்பேன். அத்துடன் இந்த நாட்டின் பாதியையும் கொடுப்பேன்.”

இதை ஏற்றுக்கொண்டு துணிவுள்ள இளைஞர்கள் பலர், கடல் அரக்கனின் அரண்மனைக்குச் செல்ல கடும் முயற்சி செய்தார்கள். ஆனால் அவர்களால் முடியவில்லை. எல்லோரும் தோற்றுப் போனார்கள்.

இறுதியில் ஏழு இளைஞர்கள் எதற்கும் தயாராக அங்கே வந்தார்கள். அவர்கள் சொன்னார்கள்:

“ஒரு தனி மனிதனால் அந்தக் கடல் அரக்கனைக் கொல்ல முடியாது. ஏழு பேர் ஒன்றாகச் சேர்ந்து முயற்சி செய்தால்தான் அவனைக் கொல்ல முடியும். இதோ நாங்கள் ஏழு பேர் இருக்கிறோம். நாங்கள் கடல் அரக்கனைக் கொன்று இளவரசியை அழைத்து வருகிறோம்.”

ராஜா அவர்களைப் பார்த்தார்.

தச்சன், ஓவியன், கொல்லன், மாலுமி, மந்திரவாதி, திருடன், வேட்டைக்காரன் என்று ஏழு பேர் இருந்தார்கள். இளவரசியை மீட்டு வருவதற்கு ராஜா அவர்களுக்கு அனுமதியளித்தார்.

தச்சன் ஒரு படகு செய்தான். ஓவியன் அதில் நன்றாக வர்ணம் பூசினான். கொல்லன் ஆயுதங்கள் செய்தான். மாலுமி படகைச் செலுத்தினான். அவ்வாறு ஏழு பேரும் கடலில் பயணம் செய்தார்கள்.

மந்திரவாதி ஒரு மந்திரம் சொன்னான். அப்போது படகு கடலின் அடியில் இறங்கியது. மந்திரவாதி ஒரு ஒளிரும் கல் வைத்திருந்தான். அந்தக் கல்லில் கடல் அரக்கனின் அரண்மனை தெரிந்தது. அதன் உள்ளே கடல் அரக்கனும் இளவரசியும் இருப்பதும் தெளிவாகத் தெரிந்தது.

அவர்களின் படகு, கடல் அரக்கனின் அரண்மனைக்குச் சற்று மேலே வந்து நின்றது. திருடன் ஒரு நீளமான கயிற்றைக் கீழே வீசினான். அதைப் பார்த்ததும் இளவரசி விஷயத்தைப் புரிந்து கொண்டாள். அவள் தன் கூந்தலின் முனையைக் கயிற்றின் முனையில் முடிச்சிட்டாள். அந்த ஏழு பேரும் கயிற்றை மேலே இழுத்தார்கள். அவள் கூந்தலைக் கையில் பிடித்துக்கொண்டு தூங்கிய அரக்கன், அசைவை உணர்ந்து திடுக்கிட்டு எழுந்தான். ஆயினும் அவன் கண் திறக்கவில்லை. வருடத்திற்கு ஒருநாள் மட்டுமே அவனால் தன் கண்களைத் திறக்க முடியும். அதுவும் அவன் பிறந்த நாளின்போது மட்டும். அதனால் அந்தக் கடல் அரக்கனால் யாரையும் பார்க்க முடியவில்லை.

கடல் அரக்கன் கண்களை மூடிக்கொண்டே கேட்டான்:

"ஏன் உன் கூந்தல் அசைகிறது?"

இளவரசி சொன்னாள்:

"பேன் கடிக்கிறது. சொறிந்துகொள்கிறேன்."

ஆனால் கடல் அரக்கன் அதை நம்பவில்லை. அவனுக்கு, தன் அரண்மனை எல்லைக்குள் அந்நியர்கள் நுழைந்துவிட்டார்கள் என்று புரிந்தது.

அரக்கன் கத்தினான்:

"எல்லோரும் பெரிய சுறாக்களாகட்டும்!"

ஆனால் நொடி நேரத்தில் வேட்டைக்காரன் அம்பெய்து விட்டான். அந்த அம்பு தைத்து கடல் அரக்கன் இறப்பதற்கும் அவனது சாபம் பலிப்பதற்கும் சரியாக இருந்தது. இளவரசி உட்பட எல்லோரும் சுறாக்களானார்கள். அவர்கள் எல்லோரும் கடலில் நீந்திக் கரைக்கு வந்தார்கள். பிறகு மந்திரவாதி எல்லோரையும் மீண்டும் மனிதர்களாக்கினான்.

அவர்கள் அரண்மனைக்கு வந்தார்கள். ராஜா மகிழ்ச்சியில் திக்குமுக்காடிப்போனார். அந்த ஏழு இளைஞர்களுக்கும் பரிசுகளை அள்ளி அள்ளிக் கொடுத்தார்.

ஆனால், அந்த ஏழு பேருமே இளவரசியைத் திருமணம் செய்துகொள்ள விரும்பினார்கள்.

இதுதான் ராஜாவுக்குப் பெரிய சிக்கலாக இருந்தது. ஒரு பெண்ணை எப்படி ஏழு பேருக்குத் திருமணம் செய்து வைப்பது.

படகு செய்தது தச்சன்தானே, வேறு யாரும் இல்லையே.

அதற்கு வர்ணம் பூசியது ஓவியன்தானே.

ஆயுதங்கள் செய்தது கொல்லன்தானே, மந்திரவாதியல்லவே!

கடலடி அரண்மனையின் உள்ளே பார்த்தவன் மந்திரவாதி தானே, வேட்டைக்காரன் அல்லவே!

கடல் அரக்கனைக் கொன்றது வேட்டைக்காரன்தானே, மற்ற யாரும் இல்லையல்லவா?

கடைசியில் ராஜா, இது பற்றி இளவரசியே முடிவு செய்யட்டும் என்று விட்டுவிட்டார்.

இளவரசி என்ன சொல்கிறாள் என்று கேட்பதற்கு எல்லோரும் தயாரானார்கள்.

இளவரசி வெகு நேரம் யோசித்த பிறகு சொன்னாள்:

"படகு செய்ய எந்த தச்சராலும் முடியும். வர்ணம் பூச எந்த ஓவியனுக்கும் முடியும். ஆயுதம் செய்ய எந்தக் கொல்லனுக்கும் முடியும். எந்தத் திருடனாலும் இலக்கில் கயிற்றை வீச முடியும். எந்த வேட்டைக்காரனாலும் கொல்ல முடியும். அது வேட்டைக்காரர்களின் தொழில். படகைச் செலுத்த எந்த மாலுமியாலும் முடியும். ஆனால் தன் கையில் இருக்கும் சிறிய கல்லில், கடல் அரக்கனின் அரண்மனை உட்புறத்தைப் பார்க்க முடிந்த மந்திரவாதிதான் பெரியவர். எதிரி இருக்கும் இடத்தைக் கண்டுபிடிப்பதுதான் பெரிய வேலை. அதனால், கடல் அரக்கன் இருக்கும் இடத்தைக் கண்டு பிடித்த மந்திரவாதியையே நான் என் கணவராக ஏற்றுக்கொள் கிறேன்."

அப்போது மற்ற ஆறுபேரும் தலை குனிந்தார்கள். இளவரசி சொன்னாள்:

"இதனால் மற்ற ஆறுபேரும் வருத்தப்பட வேண்டிய அவசியம் இல்லை. அதோ அந்தப் பூந்தோட்டத்தைப் பாருங்கள். அதில் ஆறு பூக்கள் இருக்கின்றன. அதிசய மலர்கள் அவை. ஆளுக்கு ஒரு பூ பறித்து வந்து ராஜாவிடம் கொடுங்கள். உங்களுக்கு அதிர்ஷ்டம் வரும்."

மற்ற ஆறு பேரும் தோட்டத்திற்குச் சென்று அந்த ஆறு அபூர்வப் பூக்களைப் பறித்து வந்து ராஜாவிடம் கொடுத்தார்கள்.

உடனே அந்த ஆறு பூக்களும் அழகான ஆறு இளவரசிகளாக மாறிவிட்டன. முதல் இளவரசியுடன் சேர்த்து அந்த ஏழு பேரும் மிகவும் அழகாக ஒரே மாதிரி இருந்தார்கள்.

அங்கிருந்தவர்கள் அந்த அதிசயத்தைப் பார்த்து மெய் சிலிர்த்தார்கள்.

அப்படி ஏழுபேரும் ஏழு இளவரசிகளைத் திருமணம் செய்து கொண்டார்கள். நாட்டு மக்கள் இதுவரை பார்த்திராத வகையில், மிகச் சிறப்பாக திருமண விழா நடந்தது. ராஜா, நாட்டின் பாதிப் பகுதியை ஏழாகப் பிரித்து மணமக்களுக்குப் பரிசாக வழங்கினார்.

ஒரு மோசமான ராஜாவின் கதை

அந்தக் காலத்தில் கெனியாவில் ஒரு ராஜா இருந்தான். அந்த ராஜா கெட்டவன். அவன் சிம்மாசனத்தில் அமர்ந்துகொண்டு மிகவும் மோசமான ஒரு குரலில் கனைப்பான்:

"ஹீ... ஹீ... ஹீ...

ஹிஹ்ஹி... ஹிஹ்ஹி...ஹிஹ்ஹீ...!"

சில சமயம் அந்த ராஜா கையைப் பிசைந்துகொண்டிருப்பான். அப்போது அவன்,

"கர்முர்... கர்முர்... கர்முர்..." என்று முனகுவான்.

சில சமயம் அவன் தரையை உதைப்பான்:

"தொப்தொப்... தொப்தொப்... தொப்தொப்..."

அந்த ராஜா புன்னகைத்ததில்லை.

அந்த ராஜா சிரித்ததில்லை.

அந்த ராஜா மகிழ்ச்சியாக இருந்ததில்லை.

அந்த ராஜா நடனமாடியதில்லை.

அந்த ராஜாவின் நாட்டில் யாரும் சிரிக்கக் கூடாது. நடனமாடக் கூடாது. அந்த ராஜாவின் சேவகர்களும்

அப்படித்தான். அவர்கள், யாராவது சிரிப்பதைப் பார்த்துவிட்டால் அடிப்பார்கள். அதுதான் ராஜ சேவகர்களின் வேலை. எப்படி அடிப்பார்கள் தெரியுமா?

அடி அடியென்று அடிப்பார்கள்.

இதனால் அந்த நாட்டில் உள்ள மக்கள் மிகவும் துன்பப்பட்டார்கள். ரகசியமாகச் சிரிப்பதற்குக்கூட அவர்களுக்கு உரிமை இல்லை. இது தவிர, நாட்டு மக்கள் எல்லோரும் ராஜாவுக்காக கடுமையாக உழைக்க வேண்டும். மக்களுக்குப் போதுமான உணவுகூட ராஜா தரமாட்டான்.

அந்த ராஜா குறட்டைவிட்டுத் தூங்கும் சத்தம் வெகு தொலைவுக்குக் கேட்கும்:

"குர்குர்... குர்குர்... குர்குர்...

குர்குர்... குர்குர்... குர்குர்குர்..."

ஒரு உயரமான மரத்தில் இருக்கும் ஒரு குருவி இதையெல்லாம் பார்த்துக்கொண்டிருந்தது. அதற்கு, ராஜாவின் இந்தக் கொடூரமான செயல்கள் பிடிக்கவில்லை. ஒருமுறை ராஜா குர்குர் என்று குறட்டைவிட்டுத் தூங்கிய நேரத்தில் அந்தக் குருவி ஒரு வேலை செய்தது.

குருவி ஆகாயத்தில் மிகவும் உயரமாகப் பறந்து பறந்து சென்று தேவலோகத்தை அடைந்தது. அங்குள்ள அரண்மனையில் அமர்ந்து புல்லாங்குழல் வாசித்தது. கீழே பூமியில் தூங்கிக்கொண்டிருந்த ராஜா, இந்த இசையைக் கேட்டு திடுக்கிட்டு எழுந்தான். தூங்கிக்கொண்டே நடனமாடினான். தூங்கிக்கொண்டே சிரித்தான். தூங்கிக்கொண்டே பாடினான். அவனுடன் சேர்ந்து ராணியும் நடனமாடினாள்.

அந்தப் பாட்டைக் கேட்டு மக்கள் எல்லோரும் அங்கே ஓடி வந்தார்கள். ராஜா பாடும் பாட்டுக்கு இசைந்து அவர்களும் பாடிச் சிரித்தார்கள். நடனமாடினார்கள். இதைப் பார்த்து ராஜாவின் சேவகர்கள் அனைவரும் நடனமாடினார்கள்.

அந்த அரண்மனை வாசலே ஒரு பெரிய விழாக் கொண்டாட்டம் போல ஆகிவிட்டது. என்ன மகிழ்ச்சி! என்ன சிரிப்பு! நடனம்! பாட்டு!

184 □ சிரிக்கும் ஆப்பிள் பேசும் திராட்சை

பிறகு அந்த நாட்டில் மழை பெய்தது. மரங்கள் பூத்தன. நாடு வளமடைந்தது.

அந்தக் குருவி அந்தப் புல்லாங்குழலுடன் மேலும் மேலும் உயரத்திற்குப் பறந்து சென்றது. ஆயினும் அது இசைக்கும் பாடல்களைக் கேட்டு, கீழே உள்ள மக்கள் பாடுகிறார்கள். அவர்கள் சிரிக்கிறார்கள். நடனமாடுகிறார்கள். அப்புறம் அப்புறம், நன்றாகச் சிரிக்கும் நல்ல நல்ல ராஜாக்கள் அந்த நாட்டை ஆண்டார்கள். அவர்களின் ஆட்சியில் மக்கள் மிகவும் மகிழ்ச்சியுடன் வாழ்ந்தார்கள்.

மன்னரின் கேள்விகள்

ஒரு மன்னரின் அரசவையில், அபுநுவாஸ் என்ற ஒரு மந்திரியிருந்தார். அவர் சிறந்த ரசிகர். தந்திரம் நிறைந்தவர். ஒரு நாள் மன்னர், மந்திரியுடன் ஒரு பயணம் புறப்பட்டார். அவர்கள் குதிரை மீது பயணம் செய்தார்கள். மிகவும் அதிகாலையிலேயே புறப்பட்டதால் அபுநுவாஸ் எதுவும் சாப்பிட்டிருக்கவில்லை. அவரிடம் ஒரு கைப்பிடி அளவு ஈச்சம் பழங்கள் மட்டுமே இருந்தன. அதையும் எப்போது எந்த இடத்தில் சாப்பிடப்போகிறோம் என்று அபுநுவாஸுக்குத் தெரியவில்லை. மன்னருடன் செல்லும் பயணம் அல்லவா. மன்னருடன் செல்லும்போது மந்திரி ஏதேனும் சாப்பிடுவது மரியாதை அல்ல.

ஆயினும் அவர், சென்றுகொண்டிருக்கும்போது ஒரு ஈச்சம் பழத்தை வாயில் போட்டுக் கொண்டார். அதைக் கவனித்துவிட்ட மன்னர் அந்த நேரம் பார்த்து ஒரு கேள்வி கேட்டார்:

"இந்தக் குதிரை ஒரு நல்ல குதிரை அல்லவா?"

பதில் சொல்வதற்குத் தாமதமானால் குற்றமாகிவிடும் என்பதால், வாயில் போட்ட ஈச்சம் பழத்தைத் துப்பிவிட்டு அபுநுவாஸ் பதில் சொன்னார்.

"நல்ல குதிரைதான்... நல்ல குதிரைதான்."

சற்று நேரத்திற்குப் பிறகு அபுநுவாஸ், அடுத்த ஈச்சம் பழத்தை எடுத்து வாயில் போட்டுக்கொண்டார். அப்போதும் அதைப் பார்த்துவிட்ட மன்னர் மீண்டும் ஒரு கேள்வி கேட்டார்:

"இந்தக் குதிரையின் பரம்பரை எப்படி? நல்ல பரம்பரை தானா?"

வாயில் போட்ட ஈச்சம் பழத்தைத் துப்பிவிட்டு அபுநுவாஸ் பதில் சொன்னார்:

"ஐயோ, எனக்குத் தெரியவில்லை ராஜாவே, இருந்தாலும் நல்ல பரம்பரையாகத்தான் இருக்கும்."

மீண்டும் அவர்கள் பயணம் தொடர்ந்தார்கள். பசி தாங்க முடியாமல்போனபோது அபுநுவாஸ், அடுத்த ஈச்சம் பழத்தை வாயில் போட்டார். அப்போது மன்னர் அடுத்த கேள்வியைக் கேட்டார்:

"நம்மைச் சுற்றிலும் இருக்கும் இந்த விரிந்து பரந்த நிலம் யாருக்குச் சொந்தம்?"

அந்த ஈச்சம் பழத்தையும் துப்பிவிட்டு அபுநுவாஸ் பதில் சொன்னார்:

"எனக்குத் தெரியவில்லை ராஜாவே. இந்த நிலத்திற்கு யாராவது உரிமையாளர்கள் இருக்கத்தான் செய்வார்கள்."

அவர்கள் தொடர்ந்து சென்றுகொண்டிருந்தார்கள். இனி சற்றும் பசியைப் பொறுத்துக்கொள்ள முடியாத நிலைக்கு வந்துவிட்டார் அபுநுவாஸ். எனவே அவர் அடுத்த ஈச்சம் பழத்தை எடுத்து வாயில் போட்டார். அதையும் பார்த்துவிட்ட மன்னர், உடனே அடுத்த கேள்வியைக் கேட்டார்:

"நம் குதிரையின் வாலில் எத்தனை ரோமம் இருக்கும்?"

அபுநுவாஸ் அந்த ஈச்சம் பழத்தையும் துப்பிவிட்டுச் சொன்னார்:

"தெரியவில்லை மன்னரே. இருந்தாலும் நிறைய ரோமங்கள் இருக்கும்."

அப்படி, பசியால் துடித்துக்கொண்டிருக்கும் அபுநுவாஸும், அதை அறியாத மன்னரும் ஒரு விடுதிக்குச் சென்று ஓய்வெடுத்தார்கள்.

அப்போது மன்னருக்கு நன்றாகத் தூக்கம் வந்தது.

அவர் கண்ணயர்ந்த உடனே அபுநுவாஸ் மன்னரை உலுக்கி எழுப்பினார்:

188 □ சிரிக்கும் ஆப்பிள் பேசும் திராட்சை

"மன்னரே, எழுந்திருங்கள், எழுந்திருங்கள்!"

திடுக்கிட்டு எழுந்த மன்னர்,

"என்ன, என்ன...எதிரிகள் யாராவது படையெடுத்து வந்துவிட்டார்களா?" என்று பதற்றத்துடன் கேட்டார்.

"இல்லை, நான் உங்கள் முதலாம் கேள்விக்குப் பதில் சொல்ல வந்தேன். அது ஒரு அரேபியக் குதிரை. நல்ல குதிரை."

மன்னர் மீண்டும் படுத்தார். அவர் தூங்கத் தொடங்கியவுடன் அபுநுவாஸ் வந்து உலுக்கி எழுப்பினார்:

"மன்னரே, எழுந்திருங்கள், எழுந்திருங்கள்!"

பதறி எழுந்த மன்னர்,

"கொள்ளைக்காரர்கள் யாராவது வந்துவிட்டார்களா?" என்று கேட்டார்.

"இல்லை. நான் உங்கள் இரண்டாம் கேள்விக்குப் பதில் சொல்ல வந்தேன். இந்தக் குதிரையின் பரம்பரை மிகவும் பெரியது. இதற்கு பன்னிரண்டு போர்களில் கலந்து கொண்ட அனுபவம் இருக்கிறது."

தூக்கம் கலைந்ததில் வெறுப்படைந்த மன்னர் மீண்டும் தூங்க முற்பட்டார். அவர் தூங்கி மெல்லிய குறட்டைவிடத் தொடங்கிய உடனே, அபுநுவாஸ் வந்து அவசரமாக எழுப்பினார்:

"மன்னரே எழுந்திருங்கள், மன்னரே எழுந்திருங்கள்!"

துள்ளி எழுந்த மன்னர்,

"என்ன ஆயிற்று? என்ன ஆயிற்று? யாரேனும் தாக்க வந்துவிட்டார்களா?" என்று கேட்டார்.

"இல்லை, நம் குதிரையின் வாலில் உள்ள ரோமத்தை நான் எண்ணி விட்டேன். நாம் பார்த்த நிலத்தின் உரிமையாளன் பெயரையும் தெரிந்துகொண்டேன். அதைச் சொல்லத்தான் வந்தேன்."

"முட்டாளே, தொந்தரவு செய்யாமல் என்னைத் தூங்கவிடு!" என்று சினந்துகொண்ட மன்னர், மறுபடியும் தூங்கத் தொடங்கினார்.

அபுநுவாஸ், மிச்சமிருந்த ஈச்சம் பழங்களையெல்லாம் தின்று பசியாறினார்.

பிசாசும் பட்டாளக்காரனும்

ஒரு இடத்தில் ஒரு ராஜா இருந்தான். அவன் பக்கத்து நாட்டுடன் போர் தொடுத்தான். போரில் அவன் வென்றான் என்றாலும் தன் பட்டாளக்காரர்களுக்கு அவன் சம்பளம் கொடுக்கவில்லை. அதனால் படை வீரர்களெல்லாம் வறுமையில் வாடினார்கள். படை வீரர்களில் மூன்றுபேர் இது குறித்து யோசித்தார்கள்.

ஒரு வீரன் சொன்னான்:

"மாலைக்குப் பிறகு நாம் கடுகு வயலுக்குச் சென்று ஒளிந்திருக்கலாம். நம் ராணுவம் நாளை இந்த இடத்தை விட்டுப் போய்விடும். அப்போது நாம் தப்பித்து விடலாம்."

அவர்கள் படையை விட்டுச் சென்று பக்கத்து வயலில் ஒளிந்துகொண்டார்கள். ஆனால் அவர்கள் நினைத்தது போல காரியம் நடக்கவில்லை. தளபதி, படையை இப்போதைக்கு வேறு இடத்துக்கு மாற்ற வேண்டாம் என்று முடிவு செய்தான். அங்கிருந்து ஓடிச் சென்று வயலில் ஒளிந்திருந்த மூன்று வீரர்களுக்கு என்ன செய்வது என்று தெரியவில்லை. அவர்கள் காத்திருந்து காத்திருந்து சலிப்படைந்தார்கள். ஆயினும் அவர்கள் அந்த இடத்திலேயே பதுங்கியிருந்தார்கள்.

ஒருநாள் ஒரு பயங்கரமான பிசாசு அந்த வயலுக்குப் பறந்து வந்தது. அங்கே பதுங்கியிருந்த படை வீரர்களிடம் கேட்டது:

"வீரர்களே, நீங்கள் ஏன் இங்கே ஒளிந்திருக்கிறீர்கள்?"

"நாங்கள் பட்டாளத்திலிருந்து தப்பி வந்துவிட்டோம். ராஜா எங்களுக்குச் சம்பளம் தரவில்லை. ஆனால் நாங்கள் அங்கிருந்து தப்பி இங்கு வந்த பிறகு பட்டினி கிடக்கிறோம். மீண்டும் பட்டாளத்திற்குச் சென்றால் எங்களை நிச்சயம் கொன்றுவிடுவார்கள். அதைவிட, பட்டினி கிடந்து இறப்பதுதானே நல்லது?"

பிசாசு சொன்னது: "ஹும்...ஹும்... நான் உங்களை அழைத்துச் சென்று காப்பாற்றுகிறேன். ஆனால் அதற்குப் பதிலாக நீங்கள் என்னை ஏழு வருடங்கள் வணங்க வேண்டும்."

இதைக் கேட்ட வீரர்கள் ஒருவரை ஒருவர் பார்த்துக் கொண்டார்கள். ஆனால், வேறு வழி ஒன்றுமில்லையல்லவா. பிசாசுடன் செல்லவில்லையென்றால், ஒன்று, தளபதியிடம் சிக்கி தூக்கில் தொங்க வேண்டும். இல்லையென்றால் இங்கேயே பட்டினி கிடந்து சாக வேண்டும். வருவது வரட்டும் என்று அவர்கள் ஒரு முடிவு செய்தார்கள். பிசாசை ஏழு வருடங்கள் வணங்குவதாக ஏற்றுக்கொண்டார்கள்.

உடனே பிசாசு அவர்களைத் தூக்கிக்கொண்டு ஆகாயத்தில் பறந்தது. பட்டாள முகாமின் மேலே பறந்து, அங்கே தூரத்தில் ஒரு இடத்தில் அவர்களைக் கொண்டு வந்து இறக்கியது. அவர்கள் மூவருக்கும் ஒவ்வொரு சாட்டையைக் கொடுத்துவிட்டுச் சொன்னது:

"இந்த சாட்டையைச் சொடுக்கினால் ஆகாயத்திலிருந்து தங்க நாணயங்கள் பொழியும். எத்தனை முறை சொடுக்கினாலும் அத்தனை முறை தங்க நாணயங்கள் கொட்டும். இந்த நாணயங்களை வைத்துக்கொண்டு நீங்கள் மிகவும் வளமாக வாழலாம். ஏழு வருடம் முடிந்த பிறகு நான் உங்களிடம் ஒரு விடுகதை சொல்வேன். அந்த விடுகதைக்கு நீங்கள் சரியான விடை சொன்னால் உங்களை நான் விடுதலை செய்துவிடுவேன். இல்லையென்றால் நீங்கள் உங்கள் வாழ்நாள் முழுதும் என் அடிமையாக இருக்க வேண்டியதுதான்."

இதைக் கேட்டு முதலில் படை வீரர்கள் அதிர்ச்சியடைந்தார்கள். பிசாசு, ஒரு பத்திரத்தை அவர்களிடம் கொடுத்து அதில் எழுதிக் கையெழுத்துப் போடும்படிச் சொன்னது. அவர்கள் அப்படியே கையெழுத்துப் போட்டார்கள். அப்போது அவர்களின் கரங்கள் நடுங்கின.

ஆனால், பிசாசு அவர்களை விட்டுச் சென்ற பிறகு, அவர்கள் அந்தச் சாட்டையைச் சொடுக்கிப் பார்த்தார்கள். உடனே ஆகாயத்திலிருந்து தங்க நாணயங்கள் கொட்டத் தொடங்கின. அதையெல்லாம் வாரியெடுத்து அவர்கள் இஷ்டம்போலச் செலவிட்டார்கள். மகிழ்ச்சியாக வாழ்ந்தார்கள். தோன்றிய இடத்துக்கெல்லாம் பயணம் சென்றார்கள். நல்ல உடைகளையும் தாங்கள் விரும்பிய எல்லாப் பொருட்களையும் வாங்கிக் கொண்டார்கள். அவர்களிடம் சற்றும் கஞ்சத்தனம் இல்லை. மற்றவர்களுக்கு நிறையப் பணம் கொடுத்தார்கள்.

இவ்வாறு, ஏழு வருடங்கள் முடியும் நேரம் நெருங்கியது. பிசாசுடன் செய்துகொண்ட ஒப்பந்தத்தின் காலம் முடியப்போகிறது. அதை நினைத்து வீரர்கள் மிகவும் கவலை கொண்டார்கள். மூன்றாவது வீரன் நண்பர்களுக்குத் தைரியம் சொன்னான்:

"நீங்கள் அஞ்சாதீர்கள்! நாம் எப்படியாவது பிசாசிடமிருந்து தப்பிக்க முயற்சி செய்வோம்."

அவர்கள் அப்படித் துயரத்துடன் அமர்ந்திருக்கும்போது அந்த வழியாக ஒரு பாட்டி வந்தார்கள். வீரர்கள் கவலையுடன் இருப்பதைப் பார்த்த பாட்டி, "தம்பிகளே, நீங்கள் ஏன் மிகவும் வருத்தமாக இருக்கிறீர்கள்?" என்று கேட்டார்கள்.

அப்போது வீரர்கள் சொன்னார்கள்:

"பாட்டி, நீங்கள் நினைத்தால் எங்கள் துயரத்தைப் போக்க முடியுமா? உங்களால் முடியும் என்று எங்களுக்குத் தோன்றவில்லை."

பாட்டி தலையாட்டிக்கொண்டே, "முதலில் உங்கள் கஷ்டம் என்னவென்று சொல்லுங்கள் பையன்களே. என்னால் அதைத் தீர்க்க முடிகிறதா இல்லையா என்று அப்புறம் பார்க்கலாம்" என்றார்கள்.

வீரர்கள் தங்கள் கதையைச் சொன்னார்கள். எல்லாவற்றையும் கேட்ட பிறகு பாட்டி அவர்களுக்கு ஆறுதல் சொன்னார்கள்.

"தம்பிகளே, நான் நினைத்ததுபோல உங்கள் விஷயம் அவ்வளவு சிரமமானதாக இல்லை. உங்களுக்கு நான் ஒரு வழி சொல்கிறேன். உங்களில் ஒருவர் காட்டுக்குச் சென்று, செங்குத்தான ஒரு பாறைக்குப் பக்கத்தில் இருக்கும் சிறிய வீட்டைக் கண்டுபிடிக்க வேண்டும். அந்த வீட்டில் ஒரு பாட்டி வசிக்கிறார்கள். அவர்கள் உங்கள் பிரச்சினைக்கு நல்ல ஆலோசனை சொல்வார்கள்."

மூன்று வீரர்களில் அதிகத் துணிச்சல் கொண்ட ஒருவன் உடனே பயணத்துக்குத் தயாரானான். அவன் சொன்னான்:

"சரி பாட்டி, உங்களுக்கு மிகவும் நன்றி. நான் இப்போதே புறப்படுகிறேன்."

அவன் காட்டுக்குப் புறப்பட்டான். நடந்து நடந்து இரவு வந்துவிட்டது. அப்போது செங்குத்தான ஒருபாறை தெரிந்தது. பக்கத்தில், குகைபோன்ற ஒரு சிறிய வீடு இருந்தது. வீரன் உள்ளே எட்டிப் பார்த்தான். உள்ளே ஒரு பாட்டி அமர்ந்திருந்தார்கள்.

வீரன் அந்தப் பாட்டிக்கு வணக்கம் சொன்னான். பாட்டி அவனை உள்ளே அழைத்துப் பேசத் தொடங்கினார்கள். பேசிக்கொண்டிருக்கும்போது, அந்தப் பாட்டி, பிசாசின் சொந்தப் பாட்டிதான் என்று வீரனுக்குப் புரிந்தது. அந்தப் பாட்டிக்கு பிசாசை அவ்வளவு பிடிக்காது. அவர்களுக்கு அந்த வீரன் மீது அன்பு ஏற்பட்டது. அவன் சொன்ன கதையையெல்லாம் கேட்டுவிட்டுப் பாட்டி சொன்னார்கள்:

"இதோ, இரவு நேரம் வந்துவிட்டதல்லவா. இப்போது பிசாசு வந்துவிடும்."

பிறகு பாட்டி, வீரனை தரைக்கு அடியிலுள்ள நிலவறையில் ஒளிந்துகொள்ளும்படிச் சொன்னார்கள்:

"நீ நிலவறையில் ஒளிந்துகொண்டு, பிசாசு சொல்வதைக் கவனித்துக் கேட்டுக்கொள்."

அவன் நிலவறையில் ஒளிந்திருந்தான். சற்று நேரத்திற்குப் பிறகு அங்கே பிசாசு பறந்து வந்தது. வந்த உடனே அது, "எனக்குப் பசிக்கிறது, உடனே சாப்பாடு போடுங்கள்! சாப்பாடு போடுங்கள் !" என்று கத்தியது.

பிசாசுக்கு சாப்பாடு போடும்போது அந்தப் பாட்டி கேட்டார்கள்:

"இன்று உன் வேலைகள் எல்லாம் நன்றாக நடந்தனவா?"

"இன்று எனக்கு எதுவும் கிடைக்கவில்லை. ஆனால் பரவாயில்லை. சில தினங்களுக்குள் எனக்கு நல்ல லாபம் கிடைக்கும். ஏழு வருடங்களுக்கு முன்பு நான் மூன்று பட்டாளக்காரர்களுடன் ஒரு ஒப்பந்தம் செய்துகொண்டேன். ஹி...ஹி...ஹி...இப்போது அந்த ஒப்பந்த காலம் முடியும் நேரம் வந்துவிட்டது."

"இருக்கட்டும். அவர்கள் உனக்குக் கிடைப்பார்கள் என்பதற்கு என்ன உறுதியிருக்கிறது. அவர்கள் அறிவாளிகளாக இருந்து, உன் விடுகதைக்குப் பதில் சொல்லித் தப்பித்துவிட்டால்..."

பாட்டியின் சந்தேகத்தைக் கேட்டுப் பிசாசுக்குக் கோபம் வந்தது. அது கத்தியது:

"அவர்களால் தப்பிக்கவே முடியாது. அவர்களால் பதில் சொல்ல முடியாத ஒரு விடுகதை என்னிடம் இருக்கிறது." பிறகு பிசாசு புகை கக்கிக்கொண்டே சொன்னது:

“நான் சொல்லப்போகும் விடுகதைக்கான விடைகளை உங்களிடம் சொல்கிறேன் பாட்டி. வடக்கே உள்ள கடற்கரையில் நீண்ட வாலுள்ள ஒரு குரங்கு செத்துக் கிடக்கிறது. அது அவர்களுக்கான வறுத்த இறைச்சி. முதலையின் விலா எலும்புதான் அவர்களின் சாப்பாட்டுக் கரண்டியாக இருக்கும். பழைய உட்கூடான குதிரைக் குளம்புதான், அவர்கள் பழரசம் பருகும் கோப்பையாக இருக்கும். என்ன சொல்கிறீர்கள் பாட்டி? இந்த விடைகளை யாருமே கண்டுபிடிக்க முடியாதுதானே? ஹி...ஹி...ஹி...”

பிறகு பிசாசு உறங்கச் சென்றுவிட்டது.

உடனே பாட்டி சென்று, மூடியிருந்த நிலவறைக் கதவைத் திறந்தார்கள். உள்ளே ஒளிந்திருந்த வீரன் மெதுவாக வெளியே வந்தான்.

“பிசாசு சொன்னது உனக்குக் கேட்டதா?” என்று பாட்டி ரகசியமாகக் கேட்டார்கள்.

“நான் எல்லாவற்றையும் கேட்டேன் பாட்டி. மிகவும் நன்றி” என்று சொன்னான் வீரன். அவன் விரைந்து தன் நண்பர்களிடம் வந்தான். ரகசியத்தைத் தெரிந்துகொண்ட நண்பர்கள் அளவற்ற மகிழ்ச்சியடைந்தார்கள். அவர்கள் உடனே சாட்டையை எடுத்துச் சொடுக்கினார்கள். மேலிருந்து தங்க நாணயங்கள் கொட்டத் தொடங்கின.

சின தினங்களுக்குப் பிறகு, ஏழு வருடங்கள் முடியும் நாள் வந்தது. பத்திரத்தை எடுத்துக்கொண்டு அங்கே வந்தது பிசாசு. அது பத்திரத்தைக் காட்டிக் கேட்டது:

“உங்கள் வாக்குறுதி என்னவாயிற்று?”

வீரர்கள் துயரமாக இருப்பதுபோன்று நடித்தபடி, “சரிதான். நாங்கள் உன் நிபந்தனையை ஏற்றுக்கொள்கிறோம்!” என்று சொன்னார்கள்.

“அப்படியென்றால், நான் இப்போது ஒரு விடுகதை சொல்கிறேன். அந்த விடுகதைக்கு நீங்கள் பதில் சொல்லிவிட்டால் நான் உங்களை விட்டுவிடுவேன். இல்லையென்றால் நீங்கள் கடைசிவரை என் அடிமைகளாக இருக்க வேண்டி வரும். என் விடுகதைக்கு உங்களால் பதில் சொல்ல முடியாது என்றுதான் நான் நம்புகிறேன்.”

“உன் விடுகதை என்ன?” என்று வீரர்கள் கேட்டார்கள்.

“நான் உங்கள் மூவரையும் என் இடத்திற்கு அழைத்துச் செல்கிறேன் என்று வைத்துக்கொள்ளுங்கள். நான் அங்கே உங்களுக்கு ஒரு விருந்து தருவேன். அப்போது உங்களுக்கு வறுத்த இறைச்சி

பரிமாறுவேன். அது எந்த விலங்கின் இறைச்சியாக இருக்கும்? ம்.... பதில் சொல்லுங்கள்!"

மூன்று வீரர்களில் முதலாம் வீரன் சொன்னான்:

"வடக்கே உள்ள கடற்கரையில் நீண்ட வாலுள்ள ஒரு குரங்கு செத்துக் கிடக்கிறது. அந்த வறுத்த இறைச்சி, அந்தக் குரங்கின் இறைச்சியாகத்தான் இருக்கும் என்று நான் ஊகிக்கிறேன்."

பிசாசு இந்தப் பதிலைக் கேட்டு அதிர்ச்சியடைந்தது. அது "ஹூம்...ஹூம்...ஹூம்..." என்று உறுமியது. பிறகு கேட்டது:

"அப்படியென்றால் நீங்கள் எதைக் கரண்டியாகப் பயன்படுத்திச் சாப்பிடுவீர்கள்? இதற்குப் பதில் சொல்லுங்கள்!"

இரண்டாவது வீரன் சொன்னான்:

"முதலையின் விலா எலும்பைத்தான் கரண்டியாகப் பயன்படுத்துவோம்!"

அந்தப் பதிலைக் கேட்டதும் பிசாசு முற்றிலும் தளர்ந்து விட்டது. ஏமாற்றத்தால் அதன் முகம் இருண்டது. "ஹூம்... ஹூம்... ஹூம்..." என்று அது மீண்டும் உறுமியது.

"சரி. இருக்கட்டும். இப்போது இந்தக் கேள்விக்குப் பதில் சொல்லுங்கள். நீங்கள் பழரசம் பருகும் குவளையாக எதைப் பயன்படுத்துவீர்கள்?"

மூன்றாவது வீரன் சொன்னான்:

"பழைய உட்கூடான குதிரைக் குளம்பைத்தான் நாங்கள் குடிக்கும் குவளையாகப் பயன்படுத்துவோம்."

அதைக் கேட்டதும் பிசாசு கோபத்துடன் குதித்தது. "ஹூம்...ஹூம்...ஹூம்..." என்று பலமாக உறுமியது. அதன் மூக்கிலிருந்தும் வாயிலிருந்தும் புகை வந்தது. பிறகு மேற்கொண்டு அந்த இடத்தில் நிற்காமல் வேறெங்கோ பறந்து சென்றது. இனி அந்த வீரர்களை தான் எந்த விதத்திலும் கட்டுப்படுத்த முடியாது என்று அது தெரிந்துகொண்டது.

அதன் பிறகு மூன்று வீரர்களும் விடுதலையடைந்தனர். அவர்கள் மிகவும் மகிழ்ச்சியுடன் தங்கள் சாட்டைகளை ஓங்கிச் சொடுக்கினார்கள். உடனே மேலிருந்து நிறைய நிறையத் தங்க நாணயங்கள் விழுந்தன.

இளைஞனும் நீதிபதியும்

ஒரு கொடுமைக்கார ராஜா இருந்தான். அவன் மிக மிகவும் அதிகமான வரி வசூல் செய்து மக்களைத் துன்புறுத்தினான். அவன் ஆட்சியில் மக்கள் ஒரு நாள்கூட நிம்மதியாக இருக்க முடியவில்லை. தன்னை யாராவது விமர்சித்தாலோ, தனக்கு யாரும் அறிவுரை சொன்னாலோ ராஜா அவர்களை உடனே கொன்று விடுவான்.

இப்படி இருக்கும்போது அந்த நாட்டில் உள்ள ஒரு இளைஞன், யாருக்கும் தெரியாமல் ராஜாவைக் கொன்று காட்டில் புதைத்து விட்டான். ஆனால், அவன் ராஜாவின் சடலத்தை குதிரை மீது வைத்து எடுத்துச் செல்வதை ஒரு சேவகன் பார்த்துவிட்டான். பிறகு இளைஞன், ஒரு ஆட்டுக் குட்டியைக் கொன்று ஒரு பாழடைந்த கிணற்றில் போட்டான்.

இளைஞன்தான் ராஜாவைக் கொன்றான் என்று, அந்த சேவகன் மூலம் எல்லோருக்கும் தெரிந்துவிட்டது. அதன் பிறகு அவன் கைது செய்யப்பட்டான். நீதிபதி அவனிடம் விசாரித்தார். அவர் எவ்வளவு விசாரணை செய்தும் அவன் குற்றத்தை ஒப்புக்கொள்ளவில்லை. தான் ராஜாவைக் கொள்ளவே இல்லை என்று உறுதியாகச் சொன்னான். பிறகு நீதிபதி தந்திரமாகக் கேட்டார்.

198 □ சிரிக்கும் ஆப்பிள் பேசும் திராட்சை

"சரி. நீ ராஜாவைக் கொல்லவில்லை. நான் நம்புகிறேன். ஆனால் பிணத்தை எங்கே கொண்டுபோய் போட்டாய்?"

"கிணற்றில் போட்டேன்."

நீதிபதி ஆணவத்துடன் குபீரென்று சிரித்தார்: "பார்த்தாயா, எவ்வளவு திறமையாகப் பேசி உன்னிடமிருந்து உண்மையை வெளியே கொண்டுவந்துவிட்டேன்! என்னிடம் யாரும் உண்மையை மறைக்க முடியாது!" என்றார்.

உடனே இளைஞனை ஒரு கயிற்றில் கட்டி அந்தக் கிணற்றில் இறக்கினார்கள். அவன் கிணற்றுக்கு அடியில் சென்றான். கிணற்றின் உட்புறம் தேடிப் பார்த்தான். ஆட்டுக் குட்டியின் உடல் அவன் கையில் தட்டுப்பட்டது. அவன் மேலே பார்த்து, சேவகனிடம் கேட்டான்:

"ராஜா கம்பளி மேலங்கி அணிந்திருந்தாரா?"

"ராஜா கம்பளி மேலங்கி அணிவதில்லை."

"அப்படியானால் இதற்குக் கம்பளி ரோமம் இருக்கிறது. எனவே இது ராஜா இல்லை."

பிறகு இளைஞன் ஆட்டின் வாலைத் தொட்டுப் பார்த்தான்:

"ராஜாவுக்கு வால் இருந்ததா?"

"இல்லை, ராஜாவுக்கு எப்போதுமே வால் இருந்ததில்லை."

"அப்படியென்றால் இது ராஜா அல்ல."

பிறகு ஆட்டின் கால்களைத் தொட்டுப் பார்த்துவிட்டு இளைஞன் கேட்டான்.

"ராஜாவுக்கு எத்தனைக் கால்கள் இருக்கும்?"

"ராஜாவுக்கு இரண்டு கால்கள்தான் இருக்கும்."

"இதற்கு நான்கு கால்கள் இருக்கின்றன. அப்படியென்றால் இது ராஜா அல்ல."

பிறகு ஆட்டின் தலையைத் தொட்டுப் பார்த்துவிட்டுக் கேட்டான்:

"ராஜாவுக்குக் கொம்பு இருந்ததா?"

"இல்லை. ராஜாவுக்கு எப்போதும் கொம்பு இருந்ததில்லை."

"இதற்கு இரண்டு கொம்புகள் இருக்கின்றன. அப்படியென்றால் இது ராஜா அல்ல."

பிறகு நீதிபதி கட்டளையிட்டார்:

"கொம்பும் கம்பளியும் உள்ள அதை மேலே கொண்டு வா!"

ஆட்டுக் குட்டியைத் தோளில் வைத்துக்கொண்டு இளைஞன் மேலே வந்தான்.

அது உண்மையில் ஒரு ஆட்டுக் குட்டிதான் என்று நீதிபதிக்குப் புரிந்தது. அவர், அந்த இளைஞன் நிரபராதியென்று விடுதலை செய்தார்!

திரும்பி வந்த பாதிரியார்

முற்காலத்தில் ஒரு பாதிரியார் இருந்தார். அவருக்கு மனைவியும் மூன்று மகள்களும் இருந்தார்கள். அந்த நான்கு பெண்களும் பெரிய முட்டாள்கள்.

ஒருநாள் மூத்த மகள், தூரத்தில் இருக்கும் ஒரு செங்குத்தான இடத்துக்குச் சென்றாள். அங்கு சென்று அவள் அழத் தொடங்கினாள். அழும்போது அவள் இப்படிச் சொல்லிக்கொண்டே அழுதாள்:

“நான் திருமணத்திற்குப் பிறகு என் கணவருடன் இங்கு வருவேன். அப்போது அவர் கால் தவறி இந்த செங்குத்தான சரிவிலிருந்து கீழே விழுந்து இறந்து விட்டால் என்ன செய்வது?”

வெகு நேரமாக அக்காவைக் காணவில்லையே என்று தங்கைகள் இருவரும் தேடி வந்தார்கள். அவர்களின் பின்னால் அம்மாவும் சென்றாள். அந்த செங்குத்துச் சரிவின் பக்கத்தில் அமர்ந்து மூத்தவள் அழுதுகொண்டிருுப்பதைப் பார்த்தபோது, அவள் தங்கைகளுக்கும் அம்மாவுக்கும் அழுகை வந்தது. பிறகு அவர்கள் எல்லோரும் ஒன்றாக அமர்ந்து குய்யோ முறையோ என்று உரக்க அழத் தொடங்கினர்.

சென்றவர்கள் யாரும் திரும்பி வராததால், பாதிரியும் தேடிச் சென்றார். எல்லோரும் ஒரு இடத்தில் அமர்ந்து

கத்தி அழுது கூப்பாடு போடுவதைப் பார்த்து அவர் அதிர்ச்சியடைந்தார். என்றாலும், அதற்கான காரணம் தெரிந்தபோது அவருக்குக் கடும் கோபம் வந்தது. அவர் சொன்னார்:

"இனியும் என்னால் உங்கள் மடத்தனத்தைப் பொறுத்துக் கொண்டு உங்களுடன் இருக்க முடியாது. நான் எங்காவது சென்று விடுகிறேன்."

தனக்கு வேண்டியதையெல்லாம் மூட்டை கட்டி எடுத்துக் கொண்டு புறப்பட்டார்.

புறப்படும் முன்பு பாதிரியார், "உங்களைவிடப் பெரிய முட்டாள்களை நான் என்றைக்குப் பார்க்கிறேனோ, அன்றுதான் நான் திரும்பி வருவேன்! இல்லையென்றால் இனி நான் எப்போதுமே திரும்பி வர மாட்டேன்" என்று சொல்லிச் சென்றார்.

பாதிரியார் நடந்து நடந்து தூரமான இடத்துக்குச் சென்றார். அங்கே இருந்த ஒரு வீட்டில் யாரோ அழுவது கேட்டது. அவர் அந்த வீட்டுக்குள் சென்றார்.

உள்ளே ஒரு பெண் தன் குழந்தையைத் தொட்டிலில் கிடத்தியிருந்தாள். அந்தத் தொட்டிலுக்கு நேர் மேலே ஒரு கைக் கோடரி தொங்கிக்கொண்டிருந்தது. அந்தப் பெண், மேலே தொங்கும் கைக் கோடரியைப் பார்த்துக்கொண்டே அழுதாள்:

"ஐயோ! மிகவும் பயமாக இருக்கிறதே! இந்தக் கோடரி என் குழந்தை மீது விழுந்து என் குழந்தை செத்துவிட்டால் என்ன செய்வது?"

பாதிரியார் அவளைச் சமாதானப்படுத்தினார்:

"இதற்கு நான் ஒரு வழி செய்கிறேன். நான் உங்கள் பிரச்சினையைத் தீர்த்து வைத்தால் எனக்கு என்ன தருகிறீர்கள்?"

"என்ன வேண்டுமென்றாலும் நான் தருகிறேன். நீங்கள் என் குழந்தையின் உயிரைக் காப்பாற்றினால் போதும்!"

பாதிரியார் அந்தத் தொட்டிலை அவிழ்த்தார். அந்த அறைக்குள் வேறொரு இடத்தில் அதைக் கட்டினார். அந்தப் பெண் இதைப் பார்த்து மிகவும் மகிழ்ச்சியடைந்தாள். அவருக்கு ஒரு நல்ல தொகையை அன்பளிப்பாகக் கொடுத்தாள்.

பாதிரியார் தொடர்ந்து பயணம் செய்தார்.

ஒரு இடத்தில் மக்கள் கூட்டமாக நின்றுகொண்டிருந்தார்கள். அவர் அங்கே சென்று பார்த்தார். கூட்டத்தின் நடுவில் ஒருவன்

அமர்ந்து தேம்பித் தேம்பி அழுதுகொண்டிருந்தான். அருகிலிருந்தவர்களிடம் விசாரித்த பிறகுதான், அவன் ஏன் அழுகிறான் என்று பாதிரியாருக்குப் புரிந்தது.

அழுதுகொண்டிருந்தவன் மிகவும் உயரமானவன். நேற்றுதான் அவனுக்குத் திருமணம் நடந்தது. மனைவி வீட்டு வாயில் வழியே அவனால் உள்ளே நுழைய முடியவில்லை. அதனால் மற்றவர்கள்- அவன் காலை வெட்டி உயரத்தைக் குறைப்பதா, அல்லது தலையை வெட்டி உயரத்தைக் குறைப்பதா என்று தீவிரமாக விவாதித்துக் கொண்டிருந்தார்கள். உயரமான மனிதன் அந்த அச்சத்தால்தான் தெரு நடுவில் அமர்ந்து அழுதுகொண்டிருந்தான். இந்தப் பிரச்சினையில் பாதிரியார் தலையிட்டார். அவர் கேட்டார்:

"இருக்கட்டும். நான் இதற்கு ஒரு வழி கண்டுபிடித்தால் நீங்கள் எனக்கு என்ன தருவீர்கள்?"

அந்த மனிதனின் உறவினர்கள், "இதற்கு நீங்கள் ஒரு வழி கண்டுபிடித்தால் நாங்கள் என்ன வேண்டுமானாலும் தருகிறோம்!" என்றார்கள்.

பாதிரியார், புது மாப்பிள்ளையை அழைத்துக்கொண்டு அவன் மனைவியின் வீட்டுக்கு வந்தார். வீட்டு வாயிலருகில் நின்று மாப்பிள்ளையிடம் சொன்னார்:

"நீ கொஞ்சம் தலையைக் குனிந்துகொள், இன்னும் கொஞ்சம்...போதும். இப்போது இதேபோன்று உள்ளே செல். வெளியே வரும்போதும் இப்படிக் குனிந்தபடியே வெளியே வா!"

இந்த முடிவைக் கேட்டு மாப்பிள்ளை மகிழ்ச்சிக் கூத்தாடினான். உடனே தலையைக் குனிந்துகொண்டு தன் மனைவியின் வீட்டுக்குள் புகுந்து ஓடினான். அங்கிருந்தவர்கள் எல்லோரும் பாதிரியாரின் அறிவாற்றலை எண்ணி எண்ணி வியந்து அவருக்குப் பரிசுப் பொருட்களும் பணமும் கொடுத்து அனுப்பினார்கள்.

பாதிரியார் மீண்டும் பயணம் தொடர்ந்தார்.

வழியில் அவர் ஒரு பாட்டியைப் பார்த்தார். அவள் ஒரு பெண் பன்றியைக் குளிப்பாட்டி அலங்கரித்துக்கொண்டிருந்தாள். அவள் வைரக் கற்கள் பதித்த தங்க வளையல்களை அந்தப் பன்றிக்கு அணிவித்துக்கொண்டிருந்தாள். பாதிரியாரைப் பார்த்ததும் பாட்டி இப்படிச் சொன்னாள்:

"தம்பி, எனக்கு வயதாகிவிட்டது. என்னால் பயணம் செய்ய முடியாது. இவளை என் மகளைப்போல வளர்க்கிறேன். பக்கத்துத் தெருவில்

204 □ சிரிக்கும் ஆப்பிள் பேசும் திராட்சை

நடக்கும் ஒரு கல்யாணத்துக்குச் செல்வதற்காகத்தான் நான் இவளை அலங்கரித்திருக்கிறேன். நீ இவளை அழைத்துச் சென்று, திருமணம் முடிந்ததும் கொண்டு வந்து விட்டுவிடுகிறாயா?"

அப்படியே செய்கிறேன் என்று பாதிரியார் சொன்னார். அவர் பெண் பன்றியுடன் சற்றுத் தொலைவு சென்ற பிறகு, பின்னிருந்து பாட்டி அழைத்தாள்:

"தம்பி, கொஞ்சம் நில். நான் உன் முகத்தைக் கொஞ்சம் பார்த்துக்கொள்கிறேன்."

பாதிரியார் தொப்பியை எடுத்துத் தன் முகத்தை மறைத்துக் கொண்டு, பாட்டியை நோக்கித் திரும்பி நின்றார்.

கண் பார்வை சரியில்லாத அந்தப் பாட்டி, அந்த வட்டத் தொப்பியை பாதிரியின் முகம் என்றே நினைத்துவிட்டாள். அவள் சொன்னாள்:

"ஆகா! உன் முகம் எவ்வளவு வட்டமாக எவ்வளவு அழகாக இருக்கிறது! இதுபோன்ற நல்ல முகத்தை நான் இதுவரை பார்த்ததே இல்லையே! நீ கல்யாணத்திலிருந்து திரும்பி வரும்போது எனக்கும் ஒரு கேக் கொண்டு வா!"

அடுத்த திருப்பத்தில் திரும்பியபோது பாதிரியார் அந்தப் பெண் பன்றியின் உடலில் அணிவித்திருந்த நகைகளையெல்லாம் கழற்றித் தன் பையில் வைத்துக்கொண்டார். பிறகு அந்தப் பன்றியைத் துரத்திவிட்டார். தனக்குக் கிடைத்த எல்லாப் பொருட்களையும் மூட்டையாகக் கட்டி எடுத்துக்கொண்டு தன் வீடு நோக்கிப் புறப்பட்டார்.

பாதிரியார் வீட்டுக்குச் சென்றதும், தான் கொண்டு வந்த பொருட்களையெல்லாம் மேசையில் வைத்தார். தன் மனைவியையும் மகள்களையும் அழைத்தார்:

"பரவாயில்லை. நீங்கள்தான் இந்த உலகத்திலேயே பெரிய முட்டாள்களாக இருப்பீர்கள் என்று நினைத்தேன். ஆனால் உங்களைவிடவும் பெரிய முட்டாள்கள் இந்த உலகத்தில் இருக்கிறார்கள் என்று புரிந்துகொண்டேன். இனி நான் எங்கும் செல்ல மாட்டேன்."

அவர், தனக்குக் கிடைத்த பணத்தைக் கொண்டு தன் மகள்கள் மூவருக்கும் சிறப்பாகத் திருமணம் செய்தார். பிறகு தன் மனைவியுடன் மகிழ்ச்சியாக வாழ்ந்தார்.

சிரிக்கும் ஆப்பிள் பேசும் திராட்சை

ஒரு ராஜாவுக்கு மூன்று மகள்கள் இருந்தார்கள். ராஜா, தொலை தூரத்தில் நடக்கும் ஒரு சந்தைக்குச் செல்ல நினைத்தார். புறப்படும் முன்பு அவர் தன் மகள்களை அழைத்துக் கேட்டார்:

"அன்பிற்குரிய என் மகள்களே, நான் சந்தைக்குச் சென்று வரும்போது உங்களுக்கு என்ன வாங்கி வர வேண்டும்?"

மூத்த மகள் சொன்னாள்:

"அன்பான அப்பா, எனக்குத் தங்க உடை வாங்கி வாருங்கள்!"

இரண்டாவது மகள் சொன்னாள்:

"அன்பான அப்பா, எனக்கு வெள்ளி உடை வாங்கிக் கொண்டு வாருங்கள்!"

மூன்றாவது மகள் சொன்னாள்:

"அன்பான அப்பா, எனக்கு சிரிக்கும் ஆப்பிளும் பேசும் திராட்சையும் வாங்கி வாருங்கள்."

நீங்கள் மூவரும் கேட்டதையெல்லாம் வாங்கி வருகிறேன் என்று சொல்லி ராஜா புறப்பட்டுச் சென்றார்.

சந்தைக்குச் சென்றதும் அவர் முதலில் மூத்த இரண்டு மகள்களுக்கான உடைகளை வாங்கினார். ஆனால் எங்கெங்கு தேடியும் சிரிக்கும் ஆப்பிளும் பேசும் திராட்சையும் கிடைக்கவில்லை.

கடைசி மகளின் விருப்பத்தை நிறைவேற்ற முடியவில்லையே என்று நினைத்து வருந்தியவாறே ராஜா திரும்பிக்கொண்டிருந்தார். அப்போது பாதி வழியில் குதிரை வண்டி ஒரு சேற்றுக் குழியில் சிக்கிக்கொண்டது. குதிரைகள் எவ்வளவு பலமாக இழுத்தாலும் வண்டி அசையவில்லை. என்ன செய்வது என்று தெரியாமல் ராஜா திகைத்து நின்றார். அப்போது அந்த வழியாக ஒரு அசிங்கமான பன்றி வந்தது. ராஜாவின் நெருக்கடியைப் புரிந்துகொண்ட பன்றி சொன்னது:

"ராஜாவே, உங்கள் கடைசி மகளை எனக்குத் திருமணம் செய்து தருவதாக வாக்களித்தால் நான் இப்போது உங்களுக்கு உதவி செய்கிறேன். இந்த வண்டியை சேற்றிலிருந்து வெளியே எடுத்துத் தருகிறேன்."

வேறு வழியில்லாமல் ராஜா சம்மதித்தார். பிறகு பன்றி, தன் முகத்தால் வண்டியின் முன் சக்கரத்தை உந்தியது. உடனே வண்டி அந்த சேற்றுப் பள்ளத்திலிருந்து வெளியேறிவிட்டது.

ராஜா, அரண்மனைக்கு வந்தார். மூத்த இரண்டு மகள்களுக்கும் தான் வாங்கி வந்த பரிசுகளை வழங்கினார். கடைசி மகள் கேட்ட பொருட்களை வாங்கி வர முடியவில்லையே என்று கவலை கொண்டார். இதைத் தவிர, அவளை ஒரு அசிங்கமான விலங்குக்குக் கொடுப்பதாகவும் வாக்களித்துவிட்டார்.

சற்று நேரத்திற்குப் பிறகு அந்தப் பன்றி அரண்மனைக்கு வந்தது. அது ஒரு தள்ளு வண்டியையும் கொண்டு வந்திருந்தது. உரக்கச் சொன்னது பன்றி:

"ராஜாவே, எங்கே உங்கள் கடைசி மகள்? அவளை அழைத்துச் செல்லத்தான் நான் வந்திருக்கிறேன்."

ராஜா இதைக் கேட்டு அஞ்சினார். ஒரு பணிப் பெண்ணுக்கு, தன் கடைசி மகள்போல வேடமணிவித்து அனுப்பினார். அவளைப் பார்த்துவிட்டு பன்றி சொன்னது:

"ஹூம், ஹூம்... இது இளவரசியல்ல..."

பன்றி அவளை ஏற்றுக்கொள்ளவில்லை. அந்தப் பன்றியை ஏமாற்ற முடியாதென்று ராஜாவுக்குப் புரிந்தது. கடைசியில் தன்

கடைசி மகளையே அனுப்பினார். அவளுக்கு மிகவும் அசிங்கமாக ஒப்பனை செய்து, மோசமாக உடை உடுத்தித்தான் அனுப்பினார். அப்படிச் செய்தால் அந்தப் பன்றி திருப்பி அனுப்பிவிடும் என்பது அவர் நம்பிக்கை. ஆனால், அப்படி நடக்கவில்லை. பன்றி மிகவும் மகிழ்ச்சியுடன் இளவரசியை அழைத்துச் சென்றது. ராஜா தன் முட்டாள்தனத்தை நினைத்து மனம் நொந்து அழுதார்.

தன் விதியை நினைத்து இளவரசியும் அழுதாள். பன்றி, அவளை வண்டியில் வைத்து இழுத்துக்கொண்டு தொலைவான ஒரு இடத்துக்கு வந்தது. அங்குதான் அந்தப் பன்றி வசித்தது.

"வண்டியிலிருந்து இறங்கி நம் வீட்டுக்குள் செல்!" என்று கட்டளையிட்டது பன்றி.

இளவரசி இறங்கி பன்றியின் வீட்டுக்குள் சென்றாள்.

அந்த வீடு மிகவும் அசிங்கமாக இருந்தது. அங்கே ஒரு மூலையில் கொஞ்சம் வைக்கோல் பரப்பப்பட்டிருந்தது. பயணத்தால் மிகவும் களைப்புற்றிருந்த இளவரசி அதில் படுத்துத் தூங்கினாள்.

மறுநாள் மதியம்தான் அவள் எழுந்தாள். கண்களைத் திறந்து பார்த்தபோது, அவளுக்குப் பேராச்சரியம்! மிகவும் விலையுயர்ந்த பட்டு மெத்தையில் அவள் படுத்திருந்தாள். மெத்தையின் விளிம்புகளில் தங்க இழைகளால் சித்திர வேலைப்பாடுகள் செய்யப்பட்டிருந்தன. தான் இப்போது தேவலோகம்போன்ற ஒரு அரண்மனையில் இருக்கிறோம் என்று தெரிந்துகொண்டாள்.

அவள் விழித்துவிட்டாள் என்று தெரிந்ததும் பணிப் பெண்கள் ஓடி வந்து சொன்னார்கள்:

"தங்களுக்கு என்ன வேண்டும், உத்தரவிடுங்கள்!"

இளவரசி அணிவதற்கான அற்புதமான ஆடைகளும், ஆபரணங்களும் பக்கத்தில் வைக்கப்பட்டிருந்தன.

வியப்பிலாழ்ந்த இளவரசி மெதுவாகப் படுக்கையைவிட்டு எழுந்தாள். பிறகு மௌனமாக உடை மாற்றிக்கொண்டாள். பிறகு பணிப் பெண்கள் அவளைக் குளிக்க வைத்து காலை உணவுக்கு அழைத்துச் சென்றார்கள். அங்கே ஒரு அழகான இளைஞன் இளவரசிக்காகக் காத்திருந்தான்.

"என் மனைவியே, நான்தான் உன் கணவன். இங்கே காண்பதெல்லாம் உனக்கு உரிமையானவை."

அந்த இளைஞனின் பேச்சைக் கேட்டு அவள் மிகவும் மகிழ்ச்சியுற்றாள்.

உணவு சாப்பிட்டுவிட்டு அவன் அவளை பக்கத்தில் உள்ள தோட்டத்துக்கு அழைத்துச் சென்றான். தான் காண்பதெல்லாம் கனவா நினைவா என்று அவளுக்குப் புரியவில்லை. அவன் கேட்ட கேள்விகளுக்கு அவள் பதில் சொல்லவும் இல்லை. ஏனென்றால் வியப்பிலிருந்து அவள் இன்னும் விடுபடவில்லை.

அவர்கள் நடந்து நடந்து அந்தத் தோட்டத்தின் ஒரு மூலைக்கு வந்தார்கள். அங்கிருந்த ஆப்பிள் மரங்களில் செழித்திருந்த ஆப்பிள்கள், அவளைப் பார்த்துச் சிரித்தன. அங்கே திராட்சைப் பந்தலில் இருந்த திராட்சைப் பழங்கள் பேசத் தொடங்கின:

"அழகான ராணியே, நீ எங்களைப் பறித்துச் சாப்பிடு. நாங்கள் மிகவும் சுவையாக இருப்போம்."

அந்த இளைஞன் சொன்னான்:

"நீ விரும்பியதெல்லாம் இங்கே இருக்கிறது. நான் ஒரு இளவரசன். ஆனால் ஒரு சாபத்தின் காரணமாகப் பன்றியாக மாறிவிட்டேன். ஒரு பெண் சிரிக்கும் ஆப்பிளும் பேசும் திராட்சையும் கேட்கும்வரை பன்றியாக இருக்க வேண்டும் என்பதுதான் என் விதி. நீ என்னை சாபத்திலிருந்து காப்பாற்றிவிட்டாய். இனி நாம் என்றும் பிரியாமல் ஒன்றாக வசிக்கலாம்."

இந்த அதிசயத்தைத் தன் அப்பாவிடம் சொல்ல வேண்டும் என்று அவள் அவசரப்பட்டாள்.

"வாருங்கள், நாம் அப்பாவிடம் சென்று எல்லாவற்றையும் சொல்லலாம்."

அவர்கள் புறப்பட்டார்கள்.

இத்தாலி

இரவு உணவு

கணவனும் மனைவியும் வாழ்ந்துவந்தார்கள். கணவன் அங்குள்ள நதியில் படகோட்டியாகப் பணிபுரிந்தான். மக்களை மறு கரைக்குக் கொண்டு சென்றுவிடுவதுதான் அவன் தொழில். அவர்கள் ஒரு நாயையும் பூனையையும் வளர்த்தார்கள். ஒரு பண்டிகை நாள் அன்று கணவன் ஒரு கோழி வாங்கி வந்தான். அதை மனைவியிடம் கொடுத்துவிட்டுச் சொன்னான்:

"இன்று பண்டிகை நாள். நாம் அருமையாகச் சமைத்து இரவு உணவு உண்ணவேண்டும். சாப்பிடுவதற்கு என் நண்பன் டோனியும் வருவான். அவன் வறுத்த மீன் கொண்டு வருவதாகச் சொல்லியிருக்கிறான்."

"சரி. நான் கோழிக்கறி சமைக்கிறேன்!" என்றாள் மனைவி. அவள் கோழியைச் சுத்தப்படுத்தி சமைக்கத் தொடங்கினாள். கோழிக்கறி வேகத் தொடங்கும் போது, தேவாலயத்திற்குச் சென்று பிரார்த்தனை செய்துவிட்டு வரலாம் என்று அவள் நினைத்தாள்.

அவள் நாயையும் பூனையையும் வீட்டுக்குள் வைத்துப் பூட்டிவிட்டு தேவாலயத்துக்குச் சென்றாள்.

வீட்டுக்காரி சென்றவுடனே அந்த நாய், அடுப்பருகில் சென்று முகர்ந்துகொண்டே சொன்னது:

“ஆஹா! எவ்வளவு அருமையான வாசனை!”

நாய், பூனையையும் துணைக்கு அழைத்தது:

“பூனை ஐயா, வாருங்கள். இந்த அடுப்பிலிருக்கும் பாத்திரத்திலிருந்து எவ்வளவு அருமையான வாசனை வருகிறது பாருங்கள்! உங்களால் இந்தப் பாத்திரத்தின் மூடியை மெதுவாகத் திறக்க முடியுமா பூனை ஐயா?”

பூனை சென்று மெதுவாகப் பிறாண்டி பாத்திரத்தின் மூடியை விலக்கியது.

“இனி உள்ளே இருக்கும் கோழி இறைச்சியை வெளியே எடுக்க முடியுமா என்று பாருங்கள் பூனை ஐயா.”

பூனை, பாத்திரத்திற்குள்ளிருந்து கோழி இறைச்சியை வெளியே எடுத்துப் போட்டது.

பிறகு, நாயும் பூனையும் சேர்ந்து அந்த இறைச்சி முழுதையும் தின்று தீர்த்தன. சற்று நேரத்திற்குப் பிறகு,

“நண்பரே, எஜமானி வந்து பார்த்தால் நம்மை அடித்து நசுக்கி விடுவார்கள் என்பது நிச்சயம். நாம் எங்காவது ஒளிந்துகொள்ளலாம்...” என்றது பூனை.

ஒளிந்துகொள்வதற்கு ஏற்ற இடம் தேடி நாயும் பூனையும் அந்த வீடு முழுதும் சுற்றிப் பார்த்தன.

“பூனை ஐயா, இங்கே பாருங்கள், நாம் இந்தக் கட்டிலின் அடியில் ஒளிந்துகொள்ளலாமா?”

“வேண்டாம் நண்பரே. சுலபமாகக் கண்டுபிடித்துவிடுவார்கள்.”

“அப்படியென்றால், இந்த நாற்காலியின் கீழே ஒளிந்துகொள்ள லாமா?”

“வேண்டாம். சீக்கிரம் கண்டுபிடித்துவிடுவார்கள்.”

கடைசியில் பூனை மேலே பார்த்தது. அங்கிருக்கும் பரணில் பதுங்கலாம் என்று நினைத்தது. பிறகு பூனை, சட்டென்று ஒரே பாய்ச்சலில் பரண் மீது தாவி அமர்ந்துகொண்டது.

அப்போது நாய் கத்தியது:

“ஆபத்து! இறங்கி ஓடிவிடுங்கள் பூனை ஐயா. உங்கள் வால் வெளியே தெரிகிறது!”

"ஐயோ! என்னால் இந்த இடத்தைவிட்டு நகர முடிய வில்லையே! நான் இந்தப் பரணில் ஒட்டிக்கொண்டுவிட்டேன்!"

"அப்படியா? சற்றுப் பொறுங்கள். நான் வந்து உங்கள் வாலைப் பிடித்து இழுத்து உங்களை விடுவிக்கிறேன்."

நாய் மேலே பாய்ந்து பூனையின் வாலைப் பிடித்தது. ஆனால், அந்த நாயின் முன் கால்கள் பூனையின் வாலுடன் இறுக ஒட்டிக் கொண்டுவிட்டன. பூனை வாலை விட்டுவிட்டுக் கீழே குதிக்க எவ்வளவுதான் முயன்றாலும் நாயால் முடியவில்லை. அது அப்படியே பூனையின் வாலைப் பிடித்துத் தொங்கிக் கொண்டிருந்தது.

இந்த நேரத்தில் வீட்டுக்காரி திரும்பி வந்தாள். வீட்டைத் திறந்து சமையலறைக்குச் சென்று பார்த்தாள். கோழிக் கறி சமைத்த பாத்திரம் காலியாகக் கிடந்தது. சமையலறை எங்கும் எலும்புத் துண்டுகளாகக் கிடந்தன. என்ன நடந்திருக்கிறது என்று அவளுக்குப் புரிந்துவிட்டது. அவள் கோபத்துடன் கத்தினாள்:

"இந்தப் பூனையும் நாயும் சேர்ந்துதான் இந்த அட்டூழியம் செய்திருக்கின்றன. நான் அவற்றைக் கொல்லாமல் விடமாட்டேன்!"

அவள் நாயையும் பூனையையும் வீடெங்கும் தேடினாள். எங்குமே அவற்றைக் காணவில்லை. பிறகுதான் அவள் மேலே பார்த்தாள். அங்கே,

பரணில் பூனை தொங்கிக்கொண்டிருக்கிறது! பூனையின் வாலைப் பிடித்துக்கொண்டு நாய் தொங்கிக்கொண்டிருக்கிறது!

அவை வெளியே ஓடிவிடாமல் இருப்பதற்காக அவள் முதலில் கதவைத் தாழிட்டாள். "சற்றுப் பொறுங்கள்! நான் இன்று உங்களுக்கு ஒரு பாடம் புகட்டுகிறேன்!" என்று சொல்லிக்கொண்டே அவள் ஒரு மேசையை இழுத்துப் போட்டாள். அதன் மேலே ஏறி நின்று நாயின் வாலைப் பிடித்தாள். கீழே இழுத்துப் போட முயலும்போது, அவளும் அந்த நாயின் வாலுடன் இறுக ஒட்டிக்கொண்டுவிட்டாள். மிகக் கடுமையாக முயற்சி செய்து பார்த்தும் அவளால் விடுபட முடியவில்லை. நாயின் வாலுடன் ஒட்டியபடி அவள் தொங்கிக் கொண்டிருந்தாள்.

அப்போது அவள் கணவன் வந்து கதவைத் தட்டினான்:

"கதவைத் திற!"

"என்னால் முடியவில்லை. நான் ஒட்டிக்கொண்டுவிட்டேன்."

"எங்கே ஒட்டிக்கொண்டாய்? வந்து கதவைத் திற!"

214 □ சிரிக்கும் ஆப்பிள் பேசும் திராட்சை

“நான் நாயின் வாலில் ஒட்டிக்கொண்டுவிட்டேன்.”

“உனக்கு நாயின் வாலைத்தான் பரிசாகத் தர வேண்டும். சோம் பேறி!” என்று திட்டிவிட்டு அவன் கதவை ஓங்கி உதைத்தான். பட்டென்று கதவு திறந்தது. அவன் உள்ளே பார்த்தபோது, பூனையின் வாலில் ஒட்டிக்கொண்டு நாய் தொங்கிக்கொண்டிருந்தது. நாயின் வாலில் ஒட்டிக்கொண்டு அவன் மனைவி தொங்கிக்கொண்டிருந்தாள்.

“ஓ! நீங்களெல்லாம் ஒட்டிக்கொண்டுவிட்டீர்கள் அல்லவா, நான் வந்து பிரித்துவிடுகிறேன்” என்று சொல்லியபடி அவன் தன் மனைவியின் காலைப் பிடித்து இழுத்தான். பரிதாபம்! அவள் காலுடன் சேர்ந்து அவனும் பலமாக ஒட்டிக்கொண்டான்!

இந்த நேரத்தில்தான் விருந்தினன் டோனி அங்கு வந்தான்:

“உள்ளே வரலாமா?”

“நண்பனே, நான் இங்கே ஒட்டிக்கொண்டு கிடக்கிறேன்!” என்று படகுக்காரன் கத்தினான்.

உடனே டோனி உள்ளே வந்தான். அங்கே,

பூனையின் வாலில் ஒட்டிக்கொண்டு நாய் தொங்கிக் கொண்டிருந்தது, நாயின் வாலில் ஒட்டிக்கொண்டு வீட்டுக்காரி தொங்கிக் கொண்டிருந்தாள், வீட்டுக்காரியின் காலைப் பிடித்துக் கொண்டு படகுக்காரன் தொங்கிக்கொண்டிருந்தான்!

இதைப் பார்த்ததும் டோனியால் சிரிப்பை அடக்க முடிய வில்லை. அவன் குபீரென்று சிரித்தான். விழுந்து விழுந்து சிரித்தான். தரையில் புரண்டு புரண்டு சிரித்தான். கடைசியில்,

“நான் உங்களைப் பிரித்துவிடுகிறேன்” என்று சொல்லி, படகுக் காரனின் காலைப் பிடித்து மிகுந்த வலுவுடன் இழுத்தான்.

உடனே பூனை பிடிவிட்டு நாயின் வாயில் விழுந்தது. நாய் எஜமானியின் வாயில் விழுந்தது. எஜமானி தன் கணவனின் வாயில் விழுந்தாள். கணவன் தன் நண்பனின் வாயில் விழுந்தான்...

அந்த நண்பன் எங்கே விழுந்தான்?

வேறெங்கே? இந்தக் கதையைக் கேட்கும் நம் வாயில்தான்!

நட்சத்திரங்களின் கதை

ஒருவனுக்கு ஆறு மகன்கள் இருந்தார்கள். அவன் தன் பிள்ளைகளுக்குப் பெயரிடவில்லை. வயது வரிசைப் படி, முதலாமவன், இரண்டாமவன், மூன்றாமவன் என்றுதான் அழைத்தான்.

முதலாம் மகனுக்குப் பதினெட்டு வயதும் கடைசி மகனுக்குப் பன்னிரண்டு வயதும் நடந்துகொண்டி ருந்தது. அப்போது அப்பா, தன் மகன்களை அழைத்துச் சொன்னார்:

"இனி நீங்கள் எங்காவது சென்று ஒவ்வொரு தொழில் கற்றுக் கொண்டு வாருங்கள்."

அதைக் கேட்ட மகன்கள் ஒன்றாகப் பயணம் புறப்பட்டார்கள். நடந்து நடந்து அவர்கள், ஆறு வழி பிரியும் ஒரு சந்திப்பை அடைந்தார்கள். ஆறு பேரும் அந்த ஆறு வழிகளில் பிரிந்து செல்வது என்று முடிவு செய்தார்கள். செல்வதற்கு முன்பு அவர்கள் இப்படி ஒரு ஒப்பந்தம் செய்துகொண்டார்கள்:

"இன்றிலிருந்து இரண்டாவது வருடம் முடியும் நாள் அன்று, நாம் எல்லோரும் இங்கே சந்திக்க வேண்டும். பிறகுதான் நாம் அப்பாவிடம் செல்ல வேண்டும்."

அப்படிப் பிரிந்து சென்ற பிறகு, குறிப்பிட்ட நாளில் அவர்கள் ஒன்று சேர்ந்தார்கள். எல்லோரும் சென்று தங்கள் அப்பாவைப் பார்த்தார்கள்.

அப்பா ஒவ்வொருவரிடமும், கற்றுக்கொண்ட தொழிலைப் பற்றிச் சொல்லும்படிக் கேட்டார்.

முதலாமவன் சொன்னான்:

"நான் கப்பல் செய்யும் வேலை கற்றுக்கொண்டேன் அப்பா. தானாகவே இயங்கும் கப்பல்களைச் செய்ய என்னால் முடியும்!"

இரண்டாமவன் சொன்னான்:

"நான் ஒரு நல்ல மாலுமியாகிவிட்டேன் அப்பா. கரையிலும் கடலிலும் என்னால் மிகவும் திறமையாகக் கப்பல் செலுத்த முடியும்."

மூன்றாமவன் சொன்னான்:

"நான் மிகவும் அற்புதமாகக் கிரகிக்கக் கற்றுக்கொண்டேன் அப்பா. இங்கே இருந்தபடியே என்னால், பக்கத்து நாட்டில் யார் என்ன பேசிக்கொள்கிறார்கள் என்று துல்லியமாகக் கேட்டுச் சொல்லிவிடமுடியும்."

நான்காமவன் சொன்னான்:

"நான் மிகச் சிறப்பாக வில் வித்தை கற்றுக்கொண்டேன் அப்பா. எவ்வளவு தொலைவில் உள்ள இலக்கிலும்கூட என்னால் சரியாக அம்பெய்ய முடியும்."

ஐந்தாமவன் சொன்னான்:

"நான் உயரங்களில் ஏறுவதற்குக் கற்றுக்கொண்டேன் அப்பா. எவ்வளவு உயரத்திலும் என்னால் ஏறிவிட முடியும்."

மூத்த மகன்கள் ஐவரும் கற்றுக்கொண்ட விஷயங்களைப் பற்றிக் கேட்டறிந்த அப்பா சொன்னார்:

"நீங்கள் கற்றுக்கொண்டதெல்லாம் சரிதான். ஆனால் நான் உங்களிடமிருந்து எதிர்பார்த்தது இவை அல்ல."

அவர் கடைசியில் ஆறாவது மகனைப் பார்த்துக் கேட்டார்:

"நீ என்ன கற்றுக்கொண்டாய்?"

மற்ற ஐவரைவிடவும் அப்பா இவனை அதிகமாக நம்பினார். அதனால் அவன் சொல்வதைக் கேட்பதற்கு ஆர்வமாயிருந்தார். அவன் சொன்னான்:

"அப்பா, நான் ஒரு பெரிய திருடனாகிவிட்டேன்."

இதைக் கேட்டு அப்பாவுக்குக் கோபம் வந்தது.

"வெட்கக்கேடு! நீ எனக்கும் என் குடும்பத்திற்கும் அவமானத்தை ஏற்படுத்திவிட்டாய்!" என்று கத்தினார்.

அந்த நேரத்தில், அந்த நாட்டு ராஜாவின் அழகான மகளை ஒரு மந்திரவாதி கடத்திக்கொண்டு போய்விட்டான். அவனிடமிருந்து தன் மகளை மீட்டுக்கொண்டு வருபவர்களுக்கு அவளை மணமுடித்துத் தருவதாகவும், பாதி நாட்டையும் தருவதாகவும் ராஜா அறிவித்திருந்தார்.

இதைக் கேட்ட ஆறு மகன்களும் தங்கள் அதிர்ஷ்டத்தைப் பரிசோதித்துப் பார்த்துவிட முடிவு செய்தார்கள்.

கப்பல் செய்யத் தெரிந்தவன் கப்பல் செய்தான். மாலுமி அதைக் கரையிலும் கடலிலும் ஓட்டினான். ஓசைகளைக் கிரகிப்பவன் செவிகூர்ந்து கேட்டுவிட்டுச் சொன்னான்:

"கண்ணாடி மலையிலிருந்து மந்திரவாதி பேசுவதை நான் கேட்கிறேன்."

கண்ணாடி மலையை நோக்கி அவர்கள் கப்பலைச் செலுத்தினார்கள். உயரத்தில் ஏறுபவன் கண்ணாடி மலையில் ஏறிப் பார்த்தான். அங்கே பயங்கரமான மந்திரவாதி இருந்தான். அவன் இளவரசியின் மடியில் தலை வைத்துத் தூங்கிக்கொண்டிருந்தான். உயரத்தில் ஏறுபவன் கீழே இறங்கி வந்து, திருடனை முதுகில் சுமந்துகொண்டு மலை ஏறினான். திருடன் மந்திரவாதிக்குத் தெரியாமல் இளவரசியைத் திருடிக்கொண்டு வந்துவிட்டான். இந்த விஷயம் எதுவும் தெரியாத மந்திரவாதி நன்றாகத் தூங்கிக்கொண்டிருந்தான்.

பிறகு சகோதரர்கள் திரும்பிக்கொண்டிருந்தார்கள். ஓசைகளைக் கிரகிப்பவன் அப்போதும் எதையோ செவிகூர்ந்து கேட்டுக் கொண்டிருந்தான். அவன் உடனே சத்தமாகச் சொன்னான்:

"மந்திரவாதி விழித்துவிட்டான். அவன் விழித்துப் பார்த்த போது இளவரசி அங்கே இல்லாததால் இங்கே புறப்பட்டு வந்துகொண்டிருக்கிறான்."

இதைக் கேட்ட இளவரசி அஞ்சி நடுங்கினாள்.

"இன்னும் சற்று நேரத்தில் மந்திரவாதி இங்கே வந்துவிடுவான். அவன் நெஞ்சில் குண்டூசி அளவுக்கு ஒரு மச்சம் இருக்கிறது. சரியாக அந்த மச்சத்தை நோக்கி அம்பெய்தால்தான் அவன் இறப்பான்.

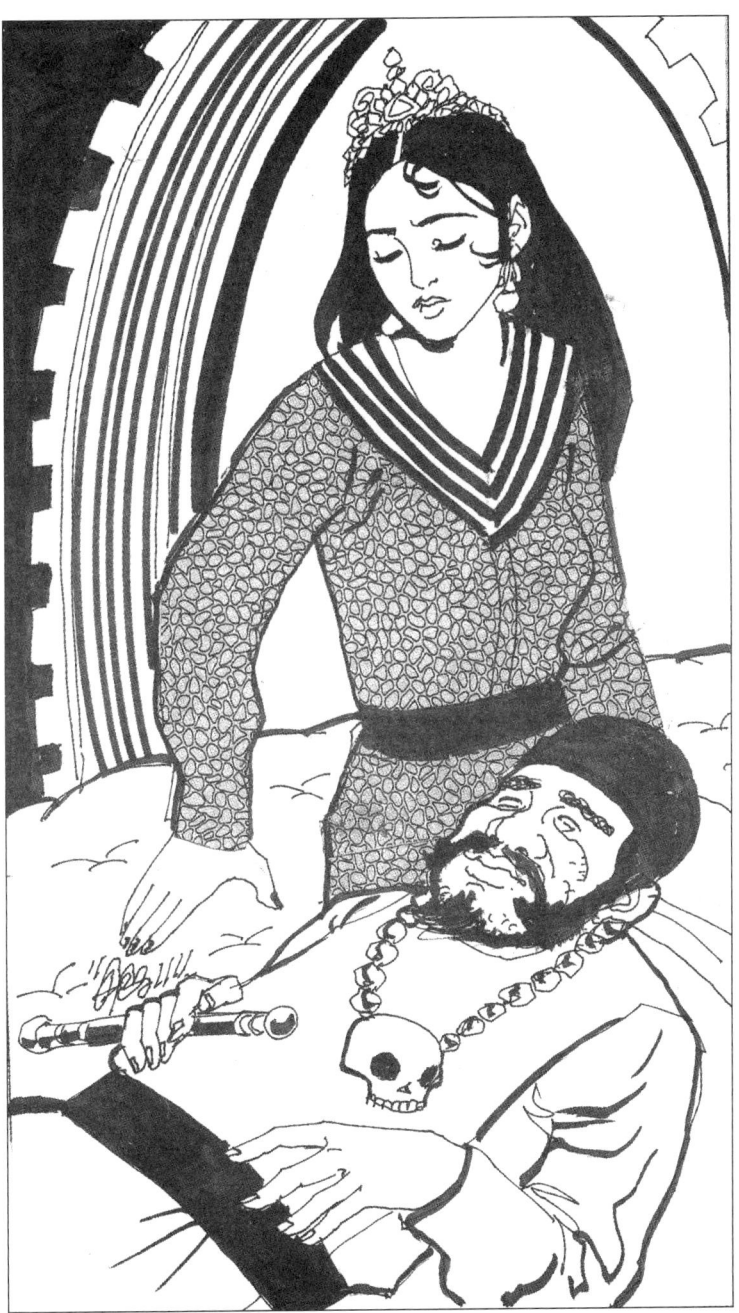

நன்றாக அம்பு விடத் தெரிந்த வீரனால் மட்டுமே நம்மையெல்லாம் காப்பாற்ற முடியும்" என்று அவள் சொன்னாள்.

அவள் இப்படிச் சொல்லி முடித்த உடனே, தூரத்திலிருந்து மந்திரவாதி பறந்து வருவதைப் பார்த்தார்கள். வில் வித்தை கற்றவன் உடனே குறி தவறாமல் அம்பெய்தான். அந்த அம்பு மிகச் சரியாக மந்திரவாதியின் நெஞ்சில் உள்ள கறுப்பு மச்சத்திலேயே சென்று தைத்தது. அந்த நொடியே மந்திரவாதி ஆயிரம் நெருப்புத் துண்டுகளாகச் சிதறி அழிந்தான்.

கடைசியில் சகோதரர்கள் இளவரசியை அழைத்துக்கொண்டு ராஜாவிடம் சென்றார்கள். அவர்கள் ஆறுபேருமே இளவரசியைத் திருமணம் செய்ய விரும்பினார்கள். இளவரசியும், அவர்களில் யாரை மணப்பது என்று தெரியாமல் குழம்பினாள்.

ஆனால் கடவுள் அந்த அன்பான சகோதரர்களிடத்தில் பிரிவு ஏற்படுத்த விரும்பவில்லை. ஆறு சகோதரர்களையும் இளவரசியையும் நட்சத்திரங்களாக மாற்றி வானத்தில் பதித்துவிட்டார்.

அந்த நட்சத்திரங்கள் இப்போதும் வானத்தில் ஒளிர்ந்து கொண்டிருக்கின்றன.

இரவு வானத்தில் தெரியும் நட்சத்திரங்களிலேயே மிகவும் பிரகாசமான நட்சத்திரம்தான் அந்த இளவரசி. மிகவும் மங்கலாகத் தெரியும் நட்சத்திரம் அந்தத் திருடன்.

சிலந்திப் பெண்

ஒரு இளைஞன் இருந்தான். அவன் ஏதாவது தொழில் கற்றுக்கொள்ள வேண்டுமே என்று அவன் அப்பா விரும்பினார். ஆனால், இளைஞன் எந்தத் தொழிலையும் கற்றுக் கொள்ள விரும்பவில்லை. பெற்றோர்கள் மிகவும் வற்புறுத்தினார்கள். இறுதியில் அவன் செருப்புத் தைக்கும் தொழிலைக் கற்றுக்கொண்டான்.

ஆனால், தந்தை இறந்த பிறகு அவன் அந்தத் தொழிலையும் செய்யவில்லை. கோபம் கொண்ட அம்மா அவனை வீட்டிலிருந்து வெளியே துரத்தி விட்டார்கள். போவதற்கு முன்பு அவன் தன் அம்மா விடம் சொன்னான்:

"பார்த்துக்கொள்ளுங்கள் அம்மா. நான் திரும்பி வரும்போது ஒரு பெரிய பணக்காரனாக வருவேன். நான் இப்போது போகும் வழியில் எந்தப் பெண்ணை முதலில் பார்க்கிறேனோ அவளையே கல்யாணம் செய்துகொள்வேன்."

அவன், செருப்புத் தைக்கும் கருவிகளை ஒரு கூடையில் வைத்து எடுத்துக்கொண்டு புறப்பட்டான். காட்டு வழியே வெகு தூரம் நடந்தான். ஒரு இடத்தில் ஒரு பெரிய பாறை இருந்தது. அந்தப் பாறையின் மேல் அமர்ந்து, தான் எடுத்து வந்திருந்த ரொட்டியை

எடுத்துத் தின்ன முற்பட்டான். அப்போது அந்தப் பாறையிலிருந்து ஒரு பெரிய பெண் சிலந்தி இறங்கி வந்தது. அதைப் பார்த்ததும் அவன் சொன்னான்:

"சரி, நீதான் என் மனைவி."

இதைக் கேட்டு அந்தச் சிலந்தி அவன் கூடைக்குள் ஏறிக்கொண்டது. அவன், ரொட்டிக்குள் ஒரு குழி செய்து அதில் சிலந்தியை வைத்துக்கொண்டு புறப்பட்டான். வெகு தூரம் நடந்து ஒரு பழைய கட்டடத்தை அடைந்தான். அவன் அதன் உள்ளே சென்று கூடையைத் தரையில் வைத்தான். சிலந்தி வெளியே வந்து சுவரில் ஊர்ந்து மேலே சென்றது. பிறகு மேலே வலை கட்டியது.

சிலந்தி கட்டிய வலையைப் பார்த்து ரசித்த இளைஞன் மேலே பார்த்துச் சொன்னான்:

"நல்ல பெண் என்றால் இப்படித்தான் இருக்க வேண்டும்!"

சிலந்தி பதிலொன்றும் சொல்லவில்லை.

இளைஞன் வேலை தேடி அடுத்த கிராமத்துக்குப் புறப்பட்டான். அந்தக் கிராமத்தில் செருப்புத் தைப்பவர்கள் யாருமில்லை. அதனால் அங்கே அவனுக்கு நிறைய வேலை கிடைத்தது.

விரைவிலேயே அவன் வீட்டு வேலைக்கு ஒரு பெண்ணை நியமித்தான். வீட்டுக்குத் தேவையான எல்லாப் பொருட்களையும் அவன் வாங்கிக்கொண்டு வருவான். தன் சிலந்தி மனைவிக்குத் துணையாக வேலைக்காரப் பெண்ணை வைத்துவிட்டு தொழிலுக்குச் செல்வான்.

அந்த வேலைக்காரி, சிலந்தி சொல்வதன்படி வீட்டு வேலைகளையெல்லாம் செய்துவந்தாள். சிலந்தி - காலை உணவுக்கு இந்த உணவு செய்ய வேண்டும், இரவு உணவுக்கு இந்த உணவு சமைக்க வேண்டும் என்றெல்லாம் சொன்னது. இதைப் பார்த்து இளைஞன், 'என் மனைவி மிகவும் திறமைசாலியாக இருக்கிறாளே!' என்று நினைத்தான்.

மேலே இருந்த சிலந்தி துணி நெய்தது. அதில் சித்திர வேலைப்பாடுகள் செய்தது. பிறகு, தான் நெய்த துணிகளை அவனிடம் எறிந்தது. அந்தத் துணிகளையெல்லாம் விற்று அவன் அதிகப் பணம் சேர்த்தான். இப்படித் துணி விற்று பெரிய பணக்காரனான பிறகு, 'இனி ஊருக்குச் செல்ல வேண்டியதுதான்! வெளியூரில் இருக்க வேண்டிய அவசியமில்லை' என்று நினைத்தான்.

அவன் இரண்டு குதிரைகள் வாங்கினான். பிறகு வேலைக் காரியிடம் இப்படிச் சொன்னான்:

"நீ ஒரு குதிரையில் ஏறி வா. ரொட்டிக்குள் ஒரு குழி செய்து அதற்குள் என் சிலந்தியை வைத்து எடுத்து வா."

இரண்டு குதிரைகளும் புறப்பட்டன. ஒன்றில் இளைஞனும், மற்றொன்றில் பணிப்பெண்ணும் சிலந்தியும் வந்தார்கள்.

வெகு தூரம் பயணம் செய்து, காட்டு வழியே வந்தார்கள். அப்போது அந்தப் பழைய பாறையின் அருகே இறங்கினார்கள். இளைஞன் சிலந்தியைக் கையில் வைத்துக்கொண்டு அந்தப் பாறையில் அமர்ந்து இளைப்பாறினான். அந்த நேரத்தில் திடீரென்று ஒரு பாட்டுக் குரல் கேட்டது. அது சிலந்தியின் பாட்டுத்தான்:

"நான் சிறு சிலந்தியல்ல,

சிறப்பு மிகு ராணி!

இங்குண்டு எனக்கொரு

மகிழ்ச்சியான மாளிகை!

இங்குண்டு எனக்கொரு

மாபெரும் நாடு!"

அந்த நேரத்தில் பாறை இரண்டாகப் பிளந்தது. அங்கே ஒரு அழகான மிகப் பெரிய மாளிகை தோன்றியது. சிலந்தி, அதி அற்புத அழகுடைய ஒரு இளவரசியாக மாறியது. சற்று நேரத்தில் அந்தக் காடு ஒரு நாடானது. அவள் அந்த இளைஞனைத் திருமணம் செய்துகொண்டாள். பிறகு சேவகர்களை அனுப்பி, இளைஞனின் அம்மாவை வரவழைத்துத் தங்களுடன் வசிக்கச் செய்தாள். அந்த வேலைக்காரப் பெண்ணுக்கும் ஏற்ற மணமகனைத் தேடி திருமணம் செய்து வைத்தார்கள்.

சிங்கமும் புலியும் கழுகும்

ஒரு ராஜாவுக்கு மூன்று மகன்களும், மூன்று மகள்களும் இருந்தார்கள். ராஜா கடுமையாக நோய்வாய்ப் பட்டார். உலகத்தில் உள்ள பெரிய பெரிய வைத்தியர்கள் வந்து சிகிச்சை செய்தும் அவர் நோயைக் குணப்படுத்த முடியவில்லை. ராஜா சீக்கிரம் இறந்து விடுவார் என்று அந்த வைத்தியர்கள் அறிவித்து விட்டார்கள். இந்த நிலையில் ராஜா தன் மகன்களை அழைத்துச் சொன்னார்:

"என் மகன்களே, நான் சீக்கிரம் இறந்துவிடுவேன். உங்கள் சகோதரிகளின் திருமணம் இன்னும் முடிய வில்லை. உங்கள் சகோதரிகளைத் திருமணம் செய்து கொடுத்த பிறகுதான் நீங்கள் திருமணம் செய்துகொள்ள வேண்டும்."

அப்போது ராஜா, தன் கடைசி மகனிடம் பிரத்தியேக மாகச் சொன்னார்:

"உனக்காக நான் ஒரு தேவதையைக் கண்ணாடி அறையில் அடைத்து வைத்திருக்கிறேன். உன் சகோதரி களின் திருமணம் முடிந்த பிறகு நீயும் திருமணம் செய்துகொள்."

அதன் பிறகு சில தினங்களில் ராஜா மரணமடைந்தார். அதற்கு அடுத்த மாதமே ராணியும் இறந்தார்கள்.

அப்படியிருக்கும்போது ஒரு நாள் ஒரு சிங்கம், இளவரசர்கள் இருக்கும் அரண்மனையின் கதவைத் தட்டியது.

உள்ளிருந்து இளவரசர்கள் கேட்டார்கள்:

"யார் அது?"

"நான்தான் சிங்கம்! உங்கள் மூத்த சகோதரியைத் திருமணம் செய்துகொள்ள வந்திருக்கிறேன்."

இளவரசர்கள் சிங்கத்தை உள்ளே அழைத்துப் பேசினார்கள்:

சிங்கத்திடம் இளவரசர்கள், "இங்கிருந்து எவ்வளவு தூரத்தில் உங்கள் வீடு இருக்கிறது?" என்று கேட்டார்கள்.

"நான் ஐந்து நாள் பயணத்தில் என் வீட்டுக்குச் சென்று விடுவேன். நீங்கள் என் வீட்டுக்கு வர வேண்டும் என்றால் ஐந்து வருடங்கள் ஆகும்."

"ஐந்து வருடமா. இல்லை, இல்லை. நாங்கள் எங்கள் சகோதரியை உங்களுக்குத் திருமணம் செய்து தர மாட்டோம். அவளுக்கு ஏதும் உடல் நிலை சரியில்லை என்றால் எப்படி நாங்கள் வந்து பார்க்க முடியும்?"

ஆனால் கடைசி இளவரசன், சகோதரியின் கையைப் பிடித்து சிங்கத்திடம் ஒப்படைத்தான்.

"நீங்கள் இருவரும் சென்று நல்லபடியாக வாழுங்கள்!" என்று வாழ்த்தி அவர்களை அனுப்பி வைத்தான். மூத்த இளவரசியைத் தூக்கிக் கொண்டு சிங்கம் ஒரே ஓட்டமாக ஓடிவிட்டது.

மறுநாள் ஒரு புலி வந்து கதவைத் தட்டியது.

இளவரசர்கள், "என்ன விஷயம்?" என்று உரக்கக் கேட்டார்கள்.

புலி சொன்னது:

"நான்தான் புலி. உங்கள் இரண்டாவது சகோதரியை மனைவியாக்கிக்கொள்ளலாம் என்று வந்திருக்கிறேன்."

அவர்கள் புலியை உள்ளே அழைத்துக் கேட்டார்கள்:

"இங்கிருந்து எவ்வளவு தூரத்தில் உங்கள் வீடு இருக்கிறது?"

"நான் என் வீட்டுக்குச் செல்ல பத்து நாட்களாகும். நீங்கள் என் வீட்டுக்கு வர வேண்டும் என்றால் பத்து வருடங்கள் ஆகும்."

"பத்து வருடங்களா? இல்லை, இல்லை. நாங்கள் எங்கள் சகோதரியை உங்களுடன் அனுப்ப மாட்டோம்."

ஆனால் கடைசி இளவரசன் தன் சகோதரியின் கையைப் பிடித்து புலியிடம் ஒப்படைத்தான்:

"நீங்கள் சென்று வளமுடன் வாழுங்கள்!" என்று வாழ்த்தி அனுப்பினான். புலி, அந்தப் பெண்ணை அழைத்துச் சென்றுவிட்டது.

அடுத்த நாள் ஒரு கழுகு வந்து கதவைத் தட்டியது.

இளவரசர்கள் கேட்டார்கள்:

"யார் அது?"

"நான்தான் கழுகு. உங்கள் கடைசி சகோதரியைப் பெண் கேட்டு வந்திருக்கிறேன்."

அவர்கள் கழுகை உள்ளே அழைத்துக் கேட்டார்கள்:

"உங்கள் வீடு இங்கிருந்து எவ்வளவு தூரத்தில் இருக்கிறது?"

"நான் பதினைந்து நாட்களில் என் வீட்டுக்குச் சென்றுவிடுவேன். ஆனால், நீங்கள் என் வீட்டுக்கு வர வேண்டும் என்றால் பதினைந்து வருடங்களாகும்."

"பதினைந்து வருடங்களா? இல்லை, இல்லை. நாங்கள் எங்கள் சிறிய தங்கையை உங்களுடன் அனுப்ப மாட்டோம்."

ஆனால், இப்போதும் அந்தக் கடைசி இளவரசன்தான் தன் சகோதரியின் கையைப் பிடித்து கழுகிடம் ஒப்படைத்தான்.

"நீங்கள் இருவரும் சென்று சீரும் சிறப்புமாக வாழுங்கள்!" என்று வாழ்த்தினான். பிறகு கழுகு, இளவரசியைத் தன் மீது அமர்த்திக்கொண்டு பறந்துபோய்விட்டது.

தங்கள் சகோதரிகள் சென்ற பிறகு, இளவரசர்கள் ஒவ்வொரு வராகத் திருமணம் செய்துகொண்டார்கள். முதலில் மூத்த சகோதரன் திருமணம் செய்துகொண்டான். பிறகு அடுத்த இளவரசன் திருமணம் செய்துகொண்டான். பிறகு கடைசி இளவரசன், தன் தந்தை சொன்ன கண்ணாடி அறையைத் திறந்தான். அவன் கதவைத் திறந்ததும் உள்ளேயிருந்த தேவதை சொன்னாள்:

"நான் உனக்கு வேண்டுமென்றால், இரும்புச் செருப்பு செய்து அணிந்துகொண்டு, இல்லினீஸ் பில்லினீஸ் எனுமிடத்தில் உள்ள, பளிங்கு மலையின் கண்ணாடிப் புல்வெளிக்கு வா."

இப்படிச் சொல்லிவிட்டு தேவதை மறைந்துவிட்டாள்.

இளவரசன் இரும்புச் செருப்பு செய்து அணிந்துகொண்டு தன் தேவதையைத் தேடிப் புறப்பட்டான். அவன் ஐந்து வருடங்கள் பயணம் செய்து, சிங்கத்துக்குத் திருமணம் செய்து கொடுத்த சகோதரியின் வீட்டு வாசலை அடைந்தான். அப்போதுதான் வீட்டு வேலைக்காரி குடத்தில் தண்ணீர் எடுத்துக்கொண்டு வந்தாள். அவளிடம், குடிப்பதற்குக் கொஞ்சம் தண்ணீர் கேட்டான் இளவரசன். அவள் முதலில் தயங்கினாலும் பிறகு தண்ணீர் ஊற்றினாள். தண்ணீர் குடித்துக்கொண்டிருக்கும்போது அவன் தன் மோதிரத்தைக் கழற்றிக் குடத்துக்குள் போட்டான். வேலைக்காரி குடத்து நீரைக் கொண்டு சென்று தொட்டியில் ஊற்றும்போது தண்ணீருடன் சேர்ந்து மோதிரமும் விழுந்தது. எஜமானி அந்த மோதிரத்தை உடனடியாக அடையாளம் கண்டுகொண்டாள். அவள் வேலைக்காரியிடம் கேட்டாள்:

"நீ யாருக்காவது தண்ணீர் கொடுத்தாயா?"

"இல்லை. நான் யாருக்கும் தண்ணீர் கொடுக்கவில்லையே!"

"அஞ்ச வேண்டாம் பெண்ணே! உண்மையைச் சொல். நீ யாருக்குத் தண்ணீர் கொடுத்தாய்?"

"ஒரு வழிப்போக்கன் என்னிடம் தண்ணீர் கேட்டான். நான் கொடுத்தேன். அவன் வெளியே உள்ள கல்லில் அமர்ந்திருக்கிறான்."

"சரி. நீ சென்று அவரை அழைத்து வா."

அண்ணனும் தங்கையும் பெருமகிழ்ச்சியுடன் சந்தித்தார்கள்.

"நீங்கள் எப்படி இங்கே வந்தீர்கள் அண்ணா?" என்று கேட்டாள் தங்கை.

அப்போது அவன், தேவதை தன்னிடம் சொன்ன தகவல்களைச் சொன்னான். அண்ணனும் தங்கையும் பேசிக்கொண்டிருக்கும்போது தூரத்திலிருந்து சிங்கத்தின் கர்ஜனை கேட்டது.

அப்போது அவள் பதற்றத்துடன் சொன்னாள்:

"நான் உங்களை இங்கே எங்காவது ஒளித்து வைக்கிறேன் அண்ணா. இல்லையென்றால் சிங்கம் வந்து உங்களைத் தின்றுவிடும்."

பிறகு அவள் தன் அண்ணனின் கரத்தைத் தொட்டாள். அடுத்த நொடியே அவன் ஒரு துடைப்பமாகிவிட்டான். அவள் அந்த துடைப்பத்தை எடுத்து வாசலில் வைத்தாள்.

சிங்கம் வாசலுக்கு வந்தபோதே உரக்கச் சொன்னது:

"இங்கே ராஜ ரத்தத்தின் மணம் வருகிறதே!"

"நீங்கள் ஒரு ராஜாவைப்போல கம்பீரமாக நடக்கிறீர்கள் அல்லவா? அதனால்தான் உங்களுக்கு அப்படித் தோன்றுகிறது." என்றாள் இளவரசி.

சிங்கம் சாப்பிட்டுக்கொண்டிருந்தது. அப்போது இளவரசி கேட்டாள்:

"என் மூத்த அண்ணன் வந்தால் நீங்கள் என்ன செய்வீர்கள்?"

"நான் அவனைக் கடித்துக் குதறிவிடுவேன்!"

"என் இரண்டாவது அண்ணன் வந்தால் என்ன செய்வீர்கள்?"

"கடித்துக் குதறி அவன் இறைச்சியைச் சாப்பிடுவேன்!"

"என் கடைசி அண்ணன் வந்தால் நீங்கள் என்ன செய்வீர்கள்?"

"நான் அவரைக் கட்டிப் பிடித்து அவர் கன்னத்தில் முத்தமிடுவேன்!"

"அப்படியென்றால் என் கடைசி அண்ணன் இங்கே வந்திருக்கிறார்."

"ஓ, நீ அவரை ஒளித்து வைத்திருக்கிறாயா?"

உடனே இளவரசி துடைப்பத்தை எடுத்துத் தடவினாள். உடனே அந்தத் துடைப்பம் இளவரசனாக மாறிவிட்டது.

சிங்கம், இளவரசனை அன்புடன் கட்டித் தழுவி முத்தமிட்டது. பிறகு பயணத்தைப் பற்றி விசாரித்தது.

இளவரசன் தன் பிரச்சினையைச் சொல்லிவிட்டுக் கேட்டான்:

"மைத்துனர் சிங்கம் அவர்களே, இல்லினீஸ் பில்லினீஸ் என்ற இடம் எங்கே இருக்கிறது?"

"அது எங்கே இருக்கிறது என்று எனக்குத் தெரியவில்லை. ஆனால், என் குடிமக்களான விலங்குகளையெல்லாம் நாளை அழைத்துக் கேட்கிறேன். அவர்களில் யாருக்காவது தெரிந்திருக்கும்."

மறுநாள் சிங்கம் தன் குடிமக்களான அனைத்து விலங்கு களையும் அழைத்துக் கேட்டது. ஆனால் எந்த விலங்குக்கும் அந்த இடம் தெரியவில்லை.

பிறகு இளவரசன் பத்து வருடங்கள் பயணம் செய்து, தன் இரண்டாவது தங்கை இருக்கும் இடத்துக்கு வந்தான். வீட்டுக்கு வெளியே இருக்கும் கல்லின் மேல் அமர்ந்தான். அப்போதுதான் அந்த வீட்டு வேலைக்காரி குடத்தில் தண்ணீர் எடுத்துக்கொண்டு வந்தாள். இளவரசன் அவளிடம்,

"எனக்குத் தாகமாக இருக்கிறது. கொஞ்சம் தண்ணீர் தருகிறாயா?" என்றான்.

அவள் முதலில் சற்றுத் தயங்கினாலும் பிறகு தண்ணீர் கொடுத்தாள். தண்ணீர் குடித்துக்கொண்டிருக்கும்போதே அவன் தன் மோதிரத்தை ரகசியமாக குடத்துக்குள் இட்டான்.

இரண்டாவது இளவரசி அந்த மோதிரத்தைப் பார்த்து, வந்திருப்பது யார் என்று தெரிந்துகொண்டாள். உடனே தன் அண்ணனை வரவழைத்தாள். இளவரசனைப் பார்த்ததும் அன்பு மிகுதியால் அழுதுவிட்டாள்.

இளவரசன் தன் பயணத்தின் காரணத்தைத் தன் தங்கையிடம் சொல்லிக்கொண்டிருந்தான். அப்போது வெளியே புலியின் உறுமல் கேட்டது. உடனே அவள் தன் அண்ணனின் கரத்தைத் தொட்டாள். அவன் அப்போதே ஒரு குப்பைக் கூடையாக மாறிவிட்டான்.

புலி, வாசலுக்கு வந்தது.

"இங்கே ராஜ ரத்தத்தின் மணம் வீசுகிறதே!" என்றது.

"நீங்கள் ஒரு ராஜாவைப்போலத்தானே நடந்து வருகிறீர்கள். அதனால்தான் உங்களுக்கு அப்படித் தோன்றுகிறது" என்றாள் இளவரசி. பிறகு அவள்,

"என் மூத்த அண்ணன் இங்கே வந்தால் என்ன செய்வீர்கள்?" என்று கேட்டாள்.

"அவனை நான் கடித்துக் குதறிவிடுவேன்!"

"என் இரண்டாவது அண்ணன் வந்தால் என்ன செய்வீர்கள்?"

"அவனைக் கடித்துக் குதறி கண்டம் துண்டமாக்கித் தின்று விடுவேன்!"

"என் கடைசி அண்ணன் வந்தால் என்ன செய்வீர்கள்?"

"அவரை நான் என் சொந்த அண்ணனைப்போல நடத்துவேன்!"

"அப்படியென்றால் அவர் இங்கே இருக்கிறார்!" என்று சொல்லி அவள் அந்தக் குப்பைக் கூடையைத் தடவினாள். உடனே இளவரசன் தன் சுய உருவத்தை அடைந்தான்.

அவனைக் கட்டிப் பிடித்து முத்தமிட்டு வரவேற்ற புலி, அவன் பயணத்தைப் பற்றி விசாரித்தது.

இளவரசன் புலியிடம்,

"இல்லினீஸ் பில்லினீஸ் என்ற இடம் எங்கே இருக்கிறது?" என்று கேட்டான்.

"எனக்குத் தெரியவில்லை. நாளை என் குடிமக்களான விலங்குகளை அழைத்துக் கேட்கிறேன். அவர்களில் யாருக்காவது தெரிந்திருக்க வாய்ப்பிருக்கிறது!" என்றது புலி.

மறுநாள் புலி, காட்டில் உள்ள விலங்குகளையெல்லாம் அழைத்துக் கேட்டது. ஆனால் எந்த விலங்குக்கும் அந்த இடத்தைப் பற்றித் தெரியவில்லை.

அடுத்த நாளே இளவரசன் தன் கடைசித் தங்கையின் வீட்டை நோக்கிப் புறப்பட்டான். அவள் வீட்டைச் சென்றடைவதற்குப் பதினைந்து வருடங்கள் ஆயின. அவன், அவள் வீட்டின் வெளியே இருந்த கல்லில் அமர்ந்தான். அப்போதுதான் அந்த வீட்டு வேலைக்காரி குடத்தில் தண்ணீர் எடுத்துக்கொண்டு வந்தாள். இளவரசன் அவளிடம்,

"மிகவும் தாகமாக இருக்கிறது. கொஞ்சம் தண்ணீர் தருகிறீர்களா?" என்று கேட்டான். அவள், அவன் குடிக்கத் தண்ணீர் ஊற்றினாள். இளவரசன் ரகசியமாகத் தன் மோதிரத்தைக் கழற்றிக் குடத்தினுள் இட்டான்.

அந்த மோதிரத்தைப் பார்த்த கடைசித் தங்கை, வந்திருப்பது யார் என்று தெரிந்துகொண்டாள். விரைந்து சென்று தன் அண்ணனை உள்ளே அழைத்து வந்தாள். மிகவும் அன்புடன் உபசரித்துப் பேசிக்கொண்டிருந்தாள். அப்போது தூரத்தில் வரும் கழுகின் சிறகடிச் சத்தம் கேட்டது. இளவரசி உடனே தன் அண்ணனின் முதுகைத் தடவினாள். சட்டென்று அவன் ஒரு குட்டிப் பூனையாக மாறினான்.

வீட்டுக்குள் நுழைந்த கழுகு கேட்டது:

"இங்கே ராஜ ரத்தத்தின் வாசனை வருகிறதே!"

"நீங்கள் பறவைகளின் ராஜாதானே! அதனால்தான் உங்களுக்கு அப்படித் தோன்றுகிறது" என்று சமாளித்தாள் இளவரசி. அவள்,

"என் மூத்த அண்ணன் வந்தால் நீங்கள் என்ன செய்வீர்கள்?" என்று கேட்டாள்.

"நான் அவனை என் அலகால் கொத்தித் தூக்கிக்கொண்டுபோய், மலை உச்சியிலிருந்து உருட்டி விடுவேன்" என்றது கழுகு.

"என் இரண்டாவது அண்ணன் வந்தால் என்ன செய்வீர்கள்?"

"அவனைக் கொத்திக் கொத்தி நானே தின்றுவிடுவேன்."

"என் கடைசி அண்ணன் வந்தால் என்ன செய்வீர்கள்?"

"அவரை அழைத்துச் சென்று இந்த உலகம் முழுதும் சுற்றிக் காட்டுவேன்!"

"அப்படியென்றால் என் கடைசி அண்ணன் இங்குதான் இருக்கிறார்."

இளவரசி பூனையின் முதுகைத் தடவினாள். அப்போது அங்கே இளவரசன் காட்சியளித்தான்.

அவனைக் கட்டிப்பிடித்து வரவேற்று நலம் விசாரித்தது கழுகு. பிறகு பயணத்தைப் பற்றி விசாரித்தது.

இளவரசன் விவரத்தைச் சொல்லி "இல்லினீஸ் பில்லினீஸ் என்ற இடம் எங்கு இருக்கிறது என்று தெரியுமா?" என்று கேட்டான்.

"எனக்குத் தெரியாது மைத்துனரே. நாளையே நான் என் குடிமக்களான எல்லாப் பறவைகளையும் அழைத்துக் கேட்கிறேன். அவர்களில் யாருக்காவது இந்த இடம் தெரிந்திருக்கும்."

மறுநாள் கழுகு அனைத்துப் பறவைகளையும் அழைத்தது. "உங்களில் எவருக்காவது இல்லினீஸ் பில்லினீஸ் என்ற இடம் எங்கிருக்கிறது என்று தெரியுமா?" என்று கேட்டது.

அப்போது பறவைகள் கூறின:

"எங்களுக்குத் தெரியவில்லை. ஆனால் கால் ஊனமுற்ற ஒரு கழுகு இருக்கிறது. அது இங்கே வரவில்லை. அதற்குத் தெரிந்திருக்கலாம்."

உடனே ராஜா கழுகு, அதை அழைத்து வரும்படி உத்தர விட்டது. ஊனமுற்ற கழுகு உடனே அங்கு அழைத்து வரப்பட்டது. அதற்கு அந்த இடம் தெரியும்.

ராஜா கழுகு கட்டளையிட்டது:

உலக நாடோடிக் கதைகள் □ 233

"இவர் என் மைத்துனர். இவரைப் பாதுகாப்பாக இல்லினீஸ் பில்லினீஸில் கொண்டு சென்று இறக்கிவிடு!"

"அப்படியே செய்கிறேன் ராஜாவே!" என்று பணிவாகச் சொன்னது அந்தக் கழுகு.

அவன் இல்லினீஸ் பில்லினீஸுக்குச் சென்றபோது அவன் அணிந்திருந்த இரும்புச் செருப்புகள் தேய்ந்து ஓட்டையாகி யிருந்தன. அங்கே பளிங்கு மலையின் கண்ணாடிப் புல்வெளியில், அந்த தேவதை அவனுக்காகக் காத்திருந்தாள். அவன் அவளை அழைத்துக்கொண்டு நாட்டுக்குத் திரும்பி வந்தான். பிறகு அவர்களின் திருமணம் மிகவும் சிறப்பாக நடைபெற்றது.

உப்புக் கடல்

மார்ட்டின் மீன் பிடிக்கச் சென்றான். அப்போது அவன் மனைவி எப்பி, அவனை வாழ்த்தி அனுப்பினாள்:

"இன்று உங்களுக்கு நிறைய மீன் கிடைக்க வேண்டும்."

அவள் சொன்னதுபோலவே நடந்தது. அன்று மாலையில் மார்ட்டின், ஒரு பெரிய கூடை நிறைய மினுமினுக்கும் மீன்களுடன் திரும்பி வந்தான்.

எப்பி, "இவற்றில் கொஞ்சம் மீன்களை உப்பிட்டு உலர்த்தி வைத்துக்கொள்வோம். குளிர் காலத்துக்குப் பயன்படும்" என்று சொல்லி உப்பு எடுக்கச் சென்றாள்.

உப்புப் பாத்திரத்தில் பார்த்தபோது அவள் திடுக்கிட்டுப் போய்விட்டாள். ஏனென்றால் அதில் மிகவும் கொஞ்சமாகத்தான் உப்பு இருந்தது.

"ஐயோ! உப்பு இல்லையே!" என்று உரக்கச் சொன்னாள் எப்பி.

"உப்பு இல்லாமல் நாம் என்ன செய்ய முடியும். இந்த மீன்களெல்லாம் வீணாகிவிடுமே! கடவுளே!" என்று மார்ட்டின் வருந்தினான்.

எப்பி, "நீங்கள் நகரத்துக்குச் சென்று உப்பு வாங்கி வாருங்கள். அப்படிச் செய்வதைத் தவிர வேறு வழியில்லை" என்றாள்.

"வெகு தூரம் நடந்து செல்ல வேண்டுமே!" என்று மார்ட்டின் முணுமுணுத்தான். பிறகு அவன் தன் ஷூக்களை எடுத்து அணிந்துகொண்டு நகரத்துக்குப் புறப்பட்டான்.

அவன் சற்றுத் தூரம் சென்ற பிறகு ஒரு தாத்தா எதிர்ப்பட்டார். அவர் கண்கள் சிவப்பு. அவர் காதுகள் மிகவும் நீளம். அவர் அணிந்திருந்த பூட்ஸுகள் வினோத வடிவத்தில் இருந்தன!

தாத்தா, மார்ட்டினிடம் கேட்டார்:

"நீ இவ்வளவு அவசரமாக எங்கே செல்கிறாய்?"

"நான் உப்பு வாங்க நகரத்துக்குச் செல்கிறேன். எனக்கு நிறைய மீன் கிடைத்தது. அவற்றையெல்லாம் உப்பிட்டு உலர வைத்துப் பயன்படுத்தலாம் என்றால், வீட்டில் உப்பு இல்லை. அதனால்தான் உப்பு வாங்கச் செல்கிறேன்."

"நீ கவலைப்படாதே. நான் என் அரவை எந்திரத்தை உனக்கு இரவல் தருகிறேன்."

"நுணுக்குவதற்கு எனக்கு உப்பில்லையே, பிறகு நான் அரவை எந்திரத்தை வைத்து என்ன செய்யப்போகிறேன்!" என்று கேட்டான் மார்ட்டின்.

பக்கத்தில் கிடந்த கற்களைச் சுட்டிக்காட்டிக்கொண்டு தாத்தா சொன்னார்:

"அதோ அங்கே பார். அதற்கிடையில் அந்த அரவை எந்திரம் இருக்கும்."

மார்ட்டின் முதலில் அதை நம்பவில்லை. ஆயினும் அவன் அங்கே சென்று சில கற்களை விலக்கிவிட்டுப் பார்த்தபோது, அடியில் அரவை எந்திரம் இருந்தது.

தாத்தா சொன்னார்:

"நான் சொல்லும் வார்த்தைகளை அப்படியே சொன்னால் போதும். எந்திரம் அரைக்கத் தொடங்கும்."

அப்போது அரவை எந்திரம் சுழலத் தொடங்கியது. உடனே அதன் உள்ளிருந்து உப்புத் தூள் கொட்ட ஆரம்பித்தது.

அப்போது தாத்தா, "நான் சொல்வதுபோலச் சொன்னால் போதும். எந்திரம் நின்றுவிடும்" என்றார்.

உடனே எந்திரம் நின்றுவிட்டது.

அவ்வாறு, எந்திரத்தை இயக்கவும் நிறுத்தவும் மார்ட்டின் கற்றுக்கொண்டான். பிறகு அவன் அங்கு நிற்கவில்லை. அரவை எந்திரத்தைத் தூக்கிக்கொண்டு வீட்டுக்கு ஓடினான்.

"ஏன் இவ்வளவு சீக்கிரம் திரும்பி வந்துவிட்டீர்கள்?" என்று கேட்டாள் எப்பி.

"நீ இதைப் பார்!" என்று சொன்ன மார்ட்டின் எந்திரத்தை இயக்கினான்.

அரவை எந்திரம் சுழலத் தொடங்கியதும் அதன் உள்ளிருந்து உப்பு வந்து கொட்டியது.

மார்ட்டினும் எப்பியும் வீட்டில் உள்ள சாக்குகளிலெல்லாம் உப்பை நிறைத்துக் கட்டி வைத்தார்கள். போதுமான அளவு உப்பு வந்தவுடன் மார்ட்டின் எந்திரத்தை நிறுத்துவதற்கான வார்த்தைகளைச் சொன்னான். உடனே எந்திரம் நின்றது.

சற்று நேரத்திற்குப் பிறகு எப்பியின் மருமகள் அங்கு வந்தாள். அவள் கொஞ்சம் உப்பு கேட்டாள். அவளுக்கு ஒரு பெரிய பாத்திரம் நிறைய உப்பு அள்ளிக் கொடுத்தாள் எப்பி. அந்த மருமகள் இந்த விஷயத்தை எல்லோரிடமும் சொல்லிவிட்டாள். அதைக் கேட்டு ஊர்க்காரர்களெல்லாம் உப்பு வாங்குவதற்காக பாத்திரத்தை எடுத்துக் கொண்டு மார்ட்டின் வீட்டுக்கு வந்துவிட்டார்கள். மார்ட்டினும் எப்பியும் வந்தவர்களுக்கெல்லாம் உப்பு கொடுத்து அனுப்பினார்கள்.

மார்ட்டின், தான் பிடித்து வந்த மீன்களில் உப்பு தடவினான். தேவைக்கும் அதிகமாக உப்பு சேர்த்து எப்பி சமைத்தாள். நிறைய உப்பு கலந்த உணவைத் தின்றதால் மார்ட்டினுக்கு மிகவும் தாகம் எடுத்தது. அவன் அடிக்கடித் தண்ணீர் குடித்துக்கொண்டேயிருந்தான்.

அப்படியிருக்கும்போது மார்ட்டினின் நண்பன் டொனால்டு, மார்ட்டின் வீட்டுக்கு வந்தான். அரவை எந்திரத்தைப் பார்த்ததும் அவனுக்கு ஆசை ஏற்பட்டுவிட்டது.

அவன், "அன்பான நண்பனே மார்ட்டின், எனக்கு இந்த அரவை எந்திரத்தை இரவல் தருகிறாயா?" என்று கேட்டான். ஒருநாள் முழுதும் அந்த எந்திரத்திலிருந்து உப்பு வரவழைத்து, அதையெல்லாம்

238 □ சிரிக்கும் ஆப்பிள் பேசும் திராட்சை

விற்று நிறையப் பணம் சம்பாதிக்க வேண்டும் என்பதுதான் அவன் நோக்கம்.

எந்திரத்தை எப்படி இயக்க வேண்டும், எப்படி நிறுத்த வேண்டும் என்பதையெல்லாம் சொல்லி, மார்ட்டின் அந்த எந்திரத்தை அவனுக்கு வழங்கினான்.

டொனால்டு, எந்திரத்தை எடுத்துக்கொண்டு வீட்டுக்குச் சென்றான். அதை இயக்கினான். எந்திரத்திலிருந்து இடைவிடாமல் உப்பு வந்துகொண்டே இருந்தது. டொனால்டு, வீட்டில் இருந்த பாத்திரங்களிலெல்லாம் உப்பைச் சேகரித்து வைத்தான். பாத்திரங்கள் தீர்ந்ததும் பெரிய பெரிய சாக்குப் பைகளில் உப்பை நிறைத்து வைத்தான். இனி உப்பை எங்கு வைப்பது என்று தெரியவில்லை. ஆனால் எந்திரத்திலிருந்து உப்பு வந்துகொண்டே இருந்தது.

அறைக்குள் உப்பு சேர்ந்து ஒரு குன்றுபோல ஆகிவிட்டது. டொனால்டு அந்த எந்திரத்தை நிறுத்தும் வார்த்தைகளை மறந்துவிட்டான். வேறு ஏதேதோ சொல்லிப் புலம்பி எந்திரத்தை நிறுத்த முயன்றான். ஆனால் எந்திரம் நிற்கவில்லை. அவன் வீட்டில் மேலும் மேலும் உப்பு பெருகி வந்துகொண்டிருந்தது.

இப்படி அவன் பெரும் துன்பத்தில் சிக்கிக்கொண்டிருக்கும் போதுதான் அங்கு ஒரு மாலுமி வந்தான். ஒரு பெரிய மீன்பிடிக் கப்பலின் மாலுமி அவன். அவனுக்குக் கொஞ்சம் உப்பு வேண்டும். அதனால்தான் அவன் டொனால்டு வீட்டுக்கு வந்தான்.

"நண்பரே எனக்குக் கொஞ்சம் உப்பு தருகிறீர்களா?" என்று மாலுமி கேட்டவுடனே டொனால்டு,

"இந்தாருங்கள், இந்த அரவை எந்திரத்தை உடனே எடுத்துச் சென்றுவிடுங்கள். இதிலிருந்து உங்களுக்கு எப்போதும் உப்பு கிடைத்துக்கொண்டே இருக்கும்!" என்றான்.

உடனே மாலுமி மிகுந்த மகிழ்ச்சியுடன் அரவை எந்திரத்தை எடுத்துச் சென்றான். கப்பல் நிறைய உப்பு உண்டாக்கி, அதை வெளி நாடுகளுக்கு எடுத்துச் சென்று விற்றுப் பணக்காரன் ஆக வேண்டும் என்பதுதான் அவன் திட்டம். அதனால் அவன், எந்திரம் இயங்கிக்கொண்டிருக்கும்போதே அதைத் தூக்கிக்கொண்டு அவசரம் அவசரமாகக் கப்பலுக்கு ஓடினான். அவன் செல்லும் வழியெல்லாம் உப்பு விழுந்துகொண்டிருந்தது.

மாலுமி, விரைவிலேயே அரவை எந்திரத்தைக் கப்பலுக்குக் கொண்டு வந்தான். முதலில் கப்பலின் அறை முழுதும் உப்பு

நிறைந்தது. ஆனால் எந்திரம் நிற்கவில்லை. பிறகு கப்பலின் மேல் தளம் முழுதும் உப்பு நிறைந்தது. கப்பல் பணியாளர்கள் அதைப் பார்த்துப் பயந்தார்கள். உப்பின் பாரத்தால் கப்பல் மூழ்கிவிடுமே என்ற பயம் அவர்களுக்கு.

"அந்த எந்திரத்தைத் தூக்கிக் கடலில் எறியுங்கள்!" என்று பணியாளர்கள் கத்தினார்கள். ஆனால் மாலுமிக்கு அந்த எந்திரத்தை இழக்க விருப்பமில்லை.

"இல்லை. அரவை எந்திரத்தைக் கடலில் எறிய வேண்டாம். இந்த உப்பையெல்லாம் விற்று வரும் பணத்தில் நான் உங்கள் எல்லோருக்கும் பங்கு தருகிறேன்!" என்று மாலுமி, பணியாளர்களைச் சமாதானப்படுத்தினான்.

"அந்தப் பங்கை வாங்குவதற்கு நாங்கள் உயிருடன் இருக்க வேண்டுமே! உப்பின் பாரம் தாங்காமல் கப்பல் இதோ மூழ்கப் போகிறது" என்று பணியாளர்கள் கோபத்துடன் சொன்னார்கள். கப்பலில் ஒரே கூச்சல் குழப்பம்.

கடைசியில் மாலுமி அரவை எந்திரத்தைத் தூக்கிக் கடலில் எறிந்தான். அது கடலின் அடியில் அமிழ்ந்துவிட்டது. ஆயினும் அது தொடர்ந்து இயங்கிக்கொண்டுதான் இருக்கிறது. அது இடைவிடாமல் உப்பு தயாரித்துக்கொண்டேயிருக்கிறது. அதனால் தான், கடல் நீர் உப்பானது!

சிலந்தியும் தேன்கூடும்

மாமரத்தின் கீழ்க் கிளையில் தொங்கியபடி சிலந்தி சொன்னது:

"சின்னப் பெண்ணே, சின்னப் பெண்ணே இங்கே பார்! நான்தான் அழைக்கிறேன்! இதோ இந்த மரக் கிளையைத்தான் பாரேன். ஒரு விஷயம் சொல்லத்தான் நான் உன்னை அழைத்தேன். இனி நீ காட்டுப் பழங்கள் சேகரிக்கச் செல்லும்போது உன்னுடன் என்னையும் அழைத்துச் செல்."

ஆனால் சிறுமி அதை மறுத்தாள்:

"நான் ரகசியமான இடத்தில் சென்று பழங்கள் பொறுக்கு வேன். அங்கே நிறையப் பழங்கள் கிடைக்கும். அந்த இடத்தை நான் யாருக்கும் காட்ட மாட்டேன்!"

காட்டுக்குப் பக்கத்தில் உள்ள சிறிய கிராமத்தில் அந்தச் சிறுமி வசித்துவந்தாள். காட்டுப் புதர்களிலிருந்தும் கொடிகளிலிருந்தும் அபூர்வமான பழங்களைச் சேகரிப்பதில் அவள் மிகவும் திறமை பெற்றவள்.

மாம்பழம்போன்ற சாதாரணப் பழமாக இருந்தாலும் கூட, காட்டுக்குள் எந்த மரத்துப்பழம் மிகவும் இனிமையாக இருக்கும் என்று அவளுக்குத் துல்லிய மாகத் தெரியும்.

242 □ சிரிக்கும் ஆப்பிள் பேசும் திராட்சை

இப்படிப்பட்ட மிகவும் சுவையான பழங்களை காட்டுக்குள் எங்கே கண்டுபிடிக்கிறாள் என்பது அவளுக்கு மட்டுமே தெரிந்த ஒரு ரகசியம். மற்ற யாருக்கும் சொல்லாத ஒரு மர்மம்.

அந்தச் சிலந்தி இருக்கிறதே, அதன் குணம் என்ன தெரியுமா? அது மிகவும் சோம்பேறி. உணவு தேடி அலைவதற்கோ, இரை வலையில் வந்து சிக்கும் என்று எதிர்பார்த்து வெகுநேரம் காத்திருக்கவோ அதற்கு முடியாது. அதனால்தான் அது அந்தச் சிறுமியிடம் கேட்டது. 'அவளுக்கு எதுவும் தெரியாது. அவள் பாவம். அவளைச் சுலபமாக ஏமாற்றிவிடலாம்' என்பதுதான் அதன் எண்ணம். சிலந்தி மிகவும் இனிய குரலில், முடிந்தவரை மென்மையாகப் பேசியது:

"சின்னப் பெண்ணே, நீ மிகவும் கெட்டிக்காரப் பெண் என்று எல்லோரும் சொல்கிறார்களே! ஒருமுறை மட்டும் என்னை உன்னுடன் அழைத்துச் செல்லேன். ஒரே ஒருமுறை மட்டும். பிறகு நான் ஒருபோதும் உன்னைத் தொந்தரவு செய்ய மாட்டேன்!"

சிலந்தி இப்படிப் பேசியதைக் கேட்டு சிறுமி மனம் இரங்கினாள். அவள் சொன்னாள்:

"சரி, நான் இந்த ஒருமுறை உன்னை அழைத்துச் செல்கிறேன். ஆனால், நீ என் ரகசிய இடத்தைப் பற்றி யாரிடமும் எதுவும் சொல்லிவிடக் கூடாது. என்ன, சம்மதமா?"

"சம்மதம், சம்மதம். நான் நிச்சயமாக யாரிடமும் சொல்ல மாட்டேன்" என்று அந்தச் சோம்பேறிச் சிலந்தி உறுதியாகச் சொன்னது.

புறப்படும் முன்பு சிறுமி கேட்டாள்:

"சரி, உனக்கு என்னென்ன பழங்கள் பிடிக்கும்?"

ஆசையால் மின்னும் உருண்டைக் கண்களை முழித்துப் பார்த்துக்கொண்டு சிலந்தி சொன்னது:

"எனக்கு வாழைப்பழம், மாம்பழம், பலாப்பழம் எல்லாம் பிடிக்கும். ஆனால், எனக்குத் தேன் குடிப்பதற்குத்தான் மிகவும் ஆசை. தேனைப் பற்றி நினைத்தாலே என் வாயில் நீர் ஊறும்!"

சிறுமி கனிவுடன், "ஓ, தேன் குடிப்பது என்பது அவ்வளவு பெரிய விஷயம் அல்ல. உன் ஆசையை நான் நிறைவேற்றுகிறேன்" என்றாள்.

அவள் சொன்னதைக் கேட்டு சிலந்திக்கு அடக்க முடியாத மகிழ்ச்சி ஏற்பட்டுவிட்டது. அது தன் மனதில் இப்படி நினைத்தது:

'நல்லது, நல்லது! என் கஷ்டகாலம் இத்துடன் தீர்ந்தது! நான் இனி ஒருபோதும் இரை தேடி அலைய வேண்டிய அவசியம் இல்லை. எப்போதும் நான் அங்கேயே சுற்றிக்கொண்டிருப்பேன். இருப்பது எல்லாவற்றையும் சாப்பிட்டு முடிப்பேன். எப்போதும் குடிப்பதும் தின்பதுமாக நான் உல்லாசமாக வாழ்வேன்! இவள் ஒரு முட்டாள் பெண்தான். நான் சொன்னதையெல்லாம் உண்மை என்று நம்பிவிட்டாளே, பாவம்!'

சிறுமி, சிலந்தியையும் அழைத்துக்கொண்டு முன்னால் நடந்தாள். யாரும் செல்லாத குறுக்கு வழிகளில் அவர்கள் செ றார்கள். சிறுமி முன்னால் நடந்து சென்றுகொண்டிருந்தாள். சிலந்தி பின் தொடர்ந்து சென்றது. ஒரு சமயத்தில் சிறுமி சட்டென்று நின்று ஒரு இடத்தைச் சுட்டிக்காட்டினாள்.

"அந்தப் பாறைச் சரிவில் ஒரு பிளம் மரம் நிற்பதைப் பார்த்தாயா சிலந்தி? அந்த மரத்தில் அங்கங்கே கொஞ்சம் காய்கள்தான் இருக்கின்றன. நிறையக் காய்கள் இல்லாத அந்த மரத்தில் ஏறி வீணாக முயற்சி செய்ய வேண்டாம் என்று யாரும் அந்தப் பக்கம் செல்வதில்லை. ஆனால், நான் அதில் ஏறி கொஞ்சம் பழங்கள் பறித்தேன். அடடா! தின்று பார்த்தபோது அந்தப் பழங்கள் எவ்வளவு சுவையாக இருந்தன தெரியுமா?"

சிறுமியின் பேச்சைக் கேட்டு சிலந்தியால் ஆசையை அடக்க முடியவில்லை. அந்த உருண்டைக் கண்கள் இன்னும் கொஞ்சம் பெரிதாயின. அது, சிறுமியைப் புதர்க் காட்டில் தள்ளிவிட்டு, அவசரம் அவசரமாக அந்தப் பிளம் மரத்தில் ஏறியது. அந்த மரத்தில் இருந்த எல்லாப் பழங்களையும் நொடியில் தின்று தீர்த்துவிட்டது. அந்த மரத்தில் ஒரே ஒரு பழம்கூட மிச்சமில்லை. சிலந்தி, தன்னை அழைத்து வந்த சிறுமிக்கு ஒரு நன்றிகூடச் சொல்லவில்லை.

அந்தப் பெரிய விருந்து முடிந்தது. மிகப் பெரிதாகப் பருத்திருக்கும் தன் வயிற்றைத் தடவிக்கொண்டு சிலந்தி நினைத்துப் பார்த்தது:

'ஓ! இது என் வாழ்க்கையிலேயே மிகவும் நல்ல நாள்தான்! அந்தச் சின்னப் பெண்ணிடம் நான் எவ்வளவு திறமையாகப் பேசி இந்த இடத்துக்கு வந்துவிட்டேன். என் அறிவுதான் எவ்வளவு பெரிது! சரியான நேரத்தில் அறிவாக நடந்துகொள்ள வேண்டும் என்றுதானே முன்னோர்கள் சொல்லியிருக்கிறார்கள்! நானும்

அப்படித்தானே நடந்துகொண்டேன்! அந்தப் பெண் இனி வாழைத் தோப்பு எங்கேயிருக்கிறது என்று காட்டுவாளோ என்னமோ! அவள் ஒரு மிகப் பெரிய முட்டாள். அதனால் வாழைத் தோப்பு இருக்கும் இடத்தை எனக்குக் காட்டுவாள்.'

தன் கெட்ட எண்ணங்களையெல்லாம் மனதுக்குள் மறைத்துக் கொண்ட சிலந்தி, அந்தச் சிறுமியைப் பார்த்துப் பெரிதாகப் புன்னகைத்தது.

அந்தச் சிறுமி அன்புடன் சிலந்தியை அழைத்தாள்:

"சரி, வா சிலந்தி. நாம் இப்போது வாழைப்பழங்கள் கிடைக்கும் இடத்துக்குச் செல்வோம்."

அவள் சொல்லி முடித்தவுடன் சிலந்தி மின்னல் வேகத்தில் பிளம் மரத்திலிருந்து கீழே இறங்கியது. அடுத்த ரகசிய இடத்தை நோக்கி அவளுடன் நடந்து சென்றது. இதுவரை மனிதர்கள் யாரும் சென்றிராத அடர்ந்த காட்டுப் பகுதியை நோக்கி அவர்கள் நடந்தார்கள்.

சற்று நேரம் நடந்த பிறகு அவள், ஒரு காட்டுப் புதருக்கு அப்பால் உயரமாக வளர்ந்திருக்கும் வாழை மரங்களைக் காட்டினாள்:

"அந்த வாழை மரங்களைப் பார்த்தாயா சிலந்தியே! இந்த வாழை மரங்கள் மிகவும் அரிய இனத்தைச் சேர்ந்தவை. இதில் ஒரே ஒரு பழத்தைத் தின்றால் போதும். அதன் சுவையை நாம் ஒருபோதும் மறக்க மாட்டோம்."

அவள் இப்படிச் சொன்னவுடனே சிலந்தி பேராவல் கொண்டது. அதன் கண்கள் இன்னும் வெளியே துருத்திக்கொண்டு வந்தன. அதன் வாயில் எச்சில் ஊறியது. அது அவசரமாக அந்தச் சிறுமியைப் புதருக்குள் தள்ளிவிட்டு ஒரு வாழைக் குலையின் மீது பாய்ந்து ஏறியது.

பிறகு ஒவ்வொரு வாழைப்பழமாகக் கடித்துத் தின்றது. அந்த வாழைத் தோப்பில் அது ஒரு பழத்தைக்கூட மிச்சம் வைக்க வில்லை. சிறுமியிடம் ஒரு நல்ல வார்த்தைகூடச் சொல்லவில்லை.

சிலந்தியின் வயிறு இன்னும் பெருத்தது. அதனால் சரியாக மூச்சுவிடமுடியாத நிலை. அந்தப் பெரிய வயிறைப் பார்த்தால் அது எந்த நிமிடமும் வெடித்துவிடும் என்றே தோன்றும். ஆயினும் அதன் ஆசை அடங்கவில்லை. அது இப்படி நினைத்தது:

‘அடுத்த ரகசிய இடத்தையும் கண்டுபிடித்தே ஆக வேண்டும். இந்த முட்டாள் சிறுமி மூன்றாவது இடத்தையும் எனக்குக் காட்டுவாள் என்றுதான் தோன்றுகிறது. அப்படி இவள் காட்டினால் மிகவும் அருமையாக இருக்கும்!’

அப்போது சிறுமி சொன்னாள்:

“சிலந்தி, உன் வயிற்றில் இடமிருந்தால் நாம் சென்று அந்தத் தேன்கூட்டைப் பார்ப்போம். நீ என்ன சொல்கிறாய்?”

இதைக் கேட்ட சிலந்தி உடனே வாழை மரத்திலிருந்து குதித்து வந்து அவளுடன் செல்லத் தொடங்கியது. அதன் வயிறு மிக மிகவும் பெரிதாக இருந்ததால் அதனால் நடக்க முடியவில்லை. அது வயிற்றைத் தன் கரங்களால் தாங்கிக்கொண்டு உருண்டு புரண்டு மெதுவாகச் சென்றது. தின்று தின்று அதன் வயிறு உப்பிப் பருத்து விட்டது. பார்த்தால் அந்தச் சிலந்தி ஒரு பெரிய பானையைத்தான் விழுங்கிவிட்டு நடக்க முடியாமல் தள்ளாடி வருகிறதோ என்று தோன்றும். ஆயினும் தேனைப் பற்றிக் கேட்டபோது அதன் கண்கள் பளபளத்தன. அதன் வாயில் எச்சில் ஊறியது.

இன்றுவரை மனிதர்களின் காலடி படாத ரகசியமான இடங்களுக்கு அவர்கள் சென்றுகொண்டிருந்தார்கள். புதர்களையும் கொடிகளையும் கிளைகளையும் விலக்கிக்கொண்டு சிறுமி முன்னே சென்றாள். சற்றுத் தூரத்தில் நிற்கும் ஒரு மரத்தைக் காட்டிச் சொன்னாள்:

“இதோ பார் சிலந்தி, அங்கே வித்தியாசமான இலைகள் கொண்ட ஒரு மரம் இருக்கிறதே, அது உனக்குத் தெரிகிறதா? அதன் அடியில் ஒரு சிறிய துளை இருக்கிறது. நன்றாகக் கவனித்துப் பார்த்தால்தான் தெரியும். அந்தப் பொந்துக்குள் இனிப்பான தேன் நிறைய இருக்கிறது.”

இந்த முறையும் சிலந்தி முன்புபோலத்தான் நடந்துகொண்டது. சிறுமியை அது ஒரு கொடிப் புதரின் மீது தள்ளிவிட்டு அந்த மரத்தை நோக்கி ஓடியது. விழுந்து புரண்டு எழுந்து அந்த மரத்தின் மீது ஏறியது. சிறுமி சொன்ன பொந்தைக் கண்டுபிடித்தது.

அந்தச் சிறிய துவாரத்திற்குள் செல்வது சிரமமாகத்தான் இருந்தது. ஆயினும் தேன் மீதான பேராசையால் அது மிகவும் பாடுபட்டு அதற்குள் சென்றது. அந்தச் சிறுமி சொன்னது உண்மைதான். அந்தப் பொந்துக்குள் நிறையத் தேன் இருந்தது. மிகவும் இனிப்பான அருமையான தேன். எல்லாவற்றையும் மறந்த சிலந்தி

மடமடவென்று தேன் குடித்தது. மிகச் சிறப்பான தேன் விருந்து! அந்தச் சிறுமிக்கு ஒரு சொட்டுத் தேன்கூட மிச்சம் வைக்காமல் சிலந்தியே எல்லாவற்றையும் குடித்துத் தீர்த்துவிட்டது.

ஆனால், சிலந்தி நினைத்ததுபோல அந்தச் சிறுமி முட்டாள் அல்ல. அவள் இதற்குள் சிலந்தியின் கெட்ட குணத்தைப் புரிந்து கொண்டாள். சுயநலம் மிகுந்த அந்தப் பேராசைக்காரச் சிலந்திக்கு ஒரு பாடம் கற்றுக் கொடுக்க வேண்டும் என்று அவள் முடிவு செய்திருந்தாள்.

சிலந்தி பொந்துக்குள் கடைசித் துளி தேனையும் குடித்துவிட்டு பெரிய ஏப்பம் விட்டது. பிறகு திரும்பத் தொடங்கியது. அதன் மிகவும் மெல்லிய கால்களால் அதன் பெரிய வயிற்றைத் தாங்குவது பெரும்பாடாக இருந்தது. ஆயினும் அது பெரும் முயற்சி செய்து ஆடி அசைந்து, பொந்தை விட்டு வெளியே வர முற்பட்டது.

அப்போதுதான் அதற்குத் தெரிந்தது, இப்போது இருக்கும் வயிறு, உள்ளே நுழையும்போது இருந்த வயிறு அல்ல! பொந்துக்குள் நுழையும்போது இருந்ததைவிடவும் அதன் வயிறு மிகப் பெரிய அளவில் பருத்திருந்தது. தேன் குடித்துக் குடித்து அது ஒரு பூசணிக்காய்போன்று ஆகிவிட்டது. அந்தப் பொந்தைவிட்டு எப்படி வெளியேறுவது என்றே தெரியவில்லை.

சிலந்தி யோசித்தது:

‘அப்படியென்றால் அந்த முட்டாள் சிறுமியைக் கூப்பிட்டுப் பார்க்கலாம். அவள் ஒரு அப்பாவி. ஏமாந்தவள். அவள் எனக்கு உதவி செய்யாமல் இருக்க மாட்டாள்.’

உரக்கக் கூப்பிட்டது சிலந்தி:

“சின்னப் பெண்ணே, சின்னப் பெண்ணே இங்கே வாயேன். நான் இந்தப் பொந்துக்குள் சிக்கிக்கொண்டுவிட்டேன். எவ்வளவு முயற்சி செய்தாலும் வெளியே வர முடியவில்லை. நீ வந்து என்னைக் காப்பாற்று.”

சிறுமி கோபத்துடன் சொன்னாள்: “உன் சுயநலத்தால்தான் இப்படி ஆனது. நீ என்னிடம் மிகவும் மோசமாக நடந்து கொண்டாய்! நீ இவ்வளவு கெட்டவனாக இருப்பாய் என்று நான் நினைத்தே பார்க்கவில்லை.”

பொறுமையற்றுத் தவித்த சிலந்தி, “அப்படியென்றால் நான் உன்னிடம் மன்னிப்புக் கேட்டுக்கொள்கிறேன். சீக்கிரம் வந்து

250 □ சிரிக்கும் ஆப்பிள் பேசும் திராட்சை

தும்பிக்கைக்குள் நுழைந்துவிட்டது. கங்கோ பேரச்சம் கொண்டு துள்ளியது. பிறகு குரங்கு வந்துதான் அந்த எலியை விரட்டியது.

இளமையாக இருக்கும்போது எத்தகைய நெருக்கடிகளையும் அஞ்சாமல் எதிர்கொண்ட கங்கோ, இப்போது சிறிய விஷயத்திற்கும் பெரிதாகப் பதற்றமடைகிறது. ஒரு தலைவருக்கு வேண்டிய அறிவும் தைரியமும் இப்போது கங்கோவுக்கு இல்லை. தன் இயலாமைகளை கங்கோவும் உணர்ந்துகொண்டது. எனவே அது தலைவர் பதவியிலிருந்து விலகிக்கொள்வது என்று முடிவு செய்தது. காட்டில் இருக்கும் எல்லாப் பிராணிகளையும் அழைத்துக் கூட்டம் போட்டுப் பேச வேண்டும் என்பது அதன் எண்ணம். அதன் அடிப்படையில்தான் அங்கே காட்டு விலங்குகள் எல்லாம் வந்து கூடியிருக்கின்றன.

தன் சிம்மாசனத்தில் அமர்ந்திருந்த கங்கோ எழுந்து அனைவரையும் வணங்கிச் சொன்னது:

“என் அன்பான குடிமக்களே! ஒரு முக்கியமான விஷயத்திற்காகத் தான் நாமெல்லாம் இங்கே கூடியிருக்கிறோம். நிறைய வருடங்களாக நான்தான் உங்கள் ராஜாவாக இருந்தேன். இதுவரை என்னால் முடிந்தவரை மனப்பூர்வமாக நான் உங்களுக்குச் சேவை செய்தேன். ஆனால், இப்போது எனக்கு வயதாகிவிட்டது. அதனால் என் உடல் குறுகத் தொடங்கிவிட்டது. அறிவும் உடல் பலமும் குறைந்துவிட்டன. எனவே நான் இனிமேலும் ராஜாவாக இருக்க முடியாது. நான் பதவி விலகுகிறேன். அந்தப் பதவிக்கு நாம் ஒரு புதிய விலங்கைத் தேர்ந்தெடுக்கவேண்டும்.”

மூச்சுத் திணறியதால் ஒரு நிமிடம் பேச்சை நிறுத்திவிட்டு, கங்கோ மீண்டும் தொடர்ந்தது:

“அன்பான விலங்குகளே, எனக்கு அடுத்ததாக இந்தக் காட்டுக்கு ராஜாவாக ஆகத் தகுதி பெற்ற ஒரு விலங்கை நான் பார்த்து வைத்திருக்கிறேன். அது நம் குரங்குதான்! குரங்கு மிகவும் அறிவும் திறமையும் கொண்டது. அது ஒரு குரங்காயிற்றே, உருவமும் மிகச் சிறிதாக இருக்கிறதே என்று நீங்கள் யோசிக்காதீர்கள். ஒரு ராஜாவுக்கு பெரிய உடல் இருக்க வேண்டிய அவசியமில்லை. பெரிய அறிவுதான் இருக்க வேண்டும். உடல் பலம் தேவைப்படும்போது, இந்தக் காட்டில் உள்ள பெரிய விலங்குகள் குரங்குக்கு உதவியாக இருக்கும். குரங்குக்கு வேறொரு சிறப்புத் திறமையும் இருக்கிறது. அது மண்ணிலும் நடக்கும். அதுபோல மரத்தின் மீதும் நடக்கும். மண்ணின் மீதும் தாவும், மரத்தின் மீதும் தாவும். இதுபோன்ற திறமை

இதைப் பார்த்து கங்கோ பிளிறியபடி சிங்கத்தை நோக்கி ஓடியது. குரங்கு சட்டென்று தாவிச் சென்று யானையின் காதில் ஏதோ கிசுகிசுத்தது. “சிங்கம் மிகவும் வலிமையான விலங்கு. வயது முதிர்ந்த நீங்கள் அதனுடன் மோதுவது ஆபத்தானது” என்றுதான் குரங்கு, சிங்கத்தின் காதில் சொன்னது. குரங்கு சொன்னதை ஏற்றுக்கொண்டு யானை பின்வாங்கியது.

இந்த நேரத்தில் சிங்கம் ஒரு உயரமான பாறையில் அமர்ந்து பிடரி ரோமத்தை உதறிக்கொண்டது. வாலைச் சுழற்றிக் கம்பீரமாகப் பல நிமிடங்கள் அமர்ந்திருந்தது. சுற்றிலும் நின்றிருந்த நரிக் கூட்டமும் கழுதைக் கூட்டமும் பயபக்தியுடன் சிங்கத்தையே வாய் திறந்து பார்த்துக்கொண்டிருந்தன.

அமைதியாக ஆரம்பித்த அந்தக் கூட்டம் சண்டையுடன் முடிந்தது.

மற்ற விலங்குகள் கலைந்து சென்றவுடன் யானை கங்கோவும் புதிய தலைவரான குரங்கும் வயதான ஒரு நீர்யானையும் அடர்ந்த காட்டுப் பகுதியை நோக்கிச் சென்றன. சில முக்கிய விஷயங்களைப் பற்றிப் பேசி முடிவெடுக்க வேண்டியிருப்பதால் அவை ஒரு ரகசிய இடத்திற்குச் சென்றன.

வெகு நேரம் அவை ரகசியமாகப் பேசிக்கொண்டிருந்தன. மற்ற விலங்குகளோ பறவைகளோ கேட்டுவிடக் கூடாது என்பதற்காக அவை மிகவும் மெல்லிய குரலில் பேசிக்கொண்டன. கடைசியில் கங்கோ, நீர்யானையிடம் சொன்னது:

“நம் குரங்கின் யோசனை நல்ல யோசனைதான். நாம் திட்டமிட்டபடி விஷயங்கள் நடந்தால் அந்த ஆணவக்காரனுக்கு நல்ல பாடம் கிடைக்கும். அவமானத்தைச் சகித்துக்கொள்ள முடியாமல் அவன் இந்தக் காட்டைவிட்டுப் போய்விடுவான். பிறகு மிச்சமுள்ள காலம் முழுதும் அவன் ஏதாவது ஒரு மலைக் குகையில், மற்றவர்களின் பார்வையில் படாமல் இருப்பான்.”

நீர்யானை சிரித்தபடிச் சொன்னது:

“நீங்கள் என்னை முழுதுமாக நம்பலாம். நான் உறுதியளிக்கிறேன்.”

தொடர்ந்து அந்த மூன்று விலங்குகளும் காட்டில் ஏதோ தேடி நடந்தன. கடைசியில் ஒரு பெரிய மரத்தின் கீழே வந்தபோது நிம்மதிப் பெருமூச்சுடன் அந்த இடத்தில் நின்றன. நீர்யானை பதுங்கியிருப்பதற்கான ஒரு பெரிய குழியைத் தேடித்தான் அவை நடந்து வந்தன. பெரிய மரத்தடியில் அதுபோன்ற ஒரு பொந்தைக் கண்டுபிடித்ததில் அவற்றுக்கு மகிழ்ச்சி.

குரங்கு சொன்னது: "நீர்யானை அண்ணாச்சி, இந்தப் பொந்துக்குள் நுழைந்து பாருங்கள். இது நமக்கு ஏற்ற இடம்தானா என்று உறுதி செய்துகொள்ள வேண்டாமா?"

நீர்யானை பின் புறமாக நகர்ந்து சென்று அந்தப் பொந்துக்குள் தன் உடலைத் திணித்தது. தன் முழு உடலையும் உள்ளே திணித்துக் கொண்டு தலையை மட்டும் வெளியே நீட்டியது. பிறகு தன் வாயைப் பிளந்தது. ஐயோ! அது ஒரு பயங்கரமான காட்சியாக இருந்தது. நீர்யானை, தன் கீழ்த் தாடையை தரையில் படிய வைத்துக்கொண்டு மேல் தாடையை முடிந்தளவு உயரே தூக்கிக் கொண்டிருந்தது. அப்போது அதன் வாய், ஒரு நாற்காலி போன்றிருந்தது.

அதைப் பார்த்து வியந்த குரங்கு, "ஓ! எவ்வளவு அருமையான ஒரு சிம்மாசனம்!" என்று கூவியது. அது நீர்யானையின் வாயில் பெரிய இலைகளைப் பரப்பி அதன் மேல் அமர்ந்தது. அந்தக் காட்சி, குரங்கு ஒரு உண்மையான சிம்மாசனத்தில் அமர்ந்திருப்பது போன்றிருந்தது. சில நிமிடங்களுக்குப் பிறகு குரங்கு தரைக்குத் தாவியது. உடனே இலைகளைத் துப்பிவிட்டு தன் வாயை மூடிக்கொண்டது நீர்யானை. அப்போது, சற்று முன் இருந்த சிம்மாசனம் மறைந்து போனது.

குரங்கு சொன்னது:

"இந்தக் கம்பீரமான சிம்மாசனத்தில் நான் அமர்ந்திருப்பதைப் பார்த்தால் அந்தச் சிங்கம் பொறாமை கொள்ளும். பிறகு அது என்ன செய்யப்போகிறது என்பதைப் பொறுத்திருந்து பார்க்கலாம்."

ஒரு வாரத்திற்குப் பிறகு குரங்கு ராஜா, காட்டு விலங்குகளை யெல்லாம் அந்த மரத்தடிக்கு அழைத்து ஒரு கூட்டம் போட்டது. கூட்டத்தில் என்ன பேசிக்கொள்கிறார்கள் என்று கேட்பதற்காக அந்தச் சிங்கமும் அங்கே வந்தது.

கூட்டம் தொடங்கும் நேரமாகிவிட்டது. அனைத்து விலங்குகளும் அதனதன் இடத்தில் அமர்ந்தன. குரங்கு ராஜா, பூக்களாலும் இலைகளாலும் அலங்கரிக்கப்பட்ட தன் சிம்மாசனத்தில் அமர்ந்து எல்லோரையும் வணங்கியது.

இப்படிப்பட்ட அற்புதமான சிம்மாசனத்தில் அமர்ந்திருக்கும் குரங்கு ராஜாவைப் பார்த்து விலங்குகளெல்லாம் வியந்து போற்றின. வாழ்த்துக் கூறின. இதையெல்லாம் சிங்கத்தால் முற்றிலும் சகித்துக் கொள்ளவே முடியவில்லை. அது தன் கோபத்தை அடக்க முடியாமல் தரையில் விழுந்து புரண்டது. வாலைப் போட்டுத் தரையில் பட்பட்டென்று அடித்துக்கொண்டது.

மாட்டிக்வஸ் முயலும் காட்டுப் பூனையும்

வடகிழக்கு அமெரிக்காவில் அல்கோன்க்வின் என்ற இனத்தைச் சேர்ந்த மக்கள் இருக்கிறார்கள். இவர்களின் கதைகளில் வரும் ஒரு கதாபாத்திரம்தான் மாட்டிக்வஸ் முயல். இது மிகவும் அறிவானது. மந்திரம் தந்திரம் தெரிந்தது. நினைத்த உடனே இந்த முயலால் தன் உருவத்தை மாற்றிக்கொள்ள முடியும். தன்னைப் பிடித்துத் தின்ன வரும் விலங்குகளை அது ஏமாற்றும் திறமையைப் பார்த்து அனைவரும் வியப்படைவார்கள். எப்போதும் எல்லோருக்கும் வியப்பளிக்கும் ஒரு கதாபாத்திரம்தான் மாட்டிக்வஸ் முயல்.

ஒருநாள் ஒரு காட்டுப் பூனை மிகவும் பசியுடன் கத்திக் கொண்டிருந்தது. அந்தப் பூனைக்கு மாட்டிக்வஸ் முயலின் இறைச்சிதான் வேண்டுமாம். அதற்காகத்தான் அது அழுதுகொண்டிருந்தது.

அந்தக் காட்டுப் பூனை சாதாரணப் பூனையொன்று மல்ல. மிகவும் பிடிவாதம் கொண்ட பூனை. முயல் இறைச்சி வேண்டும் என்று அதற்குத் தோன்றிவிட்டால், அது கிடைக்கும்வரை கடுமையாக முயற்சி செய்யும்.

ஆனால், மாட்டிக்வஸ் முயலுக்கு மந்திர தந்திரங்கள் தெரியும் என்பது அந்தக் காட்டுப் பூனைக்குத் தெரியாது. முயல் தன் மந்திர சக்தியால், காட்டுப்

பூனை தன்னைப் பிடிக்க வருகிறது என்பதைத் தெரிந்துகொண்டது.

அப்போது காட்டுப் பூனை உரக்கச் சொன்னது:

"மாட்டிக்வஸ் முயலே, நான் உன்னைப் பிடிக்கப்போகிறேன். உன்னால் முடிந்தால் தப்பித்துக்கொள்!"

மாட்டிக்வஸ் முயல் முன்னால் ஓடியது. அதைத் துரத்திக்கொண்டு ஓடியது காட்டுப் பூனை. ஓடும்போதே பூனை இப்படிச் சொன்னது:

"உன்னை இன்று பிடிப்பேன் நானடா!

தின்று தண்ணீர் குடிப்பேன் நானடா!"

காட்டுப் பூனையும் முயலும் ஓடிக்கொண்டிருக்கும்போது இருட்டிவிட்டது. வழியில் ஒரு குடிசை இருந்தது. அந்த நல்ல குடிசை ஒரு கிராமத் தலைவனுடையது. வெளியே பனி பெய்து கொண்டிருந்தது. காட்டுப் பூனை, இங்கே இரவு தங்கலாம் என்று முடிவு செய்து குடிசைக்குள் சென்றது. அங்கிருந்த கிராமத் தலைவனிடம் கேட்டது:

"கிராமத் தலைவரே கிராமத் தலைவரே

என் மாட்டிக்வஸ் முயலைப் பார்த்தீர்களா?

இந்த வழியே ஓடிச் சென்றது.

இப்போதே பிடித்துத் தின்ன வேண்டும்."

அப்போது கிராமத் தலைவன் சொன்னான்:

"இந்தப் பக்கம் முயல்கள் வரும்.

முடிந்தால் நானும் பிடித்துத் தின்பேன்."

அவன் மேலும்,

"வா, காட்டுப் பூனையே, என்னிடம் கொஞ்சம் முயல் கறியிருக்கிறது. அதைச் சாப்பிட்டு இந்த வீட்டில் படுத்துத் தூங்கிவிட்டு நாளை எழுந்து போகலாம்" என்றான்.

அவ்வாறு சுவையான முயல் கறியை வயிறு முட்டத் தின்றுவிட்டு, அங்கேயே படுத்துத் தூங்கியது பூனை. விடிந்ததும் எழுந்து பார்த்தது.

அங்கே கட்டில் இல்லை; குடிசையுமில்லை.

கிராமத் தலைவன் என்று சொன்ன

பொழுது விடிந்தது. காட்டுப் பூனை விழித்துப் பார்த்தது.

எங்கும் பனிதான் மனிதர்கள் இல்லை!

தேவாலயமும் பாதிரியும் எங்கென்றே தெரியவில்லை!

அன்பான பிரெஞ்சுக்காரன் காற்றில்தான் கரைந்தானோ!

காட்டுப் பூனைக்கு விஷயம் புரிந்தது!

'எல்லாம் அந்த மாட்டிக்வஸ் முயலின் வேலைதான். அதுதான் தேவாலயமாகவும் பாதிரியாகவும் மக்களாகவும் பிரெஞ்சுக்கார னாகவும் வந்து என்னை ஏமாற்றிவிட்டது! இனி அந்த முயலை விடக் கூடாது. இன்று அதைப் பிடித்தே ஆக வேண்டும். இனியொரு முறை என்னை ஏமாற்ற அதற்கு வாய்ப்பளிக்கக் கூடாது."

என்றெல்லாம் யோசித்தபடி காட்டுப் பூனை அங்கிருந்து நடந்தது. மாட்டிக்வஸ் சென்ற காலடித் தடத்தைப் பின்தொடர்ந்து ஓடியது. வெகு நேரம் ஓடிய பிறகு ஒரு உயரமான வீட்டைப் பார்த்தது. அங்கே ஆட்கள் இருந்தார்கள். இது நிச்சயம் அந்த முயலின் மந்திர ஏமாற்று வேலையாக இருக்காது என்று காட்டுப் பூனைக்கு நம்பிக்கை ஏற்பட்டது. ஏனென்றால் அந்த மனிதர்கள் எல்லோரும் உண்மை மனிதர்கள் என்றே பூனை நினைத்தது. அது பதுங்கிப் பதுங்கி அங்கே சென்றது.

அது இரவு நேரம். அங்கிருந்த மனிதர்கள் காட்டுப் பூனையைப் பார்த்து விட்டார்கள். அவர்கள் சொன்னார்கள்:

"நல்ல பூனையே உள்ளே வா

நாளைக் காலையில் போகலாம்!"

இது ஏமாற்று வேலையாக இருக்காது என்று நம்பியது காட்டுப் பூனை. அது வீட்டுக்குள் சென்றது. அந்த வீட்டுக்காரன் உயரமான ஆளாக இருந்தான். அவன் காதுகளும் நீளமாக இருந்தன. காதுகளின் முனைகளில் பெரிய மனிதர்களுக்கு இருப்பதுபோன்று நீண்ட ரோமங்கள் இருந்தன.

காட்டுப் பூனை அவனிடம் கேட்டது:

"வீட்டுக்காரா வீட்டுக்காரா

மாட்டிக்வஸ் முயலைப் பார்த்தாயா?"

அந்த வீட்டுக்காரன் சொன்னான்:

"இங்கே ஒரு பாட்டுப் போட்டி.

நீயும் ஒரு பாட்டுப் பாடு,

பரிசும் கிடைத்தால் வாங்கிக்கொள்!"

அவ்வாறு காட்டுப் பூனைக்கும் ஒரு பாட்டுப் போட்டியில் கலந்துகொள்வதற்கான வாய்ப்புக் கிடைத்தது. அது பாடத் தொடங்கியது:

"எனக்கு முயலைப் பிடிக்காதே!

பார்க்கக்கூடத் தோன்றாதே!- ஆனால்,

என்றும் எந்த நேரத்திலும்

நன்றாய் தின்பேன் முயல் கறியை!

எனக்கு இந்த உலகத்தில்

பிடித்த ஒன்றே முயல் கறிதான்!"

அந்தப் பாட்டைக் கேட்டபோது வீட்டுக்காரன், காட்டுப் பூனைக்கு ஒரு நல்ல பரிசு கொடுக்க வேண்டும் என்று முடிவு செய்தான். அவன் சொன்னான்:

"எடுத்துக்கொள் பிடித்துக்கொள் பெரும் பரிசை!

யாருக்கும் கிடைக்காத முதற் பரிசை!"

காட்டுப் பூனை பரிசை வாங்குவதற்கு ஆவலாகக் கை நீட்டியபோது, அவன் அதன் கன்னத்தில் பலமுறை ஓங்கிக் குத்தினான். சரமாரியாக உதைத்தான். பிறகு வெளியே ஓடத் தொடங்கினான்.

அவன் பாய்ந்தோடிச் செல்லும் வேகத்தைப் பார்த்தபோது வீட்டுக்காரன் உருவத்தில் இருந்தது மாட்டிக்வஸ் முயல்தான் என்று காட்டுப் பூனைக்குப் புரிந்தது. அது திகைத்துப்போய் சுற்றுமுற்றும் பார்த்தது.

அங்கே ஒரு வீடுமில்லை!

மனிதர் என்று யாருமில்லை!

எங்கும் வெள்ளைப் பனிதானே!

காட்டுப் பூனை தோற்றதுவே!

இது அந்த மாட்டிக்வஸ் முயலின் தந்திரம்தான் என்று காட்டுப் பூனை அறிந்துகொண்டது. தன் உடலைத் தடவிப் பார்த்தது.

முயலிடம் வாங்கிய அடியால் அதன் உடல் முழுதும் வலித்தது. சில இடத்தில் காயம்பட்டு ரத்தமும் வந்தது. ஆயினும் அந்த முயலைப் பிடித்துவிடவேண்டும் என்று காட்டுப் பூனைக்குப் பிடிவாதம்.

காட்டுப் பூனை, முயலின் காலடித் தடங்களைப் பின்தொடர்ந்து ஓடியது. அது மீண்டும் மீண்டும் ஓடியது. அதன் தலையிலிருந்து ரத்தம் வழிந்துகொண்டிருந்தது. அது தனக்குத் தானே சொல்லிக் கொண்டது:

"முன்பே நானும் பசியாலே

மிகவும் சினம்தான் கொண்டேனே!

அந்த முயலும் இப்போது

தந்த உதையைப் பெற்றேனே!

காட்டுப் பூனை வெறிகொண்டால்

நாடே அழிந்திடும் தெரியாதா?

அந்த முயலை வெல்வேனே!

கொன்றே நன்றாய்த் தின்பேனே!"

காட்டுப் பூனை ஓடி ஓடி ஒரு பெரிய நதிக் கரைக்கு வந்தது. அந்த நதியில் ஒரு பிரெஞ்சுப் படைக் கப்பல் செல்கிறது. கப்பலின் உள்ளே துப்பாக்கி ஏந்திய நிறைய வீரர்கள் நிற்கிறார்கள். ஒரு பூனைக் கண் கேப்டன் முன்னே பார்த்துக்கொண்டிருந்தான். இவை அந்த மாட்டிக்வஸ் முயலின் மந்திர வேலைகளாகத்தான் இருக்க வேண்டும் என்று காட்டுப் பூனை நினைத்தது.

"மாட்டிக்வஸ் முயல் முன்பு கிராமத் தலைவனாக வந்தது. பிறகு ஒரு பாதிரியாராக வந்தது. இப்போது இதோ, ஒரு கப்பல் கேப்டனாக வந்திருக்கிறது. இதை இப்படியே விடக் கூடாது. கேப்டனாக வேடமிட்டிருக்கும் அந்த முயலைக் கொன்றே ஆக வேண்டும்!"

என்று முடிவு செய்த காட்டுப் பூனை தண்ணீரில் குதித்தது. நீந்தி நீந்தி கப்பலுக்குப் பக்கத்தில் சென்றது. ஆனால், கப்பலில் இருந்த வீரர்கள் அப்போது பூனையைப் பார்த்துத் துப்பாக்கியால் சுட்டார்கள். காட்டுப் பூனையின் உடலில் பல இடங்களில் குண்டு துளைத்தது. கடைசியில் வேறு வழியில்லாமல் காட்டுப் பூனை கரையை நோக்கி நீந்தியது.

அது முயலின் மாய வித்தை ஒன்றுமல்ல. அது ஒரு உண்மையான போர்க் கப்பல்தான். அந்த வீரர்கள் சுட்டுக் கொன்று தின்றுவிடுவார்கள் என்று அஞ்சிய பூனை கரையை நோக்கி விரைவாக நீந்தியது. அப்படிக் கரைக்கு வந்து காட்டு வழியே ஓடித் தப்பித்தது.

ஆயினும் ஒருநாள் மாட்டிக்வஸ் முயலைப் பிடித்துத் தின்ன வேண்டும் என்று காட்டுப் பூனை பிடிவாதத்துடன் அலைகிறது.

"அகண்ட நதியின் கரை ஓரம்

பெரிய மலர்த் தோட்டம் நடுவே

பௌர்ணமி நிலவு பொழியும் ஒளியில்

ஆட்டம் ஆடி பாட்டும் பாடி

அடடா ஒருநாள் தின்பேன் நான்,

அந்த முயலின் அற்புத இறைச்சி!"

என்று அது எங்கு சென்றாலும் பாடிக்கொண்டிருக்கிறது.

அதன் விருப்பம் நிறைவேறுகிறதா இல்லையா என்று நாம் பொறுத்திருந்து பார்க்கலாம்.

அறிவாளி மனைவி

சீனாவில் சிங்கியாங் என்ற இடம் இருக்கிறது. அங்கே பியூசிங் என்ற நல்ல மனிதனொருவன் வாழ்ந்தான். அவன் தன் மனைவியின் அறிவுத் திறன் மீது அதிகமான பெருமை கொண்டிருந்தான். தன் மனைவியைவிட அறிவாளி இந்த உலகத்தில் வேறு யாரும் இருக்க முடியாது என்று நம்பினான். இந்த விஷயத்தை ஊர் மக்களுக்கும் தெரிவிக்க வேண்டும் அல்லவா. அதனால் அவன் ஒரு காரியம் செய்தான்.

"அறிவில் என் மனைவியை வெல்ல இங்கே யார் இருக்கிறார்கள்? அவள் ஆயிரம் வேலைகளை அலட்சியமாகச் செய்வாள்!" என்று தன் வீட்டுச் சுவரில் எழுதி வைத்தான்.

பியூசிங் இப்படிப் பெருமையடித்துக்கொள்வது, அந்த ஊரில் இருக்கும் நீதிபதிக்குப் பிடிக்கவில்லை. சுவரில் எழுதப்பட்டிருந்த அந்த வரிகளைப் படித்த பிறகு அவர் இப்படி நினைத்தார்:

"ஓஹோ! பியூசிங்கின் மனைவி அவ்வளவு பெரிய அறிவாளியா? அதையும் நான் பார்க்கிறேன்!"

மறுநாள் நீதிபதியின் சேவகன், பியூசிங்கின் வீட்டுக்குச் சென்றான்.

"நீதிபதி உங்களை அழைக்கிறார். உடனே வாருங்கள்" என்று பியூசிங்கிடம் சொன்னான்.

'நீதிபதி திடீரென்று அழைக்கிறாரே, என்ன பிரச்சினையோ, என்ன சிக்கலோ?' என்று நினைத்துக் குழம்பினான் பியூசிங். அவனுக்கு அச்சமாக இருந்தது. ஆனால் அவன் மனைவி அவனுக்குத் தைரியம் சொன்னாள்:

"நீங்கள் அஞ்சாமல் அங்கே செல்லுங்கள். நீதிபதி எதற்காக அழைத்தார் என்று தெரிந்துகொள்ளுங்கள். ஏதும் பிரச்சினையென்றால் நாம் அதற்கு வழி கண்டுபிடிக்கலாம்."

அவள், தங்கள் வீட்டின் முன் பக்கம் எழுதியிருக்கும் வாசகம் தான் நீதிபதிக்குக் கோபத்தை ஏற்படுத்தியிருக்கும் என்று ஊகித்தாள். "இருக்கட்டும், நீதிபதி என்ன சொல்கிறார் என்று பார்க்கலாம்" என்று காத்திருந்தாள்.

தன் மனைவி கொடுத்த துணிச்சலால் பியூசிங் புறப்பட்டான்.

கம்பீரமான நீதிபதியின் முன்னால் பியூசிங் கொண்டு செல்லப்பட்டான்.

பியூசிங்கைப் பார்த்து நீதிபதி மிகவும் அலட்சியமாகக் கேட்டார்:

"அப்படியென்றால், நீங்கள்தானா உங்கள் வீட்டுச் சுவரில் எழுதி வைத்தீர்கள்? நல்லது. உங்கள் மனைவியால் ஆயிரம் வேலைகளை அலட்சியமாகச் செய்ய முடியும் என்று எழுதியிருக்கிறீர்கள். சரி. ஆனால், உங்கள் மனைவி மூன்று சிறிய வேலைகளைச் செய்ய வேண்டியிருக்கிறது."

இப்படிச் சொல்லிவிட்டு நீதிபதி புன்னகைத்தார். திகைத்துப்போன பியூசிங், நீதிபதியையே உற்றுப் பார்த்துக்கொண்டிருந்தான்.

நீதிபதி சொன்னார்:

"முதலாவதாக உங்கள் மனைவி சாலை அளவு நீளத்தில் ஒரு துணி நெய்ய வேண்டும்.

"இரண்டாவதாக, கடலில் எவ்வளவு தண்ணீர் இருக்கிறதோ, அந்த அளவு ஒயின் தயாரிக்க வேண்டும்.

"மூன்றாவதாக, மலை அளவு பெரிதான ஒரு பன்றியைக் கொண்டு வர வேண்டும்.

"நான் சொன்ன இந்த மூன்று வேலைகளையும் உங்கள் மனைவி உடனடியாகச் செய்யவில்லையென்றால், அப்புறம் நான் என் அதிகாரத்தைக் காட்ட வேண்டியிருக்கும். இப்போது நீங்கள் செல்லலாம்!"

நீதிபதியின் உத்தரவைக் கேட்டு, பெருந்துயரத்துடன் வீடு வந்து சேர்ந்தான் பியூசிங். வந்தவுடன் எல்லா விஷயங்களையும் தன் மனைவியிடம் சொன்னான்.

"இந்தத் துன்பத்திலிருந்து நாம் எப்படித் தப்பிக்கப்போகிறோம் என்று தெரியவில்லையே!" என்று கலக்கமடைந்த கணவனுக்கு மனைவி ஆறுதல் சொன்னாள்.

"நீங்கள் எந்தக் கவலையும் இல்லாமல் நிம்மதியாக இருங்கள். நான் நாளைக் காலையில் இதற்கு ஒரு வழி கண்டுபிடிக்கிறேன்!"

தன் மனைவியின் அறிவாற்றல் மீது பெரிய நம்பிக்கையும் பெருமையும் கொண்டிருப்பவன் பியூசிங். அதனால் அவன் அன்று இரவு நிம்மதியாகத் தூங்கினான்.

காலையில், நீதிபதியிடம் சென்று என்ன சொல்ல வேண்டும் என்பதையெல்லாம் பியூசிங்கின் மனைவி அவனுக்குச் சொல்லிக் கொடுத்தாள். பிறகு அவனிடம் நீளத்தை அளக்கும் அளவுகோல் ஒன்றையும், திரவத்தை அளக்கும் லிட்டர் குவளை ஒன்றையும், எடைபோடும் ஒரு தராசையும் கொடுத்தாள். அந்த அறிவாளி மனைவியின் சொற்படி பியூசிங், நீதிபதியிடம் வந்தான்.

தன்னிடம் இருந்த பொருட்களையெல்லாம் நீதிபதிக்கு முன்னால் பணிவுடன் வைத்துவிட்டுச் சொன்னான்:

"மதிப்பிற்குரிய நீதிபதி அவர்களே, நான் சொல்வதை நீங்கள் கொஞ்சம் காது கொடுத்துக் கேட்க வேண்டும் என்று வேண்டு கிறேன்.

"முதலாவதாக, எவ்வளவு நீளத்தில் துணி நெய்ய வேண்டியிருக்கும் என்று தெரிந்துகொள்வதற்காக, சாலையின் நீளத்தை இந்த அளவுகோலால் அளந்து சொல்ல வேண்டும்.

"இரண்டாவதாக, எவ்வளவு ஒயின் தயாரிக்க வேண்டிவரும் என்று தெரிந்துகொள்வதற்காக, இந்த லிட்டர் குவளையால் கடல் நீரை அளந்து சொல்ல வேண்டும்.

"மூன்றாவதாக, எவ்வளவு எடையுள்ள பன்றியைப் பிடிக்க வேண்டும் என்று தெரிந்துகொள்வதற்காக, மலையை இந்தத் தராசில் எடைபோட்டுச் சொல்ல வேண்டும்."

இப்படிச் சொல்லிவிட்டு நீதிபதியின் முன்னால் பணிவுடன் தலை குனிந்து நின்றான் பியூசிங்.

அவன் சொன்னதையெல்லாம் கேட்ட நீதிபதிக்கு என்ன பதில் சொல்வது என்றே தெரியவில்லை. குழம்பித் திக்குமுக்காடி முட்டாள்தனமாக இளித்தார்.

அப்போதே பியூசிங்கின் மனைவியை வரவழைத்து, அவள் சாமர்த்தியத்தைப் பாராட்டினார்.

அதிர்ஷ்டம் கெட்ட இவான்

ஏழை விவசாயி ஒருவன் இருந்தான். அவனை எல்லோரும் 'அதிர்ஷ்டம் கெட்ட இவான்' என்றுதான் அழைத்தார்கள். அவனிடம் எப்போதும் கொஞ்சம் கூடப் பணம் இருக்காது. தப்பித் தவறி அவனுக்கு ஏதாவது பணம் கிடைத்தாலும் அது அப்போதே காலியாகிவிடும். கிடைக்கும் பணத்தை அவன் வீண் செலவு எதுவும் செய்யாமல் பாதுகாத்து வைத்திருந்தாலும், யாராவது வந்து அந்தப் பணத்தைத் திருடிச் சென்று விடுவார்கள்.

என்ன செய்வது என்று தெரியாமல் தவித்த அந்த விவசாயி, கடைசியில் ஜார் மன்னரிடம் சென்று ஆலோசனை கேட்டான். ஜார் சொன்னார்:

"உன்னால்தான் எதையும் தேடி வைத்துப் பாதுகாக்க முடியவில்லையே, பிறகு ஏன் என் ஆலோசனையைக் கேட்கிறாய்?"

அப்போது இளவரசி பக்கத்திலிருந்து இதைக் கேட்டுக் கொண்டிருந்தாள். அவள் சொன்னாள்:

"அப்பா, உங்களைத் தேடி வந்திருக்கும் இந்த ஏழைக்கு நீங்கள் நல்ல வழி காட்டக் கூடாதா? நான் உங்களைவிடச் சிறியவள்தான். ஆனால், என்னால்

அவருக்கு நல்ல ஆலோசனை சொல்ல முடியும் என்று தோன்றுகிறது."

மன்னர் கேட்டார்:

"நீ இவனுக்கு என்ன ஆலோசனை சொல்லப்போகிறாய்?"

"இவர் திருமணம் செய்துகொள்ளட்டும். ஒருக்கால் இவர் மனைவி அதிர்ஷ்டக்காரியாக இருப்பாள். இல்லையென்றால் இவருக்குப் பிறக்கும் பிள்ளைகளாவது அதிர்ஷ்டக்காரர்களாக இருப்பார்கள்."

இதைக் கேட்டு மன்னருக்குக் கடுங்கோபம் வந்தது. அவர் தன் மகளைத் திட்டினார்:

"உனக்கு ஏதும் அறிவு இருக்கிறதா? இவனே வயிற்றுப் பசிக்கு உணவு இல்லாமல் அலைந்துகொண்டிருக்கிறான். இவன் எப்படிக் கல்யாணம் செய்துகொண்டு தன் மனைவி மக்களைக் காப்பாற்றுவான். நீ இப்படி முட்டாள்தனமாகப் பேசியதற்குத் தண்டனையாக உன்னை இந்த ஏழைக்கே திருமணம் செய்து கொடுக்கிறேன்!"

சொன்னபடியே மன்னர் தன் மகளை விவசாயிக்குத் திருமணம் செய்து வைத்தார். அந்தத் தம்பதிக்கு யாரும் அடைக்கலம் கொடுக்கக் கூடாது என்று நாடு முழுதும் விளம்பரமும் செய்தார்.

அந்த அதிர்ஷ்டம் கெட்ட இவான், தன் மனைவியான இளவரசியையும் அழைத்துக்கொண்டு தெரு வழியே நடந்து வந்தான். அவன் சொன்னான்:

"அன்பான இளவரசியே, நீ கவலைப்படாதே. சிறியது என்றாலும் எனக்குச் சொந்தமாக ஒரு வீடு இருக்கிறது. நாம் அங்கே செல்லலாம்."

எனவே அவர்கள் அந்த விவசாயியின் சிறிய வீட்டுக்கு வந்தார்கள். அந்த வீட்டுக்குச் சன்னலும் கிடையாது. எந்த மறைப்பும் கிடையாது. வசிப்பதற்குத் தகுதியற்ற இடமாக இருந்தது அது. மன்னன் மகள் தன் துப்பட்டாவைக் கொண்டு மறைப்புக் கட்டினாள். துண்டால் சுவற்றில் இருந்த துளையை அடைத்தாள். பிறகு அடுப்பைப் பற்ற வைத்துக் குளிர்காய்ந்தாள்.

அன்று இரவு இளவரசி, ஒரு சிறப்பான துணியை நெய்து உருவாக்கினாள். காலையில் அதை இவானிடம் கொடுத்துவிட்டுச் சொன்னாள்:

"இதை எடுத்துக்கொண்டு சந்தைக்குச் செல்லுங்கள். இதை விற்பதாகச் சொல்லுங்கள். முதலாவதாக ஒருவன் வந்து விலை

சொல்வான். அவனுக்கு இந்தத் துணியைக் கொடுக்காதீர்கள். இரண்டாவதாக ஒருவன் வந்து விலை சொல்வான், அவனுக்கும் இந்தத் துணியைக் கொடுக்காதீர்கள். மூன்றாவதாக வந்து விலை சொல்பவனிடம்தான் நீங்கள் இந்தத் துணியை விற்க வேண்டும்."

இவான் துணியை எடுத்துக்கொண்டு சந்தைக்குச் சென்றான். முதலில் வந்தவன் அந்தத் துணியை நூறு ரூபிளுக்குக் கேட்டான். இரண்டாவதாக வந்தவன் அதை இருநூறு ரூபிளுக்குக் கேட்டான். மூன்றாவதாக வந்தவன் அதை முந்நூறு ரூபிளுக்குக் கேட்டான். இவான் முந்நூறு ரூபிளுக்கு அந்தத் துணியை விற்றான். பிறகு வீட்டுக்குத் தேவையான பொருட்களை வாங்கிக்கொண்டு புறப்பட்டான்.

நடந்து, நடந்து அவன் ஒரு சாலைச் சந்திப்புக்கு வந்தபோது ஒரு திருடன் அவனைத் தடுத்து நிறுத்தினான்:

"அடேய்! உன்னிடம் இருக்கும் பணத்தைக் கொடுத்துவிடு. நீ அப்படிச் செய்தால் நான் உனக்கு ஒரு விஷயம் சொல்வேன். நீ பணம் தரவில்லையென்றால் உன்னிடமிருந்து பறித்துக்கொள்வேன். உனக்கு எதுவும் சொல்லவும் மாட்டேன்."

வேறு வழியில்லாமல் இவான் தன்னிடமிருந்த பணத்தைக் கொடுத்தான். திருடன் அதை வாங்கிக்கொண்டு சொன்னான்:

"நீ இந்தப் பணத்தைக் கொடுத்ததற்காக நான் உனக்கு ஒரு விஷயம் சொல்கிறேன். 'எப்போது வேண்டுமானாலும் அற்புதம் நடக்கும்!'"

வீட்டுக்கு வந்ததும் இவான், நடந்ததையெல்லாம் தன் மனைவியிடம் சொன்னான். அவள் சொன்னாள்:

"நீங்கள் ஒரு துரதிர்ஷ்டக்காரர் என்பது சரிதான். நானும் அதிர்ஷ்டமில்லாதவள்தான். இரண்டு துரதிர்ஷ்டசாலிகள் ஒன்றாகச் சேர்ந்திருக்கிறோம்."

இரண்டாவது நாள் இரவில் இளவரசி சித்திர வேலைப்பாடுகள் உள்ள ஒரு துணியை நெய்து உருவாக்கினாள். காலையில் அதைத் தன் கணவனிடம் கொடுத்துவிட்டுச் சொன்னாள்:

"முதலில் விலை கேட்டு வருபவனுக்கு இந்தத் துணியைக் கொடுக்காதீர்கள். இரண்டாவதாக வந்து விலை கேட்பவனுக்கும் கொடுக்காதீர்கள். மூன்றாவதாக வந்து விலை கேட்பவனுக்குத்தான் கொடுக்க வேண்டும்."

இவான் அந்தத் துணியை எடுத்துக் கொண்டு சந்தைக்குச் சென்றான். முதலில் ஒருவன் வந்து இவானின் துணியை நூறு ரூபிளுக்குக் கேட்டான். இன்னொருவன் வந்து இருநூறு ரூபிளுக்குக் கேட்டான். மூன்றாவதாக வந்தவன் முந்நூறு ரூபிளுக்குக் கேட்டான்.

முந்நூறு ரூபிளுக்குத் துணியை விற்றுவிட்டு இவான் திரும்பிக்கொண்டிருந்தான். வழியில் எதிர்ப்பட்டான் அந்தப் பழைய திருடன். அவன் இவானைப் பயமுறுத்தினான்:

"உன் கையில் இருக்கும் பணத்தைக் கொடுத்துவிட்டால் நான் உனக்கு ஒரு உபதேசம் சொல்வேன். இல்லையென்றால் உன் பணத்தைப் பிடுங்கிக்கொண்டு துரத்திவிடுவேன்."

இப்போதும் வேறு வழியில்லாமல் இவான் பணத்தைக் கொடுத்தான். பிறகு திருடன் ஒரு உபதேசம் சொன்னான்:

"அரசனாக இருந்தாலும் அஞ்சாதே!"

இவான் வீட்டுக்குச் சென்று, நடந்த விவரத்தையெல்லாம் மனைவியிடம் சொன்னான். மனைவி இப்படித்தான் பதில் சொன்னாள்:

"நீங்கள் முற்றிலும் அதிர்ஷ்டம் கெட்டவர்தான். நான் உங்களை நினைத்து மிகவும் வருந்துகிறேன்."

அவள் மூன்றாவது நாள் இரவும், சித்திர வேலைப்பாடுகள் கொண்டதொரு துணியை உருவாக்கினாள். சந்தைக்கு எடுத்துச் சென்று முன்பு விற்றதுபோலவே விற்கும்படி இவானிடம் சொன்னாள். அவன் புறப்படும்போது அவனிடம் ஐம்பது ரூபிளைக் கொடுத்து,

"நீங்கள் வரும்போது இந்தப் பணத்தைக் கொடுத்து வீட்டுக்குத் தேவையான பொருட்கள் வாங்கி வாருங்கள்" என்றாள்.

இவான் முன்புபோலவே அந்தத் துணியை முந்நூறு ரூபிளுக்கு விற்றான். திரும்பி வரும்போது, காத்திருந்த திருடன் சொன்னான்:

"உன்னிடம் இருக்கும் பணத்தை நீயாக எனக்குக் கொடுத்துவிட்டால் நான் உனக்கு ஒரு உபதேசம் சொல்வேன். இல்லையென்றால் பணத்தைப் பிடுங்கிக்கொண்டு உன்னைத் துரத்திவிடுவேன்."

இவான் இந்த முறையும், திருடனிடம் பணத்தைக் கொடுக்கும்படி நேர்ந்தது.

முந்நூறு ரூபிளை வாங்கிக் கொண்ட திருடன், இவானிடம் இன்னும் ஐம்பது ரூபிள் இருக்கிறது என்பதைத் தெரிந்துகொண்டு அதையும் பிடுங்கிக்கொண்டான். பிறகு அவன் இவானுக்கு ஒரு உபதேசம் சொன்னான்:

"விசாரித்து அறிவதே மிகச் சிறந்தது!"

இவான் வீட்டை நோக்கி நடந்தான். வழியில் அவன் ஒரு மலையேற வேண்டியிருந்தது. மலை ஏறிக்கொண்டிருக்கும்போது அவன் உருண்டு வீழ்ந்தான். அங்கேயே அமர்ந்து யோசித்தான்:

'என் வீட்டிலிருப்பவள் என் மனைவியாக இருந்தாலும் அவள் இந்த நாட்டு மன்னனின் மகள். நான் அவளிடம் எப்படி வெறுங்கையுடன் செல்வேன்?'

அவன் வீட்டுக்குச் செல்லாமல் நேராகக் கடற்கரைக்குச் சென்றான். அங்கே ஒரு சரக்குக் கப்பல், பயணத்திற்கு ஆயத்தமாகிக் கொண்டிருந்தது. இவான் அந்தக் கப்பலில் ஒரு பணியாளனாகச் சேர்ந்துகொண்டான். கடலில் நீண்ட தூரம் சென்ற கப்பல் ஒரு இடத்தில் திடீரென்று நின்றது. அப்போது கப்பலின் கேப்டன் அறிவித்தான்:

"இந்தக் கடலில் குதித்து கடலின் அடித் தளத்துக்குச் சென்று வருபவர்களுக்கு இந்தக் கப்பலில் உள்ள சரக்கில் பாதி கொடுக்கப்படும். யாரும் குதிக்கத் தயாராக இல்லையென்றால் குலுக்கல் முறையில் ஒருவர் தேர்ந்தெடுக்கப்படுவார். அவர் குதித்து இந்தக் கடலின் அடித் தளத்துக்குச் செல்ல வேண்டியிருக்கும்."

இதைக் கேட்ட இவானுக்கு அந்தத் திருடன் சொன்ன முதலாவது உபதேசம் நினைவு வந்தது. 'எப்போது வேண்டுமானாலும் அற்புதம் நடக்கலாம்' என்றுதானே அவன் சொன்னான்... இப்போது எனக்கு ஏதாவது அற்புதம் நடக்கிறதா என்று பார்க்கலாம்!" என்று நினைத்த இவான், கேப்டனுடன் ஒப்பந்தம் செய்துகொண்டு கடலில் குதித்தான்.

ஆமாம்! தற்செயலாக ஒரு பெரிய அற்புதம் நடந்தது! கடலில் குதித்த அவனை யாரோ கீழே இழுத்துக்கொண்டு சென்றார்கள். கடைசியில் அவன் தண்ணீர் இல்லாத ஒரு நகரத்துக்குச் சென்று சேர்ந்தான். அவன் அந்த நகரத்தின் நுழை வாயிலைக் கடந்து உள்ளே சென்றான். அப்போது இவானுக்கு வழி காட்டுவதற்காக ஒருவன் வந்தான். அவன் சொன்னான்:

"இங்குள்ள எங்கள் ராஜாவும் ராணியும் தினந்தோறும் சண்டை போட்டுக்கொண்டிருக்கிறார்கள். எங்கள் ராஜா, பதப்படுத்திய

பளபளப்பான உருக்கு, தங்கத்தைவிட மேலானது என்று சொல்கிறார். ஆனால் ராணி அவர் சொன்னதை ஏற்றுக்கொள்ளவில்லை. அப்படிப்பட்ட உருக்கைவிட தங்கமும் வெள்ளியும்தான் மேலானது என்று அவர்கள் சொல்கிறார்கள். இந்தக் காரணத்தால்தான் அவர்களுக்குள் எப்போதும் சண்டை. இதனால் நாட்டு மக்களெல்லாம் மிகவும் கவலையுடன் இருக்கிறார்கள். இருவர் மனமும் புண்படாதபடி இதற்கு எப்படி ஒரு தீர்வு கண்டுபிடிப்பது?"

"இதற்கு நான் ஒரு வழி கண்டுபிடிக்கிறேன்" என்றான் இவான். வழிகாட்டி இவானை அரண்மனைக்கு அழைத்துச் சென்றான். அங்கிருந்த விசாலமான கூடத்தில் ராஜாவும் ராணியும் இருந்தார்கள். அப்போது இவானுக்கு அந்தத் திருடன் சொன்ன இரண்டாவது உபதேசம் நினைவு வந்தது:

"அரசனாக இருந்தாலும் அஞ்சாதே!"

வழிகாட்டி ராஜாவிடம் இவானைச் சுட்டிக்காட்டி, "இவரிடம் உங்கள் பிரச்சினையைச் சொல்லி ஆலோசனை பெறலாம்" என்றான்.

முதலில் ராஜா இவானிடம் தன் கருத்தைச் சொன்னார்.

"தம்பி, எங்கள் பிரச்சினைக்கு நீயே ஒரு நல்ல முடிவாகச் சொல். பதப்படுத்திய பளபளப்பான உருக்கு, தங்கத்தைவிட மேலானது என்று நான் சொல்கிறேன்..."

அப்போது ராணி இடைமறித்துச் சொன்னார்கள்:

"தம்பி, அந்த உருக்கைவிட தங்கமும் வெள்ளியும்தான் உயர்ந்தது என்று நான் சொல்கிறேன்."

இருவரின் பேச்சையும் கேட்டுவிட்டு இவான் அஞ்சாமல் தன் கருத்தைச் சொன்னான்:

"மதிப்பிற்குரிய ராஜா அவர்களே, மரியாதைக்குரிய ராணி அவர்களே, நான் ரஷ்யா என்ற நாட்டிலிருந்து வந்திருக்கிறேன். அந்த நாட்டில் உள்ள பழக்கத்தை உங்களிடம் சொல்கிறேன். நாட்டில் போர் வந்தால் அந்த நேரத்தில் தங்கத்தையும் வெள்ளியையும்விட உருக்குதான் மிகவும் மதிப்பு மிக்கதாகக் கருதப்படும். ஏனென்றால் போர் தொடங்கிவிட்டால் நிறைய ஆயுதங்கள் தேவைப்படும் அல்லவா. அதனால் அப்போது உருக்குதான் மிகவும் அவசியமாகத் தேவைப்படும். போர் முடிந்துவிட்டால் ஆயுதங்களால் எந்தப் பயனும் இல்லை. அப்போது தங்கமும் வெள்ளியும்தான் மிகவும்

அரிய பொருட்களாகக் கருதப்படும். அந்த வகையில் உங்கள் இருவரின் கருத்தும் சரிதான்."

இவான் சொன்னதைக் கேட்டு ராஜாவும் ராணியும் மிகவும் மகிழ்ச்சியடைந்தார்கள். பிறகு அவர்கள் இருவரும் அவனுக்கு ஒவ்வொரு சிறிய சிமிழைக் கொடுத்தார்கள். அப்போது இவான்,

'என்ன இது, இவ்வளவு சிறிய இரண்டு சிமிழ்களைப் பரிசாகக் கொடுக்கிறார்களே!' என்று நினைத்தான். பிறகு அவன் வழிகாட்டியுடன் அரண்மனைக்கு வெளியே வந்தான். கடலின் அடியில் மட்டுமே கிடைக்கக் கூடிய அரிய வகை பவளக் கற்கள் சிலவற்றை எடுத்துக்கொண்டான். பிறகு மேலே நீந்தி கப்பலையடைந்தான்.

இவான் திரும்பிக் கப்பலுக்கு வந்தவுடன் கேப்டன் அவனிடம், "நீ உண்மையிலேயே கடலின் அடித்தளத்திற்குச் சென்று வந்திருக்கிறாய் என்பதற்கு என்ன ஆதாரம்?" என்று கேட்டான். தான் கொண்டு வந்திருந்த பவளக் கற்களைக் காட்டினான் இவான். பிறகு, அந்தக் கப்பலில் இருந்த சரக்குகளில் பாதியளவு அவனுக்குக் கிடைத்தது. சில நாட்களில் கப்பல், அக்கரையில் உள்ள ஒரு நாட்டுக்கு வந்தது. கப்பலில் இருந்த வியாபாரிகள் அந்த நாட்டு ராஜாவைப் பார்ப்பதற்காகச் சென்றார்கள். அந்த ராஜாவுக்குப் பரிசளிப்பதற்காக ஒவ்வொருவரும் விலையுயர்ந்த பொருட்களைக் கொண்டு சென்றார்கள். இவான், கடலின் அடியில் தனக்குக் கிடைத்த இரண்டு சிறிய சிமிழ்களில் ஒன்றைப் பரிசளித்தான்.

அந்தச் சிமிழைப் பார்த்த ராஜா மிகவும் வியந்துபோனார். அவர் மிகச் சிறப்பாக இவானை உபசரித்தார். இதைக் கண்ட மற்ற வியாபாரிகள் முணுமுணுத்தார்கள்:

"பாருங்கள், அவன் ஒரு சிறிய சிமிழைத்தானே ராஜாவுக்குக் கொடுத்தான். நாமெல்லாம்தானே ராஜாவுக்கு மிகவும் விலையுயர்ந்த பரிசுகள் கொடுத்தோம். ராஜா நம்மைக் கவனிக்காமல் அவனை உபசரிப்பதைப் பாருங்களேன்!"

அவர்கள் இவ்வாறு பேசிக்கொண்டது ராஜாவின் காதிலும் விழுந்தது. அந்தச் சிமிழின் சிறப்பை அவர்களுக்கு உணர்த்த வேண்டும் என்று அவர் நினைத்தார். இவான் கொடுத்த சிமிழை எடுத்துக் குலுக்கினார். அப்போது அதன் மூடி தெறித்து வீழ்ந்துவிட்டது. சிமிழிலிருந்து இரண்டு சிறிய மணிகள் வெளியே வந்து விழுந்தன. அவை தரையில் விழுந்ததும் பெரிய வெள்ளிக் குவியலாக மாறிவிட்டன.

இவான் கொடுத்த சிமிழுக்கு மாற்றாக ராஜா அவனுக்கு சரக்கு நிறைத்த மூன்று கப்பல்களைக் கொடுத்தார். அவ்வாறு அவன் மூன்று கப்பல்களில், மூன்றரைக் கப்பல் கொள்ளும் சரக்குகளுடன் நாட்டுக்குத் திரும்பினான்.

அவன் ஊருக்கு வந்து சேர்ந்தபோது நேரம் இருட்டியிருந்தது. அங்கே அவன் தன் வீட்டைத் தேடி அலைந்தான். தன் பழைய வீடு இருந்த இடத்தில் இப்போது சற்றுப் பெரிய வீடு இருப்பதைப் பார்த்தான். இவான் சென்று கதவைத் தட்டினான். ஒரு பெண் வந்து கதவைத் திறந்தாள். அவள், என்ன வேண்டும் என்று கேட்டாள்.

"நான் வெளிநாட்டுக்காரன். நான் இரவு தங்குவதற்கு இங்கே இடம் கொடுப்பீர்களா?" என்று கேட்டான் இவான்.

"சரி. உள்ளே வாருங்கள். இது ஒரு தங்கும் விடுதி. இந்த விடுதியிலிருந்து வரும் பணத்தைக் கொண்டுதான் நாங்கள் வாழ்ந்து வருகிறோம்."

அந்தப் பெண் அவன் கேட்ட உணவுகளைக் கொடுத்தாள். பிறகு அவனை அங்கே விட்டுவிட்டுத் தன் அறைக்குப் போக முற்பட்டாள். அப்போது இவான் கேட்டான்:

"எனக்கு ஒரு மெழுகுவர்த்தி கொடுங்கள். வெளிச்சமில்லாமல் என்னால் தூங்க முடியாது."

"ஒன்றல்ல, இரண்டு மெழுகுவர்த்தி தருகிறேன். மெழுகுவர்த்தி விற்றால் எனக்கு லாபம்தானே!"

அவள் இரண்டு மெழுகுவர்த்திகள் கொண்டு வந்து கொடுத்து விட்டுத் தன் அறைக்குச் சென்றாள்.

அவன் சற்று நேரம் அங்கே படுத்திருந்தான். உடனே தூக்கம் வராததால் சற்று நேரம் வெளிவராந்தாவில் உலவினான். அப்போது அவன் தற்செயலாக அந்தப் பெண்ணின் அறையைப் பார்க்க நேர்ந்தது. உள்ளே எரிந்துகொண்டிருந்த மெழுகுவர்த்தி ஒளியில், அவள் கட்டிலின் இருபுறத்திலும் இருந்த கட்டில்களில் இரண்டு இளைஞர்கள் தூங்கிக்கொண்டிருப்பது தெரிந்தது. இவானுக்கு, அந்தப் பெண்ணையும் இளைஞர்களையும் எங்கோ பார்த்தது போன்றிருந்தது.

இவான், மறு நாள் காலையில் எழுந்தான். அங்கு தங்கியதற்கும் உணவுக்குமான பணத்தைக் கொடுத்துவிட்டுப் புறப்பட

முற்பட்டான். அந்தப் பெண்ணின் முகத்தையும் இளைஞர்களின் முகத்தையும் பார்த்தபோது அவனுக்கு ஏதோ ஒரு சந்தேகம் தோன்றியது. அப்போதுதான், திருடன் சொன்ன மூன்றாவது உபதேசத்தை இவான் நினைத்துப் பார்த்தான், "விசாரித்து அறிவதே மிகச் சிறந்தது!" பிறகு அவன் தயங்கவில்லை. அவளிடம் விசாரித்தான்: "நீ யாரம்மா? உன் பெயரென்ன? உன்னையும் இந்த இளைஞர்களையும் எங்கோ பார்த்ததுபோன்று தோன்றுவதால்தான் கேட்கிறேன்." அவள் சொன்னாள்:

"இவர்கள் இருவரும் என் மகன்கள்தான். இரட்டையாகப் பிறந்தவர்கள். ஒரு காலத்தில் என் திருமணம் நடந்தது. நான் கர்ப்பமாக இருக்கும்போது என் கணவர் என்னைவிட்டு எங்கோ சென்று விட்டார். அவர் கப்பலில் சென்றதாகக் கேள்விப்பட்டேன்."

அப்போது இவானுக்கு எல்லாமும் நினைவு வந்தது. அதன் பிறகுதான் அவன் தன் மனைவியையும் தன் மகன்களையும் அடையாளம் கண்டுகொண்டான். அவன் பெரும் மகிழ்ச்சியுடன்,

"நான்தான் உன் துரதிர்ஷ்டக்காரக் கணவன் இவான்!" என்றான்.

அந்தப் பெண் வியப்பால் ஸ்தம்பித்து அவனைப் பார்த்தாள். அவள் விழிகளிலிருந்து மகிழ்ச்சிக் கண்ணீர் பெருகியது. அந்த இளைஞர்கள் அருகே வந்து தங்கள் தந்தையை வணங்கினார்கள். பிறகு எல்லோரும் அந்த இடத்தில் மகிழ்ச்சியுடன் வாழ்ந்து வந்தார்கள்.

இந்தச் செய்தியை மன்னர் கேள்விப்பட்டார். தன் மருமகன் மூன்று கப்பலின் உரிமையாளனாகத் திரும்பியிருப்பதையறிந்து வியந்தார்.

மன்னர் அடுத்தநாள் தன் மருமகனை அரண்மனைக்கு அழைத்தார். இவான் தன் மனைவியையும் பிள்ளைகளையும் அழைத்துக்கொண்டு அரண்மனைக்குச் சென்றான். மன்னருக்கு அன்பளிப்பாகக் கொடுப்பதற்காக தன்னிடமிருந்த இரண்டாவது சிமிழையும் எடுத்துச் சென்றிருந்தான்.

மருமகன், தனக்குப் பரிசாக தன் முன் வைத்த சிமிழைப் பார்த்ததும் மன்னர் வருத்தம் கொண்டார். 'இவான் மிகப் பெரிய செல்வத்துடன் திரும்பி வந்திருக்கிறான். ஆனால் எனக்கு ஒரு சின்னஞ் சிறிய சிமிழைப் பரிசாகக் கொடுக்கிறான்!' என்று நினைத்தார். அவரால் கோபத்தைக் கட்டுப்படுத்த முடியவில்லை. அந்தச் சிமிழை எடுத்துத் தரையில் ஓங்கி அடித்தார். அப்போது

அந்தச் சிமிழின் மூடி திறந்துகொண்டுவிட்டது. அதனுள்ளிருந்து இரண்டு சிறிய மணிகள் வெளியே வந்து விழுந்தன.

அடுத்த நொடியே அங்கே ஒரு பெரிய வெள்ளிக் குவியலும், ஒரு தங்கக் குவியலும் தோன்றின!

இதைப் பார்த்த ஜார் மன்னர் கத்தினார்:

"என்னை மன்னித்துக்கொள் இவான்! இனி இந்த நாட்டை நீதான் ஆள வேண்டும். ஏனென்றால் நீதான் என்னைவிடவும் திறமையுள்ளவன்!"

அவ்வாறு, அதிர்ஷ்டம் கெட்ட இவான், கடைசியில் அந்த நாட்டுக்கே ராஜாவானான்!

மரமண்டை

ஒரு காலத்தில் சீனாவில் ஒரு பணக்காரன் இருந்தான். அவனுக்கு ஒரே ஒரு மகன். அவன் பெயர் சியாங். சியாங் மிகவும் முட்டாள். அவன் தலையில் எதுவுமே ஏறாது. மிகவும் எளிமையான கேள்விகளுக்குக்கூட பதில் தெரியாமல் தலையைச் சொறிந்து கொண்டு நிற்பான். அதனால் ஊர் மக்கள் அவனைக் கேலி செய்தார்கள். சியாங்கை, மரமண்டை சியாங் என்று அழைத்தார்கள்.

சியாங் திருமண வயதை அடைந்தான். அவன் தந்தை பணக்காரர் என்பதால் அவனுக்கு நல்ல இடத்தில் பெண் பார்த்து முடித்தார். மாப்பிள்ளை விவரமுள்ளவனா, அல்லது முட்டாளா என்று எதுவும் தெரிந்துகொள்ளாமலேயே பெண் வீட்டுக்காரர்கள் கல்யாணத்திற்குச் சம்மதித்தார்கள். ஆனால் அவர்கள் மெல்ல மெல்ல சியாங்கின் அறிவுத் திறனைப் பற்றித் தெரிந்து கொண்டார்கள். பிறகு பெண்ணின் அப்பா, சியாங்கின் அப்பாவிடம், "நான் உங்கள் மகனைப் போன்ற ஒரு முட்டாளுக்கு என் மகளைத் தரமாட்டேன்!" என்று முடிவாகச் சொல்லிவிட்டார்.

சியாங்கின் அப்பா மிகவும் கவலை கொண்டார். ஏற்பாடு செய்த திருமணமும் தடைபட்டுவிட்டதே! இனி என்ன செய்வது?

அவர் கடைசியில் தன் மகனை அழைத்தார். அவனிடம் நூறு வெள்ளி நாணயங்களைக் கொடுத்துவிட்டுச் சொன்னார்:

"இந்தா, நீ இந்தப் பணத்தை வைத்துக்கொள். இதை வைத்துக்கொண்டு எங்காவது சென்று ஏதாவது தொழில் கற்றுக்கொண்டு வா."

பணத்தை வாங்கிப் பையில் வைத்துக்கொண்டு மரமண்டை பயணம் புறப்பட்டான். தனக்குத் தொழில் கற்றுக் கொடுப்பவருக்கு இருபது வெள்ளி நாணயங்கள் கொடுக்க வேண்டும் என்று முடிவு செய்தான். அவன் வெகு தூரம் நடந்தான்.

ஒரு தோட்டத்தைச் சென்றடைந்தான் சியாங். தோட்டக்காரன், அங்கிருந்த ஒரு சிறிய குளத்தின் கரையில் அமர்ந்து இப்படிப் பாடிக்கொண்டிருந்தான்:

"குளம் நிறைந்த தண்ணீரே!

குளிர்ச்சி உள்ள தண்ணீரே!

தூய நல்ல தண்ணீராய்

நீ இருந்த போதிலும்

தூண்டில் இட்டுப் பிடிக்கவே

ஒரு மீனும் இல்லையே!

ஒரு மீனும் இல்லையே!"

இந்தப் பாட்டு மரமண்டைக்கு மிகவும் பிடித்துவிட்டது: "இது எவ்வளவு நல்ல கருத்துள்ள பாட்டு!" என்று தனக்குத்தானே சொல்லிக் கொண்டு தோட்டக்காரனிடம் சென்றான்.

"ஐயா தோட்டக்காரரே, நீங்கள் இப்போது பாடிய பாடலை எனக்குச் சொல்லிக் கொடுத்தால் நான் உங்களுக்கு இருபது வெள்ளி நாணயங்கள் தருகிறேன்."

இதைக் கேட்டவுடன் தோட்டக்காரன் மகிழ்ந்து சிரித்தான். தான் பாடிய பாட்டைத் திரும்பத் திரும்பச் சொல்லி மரமண்டைக்குக் கற்றுக் கொடுத்தான். அதைத் தவிர ஒரு புதிய விஷயத்தையும் சொல்லிக் கொடுத்தான்:

"மொட்டைத் தலைக்கும் முழங்காலுக்கும்

என்ன பந்தம்?

ஆனால் முட்டாளுக்கும் பணத்துக்கும்

நல்ல சொந்தம்!"

ஆனால் மரமண்டை,

"நீங்கள் இதை எனக்குச் சும்மா சொல்லிக் கொடுக்க வேண்டாம். நீங்கள் முதலில் சொல்லிக் கொடுத்த பாடலே எனக்குப் போதும்!" என்று, அவன் குளக்கரையில் அமர்ந்து பாடிக் கொண்டிருந்தான். தோட்டக்காரன், செடிகளுக்கு நீரூற்றியபடியே மரமண்டையை வேடிக்கை பார்த்தான். சற்று நேரத்தில் அங்கிருந்து புறப்பட்டான் மரமண்டை.

வெகு நேரம் நடந்த பிறகு அவன் கிராமத்தின் எல்லைக்கு வந்தான். அங்கு வயதான ஒரு விவசாயி, நீர் சென்றுகொண்டிருக்கும் சிறிய கால்வாயின் கரையில் நின்றிருந்தார். அந்தக் கால்வாயின் குறுக்கே பாலமாக, அகலம் குறைவான ஒரு பலகையே இடப்பட்டிருந்தது. ஆனால், அதைப்போன்று இன்னும் ஒரு பலகை இட்டால்தான், பாலத்தின் அகலம் போதுமானதாக இருக்கும். அப்போதுதான் விவசாயியின் வண்டி கால்வாயைக் கடந்து செல்ல முடியும். விவசாயி இதைப் பற்றி யோசித்தபடி இப்படிப் பாடினார்:

"ஒன்றுதான் பலகை இங்கே இருக்கு!

இன்னொன்று வேண்டும் எங்கே கிடக்கு?

இரண்டும் சேர்ந்தால் பாலம் நன்று;

அரிசியும் சேரும் அக்கரை சென்று!"

நம் மரமண்டைக்கு இந்தப் பாட்டும் மிகவும் பிடித்துவிட்டது. அவன் விவசாயியிடம் சொன்னான்:

"நீங்கள் எனக்கு இந்தப் பாட்டைச் சொல்லிக் கொடுத்தால் நான் உங்களுக்கு இருபது வெள்ளி நாணயங்கள் தருகிறேன்."

எதிர்பாராமல் இப்படி அதிர்ஷ்டம் தேடி வருகிறதே என்று விவசாயி ஆனந்தமடைந்தார். இருபது வெள்ளி நாணயங்களை வாங்கிக் கொண்டார். அந்தப் பாட்டை மரமண்டைக்குச் சொல்லிக் கொடுத்த பிறகு, அவனுக்கு இலவசமாக ஒரு விஷயத்தையும் சொன்னார்:

"முள்ளில் போட்டால் பட்டு கிழியும்

முட்டாளிடம் இருந்தால் பணம் கரையும்."

ஆனால் மரமண்டை, "எனக்கு இது தேவையில்லை. நீங்கள் முதலில் சொல்லிக் கொடுத்த பாட்டு மட்டுமே போதும்!" என்று சொல்லிப் புறப்பட்டான்.

மீண்டும் அவன் வெகு தூரம் நடந்து சென்றான். காடு வந்து விட்டது. அங்கே இரண்டு வேட்டைக்காரர்கள் பாடிக் கொண்டிருந்தார்கள். அங்கும் இங்கும் பறந்தலையும் வர்ணமயமான ஒரு பறவையைப் பற்றித்தான் அவர்கள் பாடிக்கொண்டிருந்தார்கள்:

"சிவப்புப் பறவை சிங்காரப் பறவை!

அங்குமிங்கும் பறக்கும் அற்புதப் பறவை!

எங்கே போகும் யாரறிவாரோ?

எந்தன் தோளில் வந்தமராதோ?"

மரமண்டை அவர்களுக்கு இருபது வெள்ளி நாணயங்கள் கொடுத்து அந்தப் பாட்டையும் கற்றுக்கொண்டான். வேட்டைக்காரர்கள் அவனுக்கு இலவசமாக இன்னொரு விஷயத்தையும் சொல்லித்தர முன்வந்தார்கள்:

"ஓட்டைப் பானையில் உள்ளது போகும்

முட்டாளின் பை எப்போதும் ஒழுகும்!"

ஆனால், இந்த வரிகளை மனப்பாடம் செய்துகொள்ள மரமண்டை விரும்பவில்லை. முன்பே கற்றுக்கொண்ட பாடல் வரிகளை முணுமுணுத்தவாறே புறப்பட்டான். இனி வீட்டுக்குத் திரும்பிச் செல்லலாம் என்று முடிவு செய்தான். நகரத்தில் நடந்துகொண்டிருந்தபோது அவன் ஒரு காட்சியைப் பார்த்தான். விருந்துக்கு வந்த ஒருவர், வீட்டுக்காரரிடம் விடைபெற்றுக் கொண்டிருந்தார். அவர் சொன்ன கடைசி வார்த்தைகள் இவைதான்:

"மனதில் நினைத்ததெல்லாம்

பேசவும் சமயமில்லை;

நீதி மன்றத்தில் நான்

பாக்கியைச் சொல்கிறேன்!"

இந்த வரிகள் மரமண்டைக்குப் பிடித்துவிட்டன. அவன் அந்த விருந்தினரிடம் சென்றான். அவரிடம் இருபது வெள்ளி நாணயங்களைக் கொடுத்துவிட்டு அந்தப் பாட்டை மனப்பாடம் செய்துகொண்டான். விருந்தினர் அவனுக்கு இலவசமாக ஒரு விஷயத்தைக் கற்றுக் கொடுக்க முன்வந்தார்:

"கண்ணீர் வரப் பாடுபட்டுச் சேர்த்தாலும்,

தண்ணீர்போல் போகும் முட்டாளின் செல்வம்!"

ஆனால், அதைக் கற்றுக்கொள்ள மரமண்டைக்கு ஆர்வமில்லை. அவ்வாறு அவன் தன்னிடமிருந்த பணத்தையெல்லாம் இழந்து விட்டான். அவன் வெகு தொலைவு நடந்தான். வழியில் அவன் உறவினரின் வீடு வந்தது. அந்த உறவினரின் மகள்தான், முன்பு அவன் மணப் பெண்ணாக நிச்சயிக்கப்பட்டவள். அங்கே திருமணத்திற்கான ஏற்பாடுகள் நடந்துகொண்டிருந்தன. ஆனால், மரமண்டைக்குப் பதிலாக வேறு ஒருவனுக்கு கட்டிக் கொடுப்பதாக முடிவு செய்திருந்தார்கள். ஆனால் மரமண்டையோ, 'திருமணத்திற்கான ஏற்பாடுகளைச் செய்துவிட்டு, நான் திரும்பி வருவதற்காகத்தான் எல்லோரும் காத்திருக்கிறார்கள்' என்று நினைத்தான். பிறகு அவன் சந்தேகப்படவில்லை. தைரியமாக அந்த வீட்டுக்குள் சென்றான்.

அந்த நேரத்தில் மரமண்டை வீட்டுக்குள் சென்றது அங்கே இருந்தவர்களுக்குப் பிடிக்கவில்லை. அவர்கள், 'இவன் இன்னமும் தான்தான் மாப்பிள்ளை என்பதுபோல நடந்துகொள்கிறானே, ஆனால் மாப்பிள்ளையாக வேறொருவன் முடிவு செய்யப்பட்டிருப்பது இவனுக்குத் தெரியவில்லையே! சரி, இருக்கட்டும். இதுவும் ஒரு தமாஷ்தான்!' என்று நினைத்தார்கள்.

எல்லோரும் விருந்து சாப்பிட அமர்ந்தார்கள். அப்போது மரமண்டையும் பந்தியில் ஒரு இடம் பிடித்தான். எல்லோருக்கும் சூப் பரிமாறப்பட்டபோது மரமண்டைக்கு முன்னால் ஒரு பாத்திரத்தில் தண்ணீர் வைக்கப்பட்டது. இதைப் பார்த்து மரமண்டை என்ன செய்யப்போகிறான் என்று அறிவதற்காக எல்லோரும் ஆர்வத்துடன் கவனித்துக்கொண்டிருந்தார்கள்.

மரமண்டை தன் முன்னால் இருந்த பாத்திரத்தை எடுப்பதற்கு முன்பு, தோட்டக்காரனிடமிருந்து கற்றுக்கொண்ட பாட்டை உரக்கப் பாடினான்:

"குளம் நிறைந்த தண்ணீரே

குளிர்ச்சி உள்ள தண்ணீரே!

தூய நல்ல தண்ணீராய்

நீ இருந்த போதிலும்

தூண்டில் இட்டுப் பிடிக்கவே

ஒரு மீனும் இல்லையே!

ஒரு மீனும் இல்லையே!

இதைக் கேட்டு ரசித்த வீட்டுக்காரர்கள் உடனே அந்தப் பாத்திரத்தை எடுத்துவிட்டு, சூப் கொண்டு வந்து கொடுத்தார்கள். பிறகு உணவு சாப்பிடும் நேரம். ஆனால், உணவை எடுத்துச் சாப்பிடும் குச்சிகளைக் கொடுத்தபோது, இரண்டு குச்சிகள் கொடுப்பதற்குப் பதிலாக அவனுக்கு ஒன்று மட்டுமே

கொடுத்தார்கள். அதை வாங்கிய மரமண்டை, விவசாயியிடமிருந்து கற்றுக்கொண்ட பாட்டை உரக்கப் பாடினான்:

"ஒன்றுதான் பலகை இங்கே இருக்கு!

இன்னொன்று வேண்டும் எங்கே கிடக்கு?

இரண்டும் சேர்ந்தால் பாலம் நன்று,

அரிசியும் சேரும் அக்கரை சென்று!"

மரமண்டையின் நகைச்சுவை உணர்வைப் பார்த்து எல்லோரும் வியந்தார்கள். வீட்டுக்காரர்கள் உடனே அவனுக்கும் இரண்டு குச்சிகள் கொடுத்தார்கள். பிறகு அவன் நன்றாகச் சாப்பிட்டான்.

அப்புறம் திருமணத்திற்கான நேரம் வந்தது. சிவப்பு உடை அணிந்து வந்த மணப்பெண், மணமகனின் பக்கத்தில் வந்தாள். அடுத்த சில நிமிடங்களில் திருமணம் நடக்கப்போகிறது. இந்த நேரத்தில் மரமண்டைக்கு, வேட்டைக்காரர்களிடமிருந்து கற்றுக்கொண்ட பாட்டு நினைவுக்கு வந்தது. அதை அவன் உரக்கப் பாடினான்:

"சிவப்புப் பறவை சிங்காரப் பறவை!

அங்குமிங்கும் பறக்கும் அற்புதப் பறவை!

எங்கே போகும் யாரறிவாரோ?

எந்தன் தோளில் வந்தமராதோ?"

அங்கு கூடியிருந்த மக்கள் எல்லோரும், 'இவன் ஒவ்வொரு செயலுக்கும் ஒவ்வொரு கவிதை சொல்கிறானே! இவன் நிச்சயம் பெரிய கவிஞனாகத்தான் இருப்பான்!' என்று நினைத்தார்கள். மரமண்டை மீது எல்லோருக்கும் பெரிய மரியாதை ஏற்பட்டது. தாங்கள் நினைத்தது போல இவன் முட்டாள் அல்ல என்று உணர்ந்துகொண்டார்கள்.

மரமண்டை நெடுந் தொலைவு பயணம் செய்து களைத்துப் போயிருந்தான். அங்கு நடந்த நிகழ்ச்சிகளும் அவனுக்குச் சலிப்பூட்டின. எனவே அங்கிருந்து சென்றுவிடலாம் என்று அவனுக்குத் தோன்றியது. புறப்படும் முன்பு அவனுக்கு, அந்த விருந்தாளியிடமிருந்து கற்றுக்கொண்ட பாட்டு நினைவு வந்தது. அவன் அதை உரக்கப் பாடினான்:

"மனதில் நினைத்ததெல்லாம்

பேசவும் சமயமில்லை;

நீதி மன்றத்தில் நான்

பாக்கியைச் சொல்கிறேன்!"

பெண்ணின் அப்பாவுக்குச் சட்டென்று விஷயம் புரிந்தது. முன்பே நிச்சயிக்கப்பட்டிருந்தபடி தனக்கு இந்தப் பெண்ணை மணமுடித்துத் தராததால், மரமண்டை மிகவும் கோபம் கொண்டிருக்கிறான். இதற்காக நீதிமன்றத்தில் வழக்குத் தொடுப்பேன் என்று அவன் அச்சுறுத்துகிறான். அப்படி அவன் வழக்குத் தொடுத்தால் பெண் வீட்டாருக்கு மிகவும் அவமானமாகிப் போய்விடும். வரவிருக்கும் இந்த அவமானத்தை எப்படித் தடுப்பது என்று யோசித்தார் பெண்ணின் அப்பா. அவர் உடனே ஓடிச் சென்று மரமண்டையைத் தடுத்து நிறுத்தினார். அவனுக்கே தன் பெண்ணைத் திருமணம் செய்தும் வைத்தார்.

மரமண்டையைப் பற்றி ஊரார் கொண்டிருந்த எண்ணம், அவனது திருமணத்திற்குப் பிறகு முற்றிலும் மாறியது. அவர்கள் அவனை ஒரு பெரிய கவிஞனாகவும், அறிஞனாகவும் கருதத் தொடங்கினார்கள்.

பாம்பும் பெண்ணும்

இத்தாலி ராஜாவின் அரண்மனைக்குப் பக்கத்தில் ஒரு விவசாயி இருந்தார். அவர் கடும் உழைப்பாளி. தூரத்தில் உள்ள வயலில் அவர் காலை முதல் இரவு வரை அயராமல் வேலை செய்வார். அவருக்கு மூன்று மகள்கள்.

தினமும் மதியப் பொழுதில் அவர் மகள்களில் ஒருத்தி அவருக்கு உணவு கொண்டு வருவாள். மூத்த மகள் உணவு கொண்டு செல்ல வேண்டிய அன்று, அவள் உணவுக் கூடையை எடுத்துக்கொண்டு புறப்பட்டாள். நல்ல வெயில் நேரம். நடந்து நடந்து மிகவும் களைப்படைந்துவிட்டாள். எனவே, காட்டுக்கு அருகிலிருந்த மலைச் சரிவில் அமர்ந்து சற்று ஓய்வெடுத்தாள். அப்போது திடீரென்று அவள் பின்னால் ஏதோ ஒன்று அசைவதுபோன்றிருந்தது.

பட்டென்று திரும்பிப் பார்த்தால், ஒரு பாம்பு அவளை நோக்கி விரைந்து வந்துகொண்டிருந்தது. அவள் பயந்து அங்கிருந்து ஒரே ஓட்டமாக ஓடினாள். ஓடிய வேகத்தில் அவள் வைத்திருந்த உணவுக் கூடை கீழே விழுந்தது. திரும்பிப் பார்க்கக்கூட அவளுக்குத் தைரியம் இல்லை. வேகமாக ஓடிச் சென்று அந்தப் பாம்பிடமிருந்து தப்பித்தாள்.

விவசாயி பசியுடன் நீண்ட நேரம் காத்திருந்தார். அவருக்கான உணவு வரவில்லை. சாப்பிடுவதற்கு எதுவும் இல்லாமல் பசியால் களைத்துப்போய் மாலையில் திரும்பி வந்தார். தன் மூத்த மகளைக் கடிந்துகொண்டார். மறு நாள் அப்பாவுக்கு, இரண்டாவது மகள் சாப்பாடு எடுத்துச் செல்ல வேண்டிய முறை.

அவளும் சாப்பாடு எடுத்துச் சென்றாள். வழியிடையில் சற்று ஓய்வெடுக்க நினைத்து மலைச் சரிவில் உள்ள அதே பாறையிலேயே அமர்ந்தாள். அவள் அங்கே அமர்ந்த உடனே, அதோ, பொந்துக் குள்ளிருந்து பாம்பு தலை நீட்டுகிறது. முதல் நாள் அவள் அக்கா பார்த்த அதே பாம்பு! அவளும் உணவுக் கூடையை அப்படியே போட்டுவிட்டு வீட்டுக்கு விரைந்தோடினாள்.

விவசாயிக்கு அன்றும் உணவு கிடைக்கவில்லை. அவர் தாங்க முடியாத பசியால் மிகவும் துன்புற்றுச் சோர்ந்தார். மாலையில் வீட்டுக்குச் சென்றவுடன் இரண்டாவது மகளையும் திட்டினார்.

அடுத்த நாள் கடைசி மகள் உணவு எடுத்துச் செல்ல வேண்டும். அவள் புறப்பட்டாள். அப்போது தனக்குத்தானே சொல்லிக் கொண்டாள்:

"நான் எதற்கும் பயப்படமாட்டேன். எந்த ஆபத்து வந்தாலும் தைரியமாக எதிர்கொள்வேன்!"

அவள் இரண்டு கூடைகளில் இரண்டு உணவுப் பொதிகள் வைத்திருந்தாள். நீண்ட தூரம் நடந்து களைப்படைந்த பிறகு, அவளும் தன் தமக்கைகள் செய்ததுபோல மலைச் சரிவில் உள்ள பாறையில் அமர்ந்தாள்.

சில நிமிடங்கள் கடந்தன. அதற்குப் பிறகு இலைகளின் சரசரப்பு கேட்டது. அவள் திரும்பிப் பார்த்தாள். அதே பாம்புதான் இப்போதும் வந்தது. அதைப் பார்த்து அவள் சற்றும் அஞ்சவில்லை. தான் கொண்டுவந்த இரண்டு உணவுப் பொதிகளில் ஒன்றை பாம்பிடம் நீட்டிச் சொன்னாள்:

"உனக்குப் பசியாக இருந்தால் நீ இதைச் சாப்பிடு பாம்பே! நான் உனக்காகத்தான் இந்த உணவைக் கொண்டு வந்தேன். நீ தயங்க வேண்டாம். இங்கே என் பக்கத்தில் வா!"

அவளின் அன்பான அழைப்பைக் கேட்டு பாம்பு மிகவும் வியப்படைந்தது. அது இப்படி நினைத்தது:

"என்னைப் பார்த்தால் எல்லோரும் பயந்து நடுங்கி ஓடுவார்கள். இதுதான் வழக்கம். இல்லையென்றால் எதையாவது எடுத்து என்னை அடித்துக் கொன்றுவிடுவார்கள். இதோ, என் வாழ்க்கையிலேயே முதன் முறையாக ஒரு அழகான பெண் என்னிடம் அன்பாக நடந்து கொள்கிறாள். சாப்பிடச் சொல்லி என்னிடம் சாப்பாட்டை நீட்டுகிறாள்..."

அது ஒரு சிறிய பாம்பு. அது சொன்னது:

"அழகான பெண்ணே, உன் நல்ல மனதுக்கு மிகவும் நன்றி. எனக்கு சாப்பாடு வேண்டாம். பாதுகாப்புதான் வேண்டும். நீ என்னை உன்னுடன் அழைத்துச் சென்றுவிடு. நான் இங்கே இருந்தால் என்னைப் பறவைகளும், காட்டுப் பூனைகளும், கீரியும் தின்று விடும்."

அந்தப் பாம்பின் துயரமான வேண்டுகோளைக் கேட்டதும் அவள் கருணைகொண்டாள். அந்தச் சிறிய பாம்பை எடுத்து, தன் சட்டைப் பையில் வைத்துக்கொண்டாள். அவள் தன் அப்பாவிடம் செல்லும்போதும், வீட்டுக்குத் திரும்பும்போதும் அந்தக் குட்டிப் பாம்பு அவள் பையிலேயே அசையாமல் சுருண்டு படுத்திருந்தது.

வீட்டுக்குத் திரும்பிய பெண் வேறு யாருக்கும் தெரியாமல் குட்டிப் பாம்பைக் கட்டிலின் அடியில் பாதுகாத்தாள். இரவில் எல்லோரும் தூங்கிய பிறகு அதற்கு உணவு தருவாள். தினந்தோறும் அந்தப் பாம்பு வளர்ந்து பெரிதாகிக்கொண்டிருந்தது. அதற்கு அந்தக் கட்டிலின் கீழே இருப்பது மிகவும் சிரமமாக இருந்தது. எப்போதும் கட்டிலுக்குக் கீழே சுருண்டு படுத்திருப்பதால் அதற்குச் சுலபமாக மூச்சு விடவும் முடியவில்லை.

ஒருநாள் அந்தப் பாம்பு, பெண்ணிடம் சொன்னது:

"என் உடல் ஒவ்வொரு நாளும் பெரிதாக வளர்ந்து வருகிறது. இங்கே யாரும் என்னைப் பார்த்துவிடும் முன்பு நான் போய்விடுகிறேன். இனி நான் இங்கே மற்றவர்களின் பார்வையில் படாமல் இருப்பது மிகவும் கஷ்டம். ஆனால், உனக்கு எப்போது என் உதவி தேவைப்பட்டாலும் அந்த நொடியே நான் தோன்றுவேன். நல்ல மனம் கொண்ட பெண்ணே, உனக்கு என் வாழ்த்துக்கள்!"

பிறகு பாம்பு, அன்று இரவு எல்லோரும் தூங்கிய பிறகு காட்டுக்கு ஊர்ந்து சென்றது.

பாம்பைப் பிரிவது அவளுக்கு மிகவும் துயரமாக இருந்தது. பாம்பு போகும் முன்பு அவளுக்கு மூன்று வரங்கள் கொடுத்திருந்தது. அவள் எப்போது அழுதாலும் அவள் கண்களிலிருந்து கண்ணீருக்குப் பதிலாக முத்தும் வெள்ளியும் உதிரும்! அவள் சிரிக்கும்போது அவள் கூந்தல் ரோமங்களுக்கிடையிலிருந்து தங்கத்தாலான மாதுளை முத்துக்கள் கொட்டும்! அவள் கை கழுவும்போது பல வகை மீன்கள் உதிரும்! இவைதான் அந்த மூன்று வரங்கள்.

அடுத்த நாள் அந்த விவசாயியின் வீட்டில் செலவுக்கு ஒரு பைசாகூட இல்லை. அந்தக் குடும்பமே நாள் முழுதும் பட்டினி கிடந்தது. பசியால் துடிக்கும்போது கடைசி மகளுக்கு, அந்தப் பாம்பு கொடுத்த வரம் நினைவு வந்தது. அவள் ஒரு பெரிய பாத்திரத்தை எடுத்து தன் முன்னால் வைத்துக் கொண்டாள். அதில் கரத்தை வைத்து நீர் ஊற்றிக் கழுவினாள். அடடா! என்ன ஆச்சரியம்! அவள் கை கழுவிய தண்ணீரெல்லாம் பாத்திரத்தில் மீன்களாக விழுந்தது.

இதைப் பார்த்து அவள் தமக்கைகள் மிகவும் பொறாமை கொண்டார்கள். அவர்கள் தங்கள் அப்பாவிடம், "இவள் கை கழுவும் தண்ணீரெல்லாம் மீனாக மாறுவது அப்படியொன்றும் நல்ல செயல் அல்ல. இதன் பின்னால் ஏதேனும் ஆபத்து இருக்கக்கூடும். இவள் செய்யும் காரியத்தால் நம் குடும்பத்திற்கே பெரிய சிக்கல் வரலாம்!" என்றார்கள்.

அவர்கள் சொன்னதை விவசாயியும் நம்பினார். மூத்த மகள்கள் இருவரும் சொன்னபடி, அவர் கடைசி மகளை ஒரு தனி அறையில் போட்டுப் பூட்டி வைத்தார்.

அந்த அறையில் ஒரு சிறிய சன்னல் இருந்தது. கடைசி மகள் அந்த அறைக்குள்ளிருந்து சன்னல் வழியே வெளியே பார்த்துக் கொண்டிருந்தாள். அந்தச் சன்னலிலிருந்து, பக்கத்திலிருக்கும் அரண்மனைத் தோட்டத்தைப் பார்க்க முடிந்தது.

தினமும் இளவரசன் வந்து அந்தத் தோட்டத்தில் விளையாடிக் கொண்டிருப்பான். ஒரு முறை இளவரசன் பந்து விளையாடும்போது கால் வழுக்கி விழுந்துவிட்டான்.

இந்தக் காட்சியைப் பார்த்துக்கொண்டிருந்த அந்தப் பெண், தன்னையறியாமல் சிரித்துவிட்டாள். அப்போது அவள் கூந்தலின் முடியிழைகளிலிருந்து தங்க மாதுளையின் பொன் முத்துக்கள் உதிர்ந்தன. அந்த முத்துக்கள் சன்னல் வழியாகச் சென்று இளவரசனின்

முன்னால் விழுந்தன. இதைப் பார்த்த அவள் பயந்து பட்டென்று சன்னல் கதவைச் சாத்தினாள். அதனால், எவ்வளவுதான் தேடிப் பார்த்தாலும் இந்தத் தங்க மாதுளை முத்துக்கள் எங்கிருந்து வந்தன என்று இளவரசனால் கண்டுபிடிக்க முடியவில்லை.

மறுநாளும் இளவரசன் அரண்மனைத் தோட்டத்துக்கு விளையாட வந்தான். அங்கே பெரியதொரு மாதுளம் செடி வளர்ந்திருந்தது. அந்தச் செடி முழுதும் தீச் சுடர்போன்ற பூக்களும் முற்றிச் சிவந்த மாதுளம் பழங்களும் நிறைந்திருந்தன. நேற்றுவரை இந்த இடத்தில் இல்லாத மாதுளம் செடி, இன்று எப்படி திடீரென்று தோன்றியது என்று அவனுக்கு அதிசயமாக இருந்தது.

அந்தச் செழுமையான மாதுளம் பழங்களைப் பார்க்கும்போது ஒன்றைப் பறித்துத் தின்ன வேண்டும் என்று அவனுக்கு ஆசையாக இருந்தது. அவன் அந்தச் செடியை நோக்கிக் கை நீட்டினான். திடீரென்று செடி வளரத் தொடங்கியது. அவன் எட்டிப் பிடிக்க முயலுந்தோறும் அது மேலும் மேலும் வளர்ந்து பெரிய மரமானது. கண் முன்னால் கண்ட இந்த அதிசயத்தைப் பார்த்து அவன் பேச்சற்று நின்றுவிட்டான். அவனுக்குச் சற்று அச்சமாகவும் இருந்தது.

செய்தியறிந்து அங்கே படை வீரர்கள் வந்தார்கள். அவர்கள் எல்லோரும் முயன்று பார்த்தும் அவர்களால் அந்த மரத்திலிருந்து ஒரு இலையைக் கூடப் பறிக்க முடியவில்லை. இதைப் பற்றிக் கேள்விப்பட்ட ராஜா, நாட்டில் உள்ள எல்லா அறிஞர்களையும் அழைத்தார். அந்த மாதுளை மரத்தின் மர்மத்தை விளக்கும்படிக் கேட்டார்.

அந்த அறிஞர்களெல்லாம் நீண்ட நேரம் ஆலோசனை செய்தார்கள். வாதம் புரிந்தார்கள். இப்படி நாட்கணக்காக அவர்கள் அந்த மரத்தின் மர்மத்தைக் கண்டுபிடிக்க முயற்சி செய்தார்கள். கடைசியில், மிகவும் வயது முதிர்ந்த ஒரு அறிஞர் ராஜாவிடம் வந்து சொன்னார்:

"ராஜாவே, ஒரு கன்னிப் பெண்ணால் மட்டும்தான் இந்த மரத்திலிருந்து பழங்கள் பறிக்க முடியும். அவள்தான் உங்கள் மகனின் மனைவியாகவும் அமைவாள்!"

ராஜா இதைக் கேட்டவுடன் நாடெங்கும் ஒரு அறிவிப்பு செய்தார்:

"என் நாட்டில் மணமாகாத கன்னிப் பெண்கள் எத்தனைப் பேர் இருக்கிறார்களோ, அவர்கள் அனைவரும் மறுநாள் காலையில்

அரண்மனைத் தோட்டத்துக்கு வர வேண்டும்! அவர்கள் ஒவ்வொருவரும் புதிய மாதுளை மரத்திலிருந்து பழம் பறிக்க முயல வேண்டும். இதில் கலந்துகொள்ளாதவர்களுக்குத் தண்டனை கிடைக்கும்!"

ராஜாவின் கட்டளையை மீறி நடப்பதற்கு யாருக்கும் தைரியம் வரவில்லை. மறு நாள் காலையில் கன்னிப் பெண்கள் கூட்டம் கூட்டமாக அரண்மனைத் தோட்டத்துக்கு வந்தார்கள். அவர்களால் தரையில் நின்று கை உயர்த்தி பழம் பறிக்க முடியவில்லை. ஏனென்றால் மரம் அவ்வளவு உயரமாக இருந்தது. அதனால் எல்லோரும் ஏணி வைத்து மரத்தில் ஏறினார்கள்.

எவ்வளவு நீளமுள்ள ஏணி வைத்தாலும் யாராலும் ஒரு பழத்தையும் பறிக்க முடியவில்லை. நம் விவசாயியின் மூத்த மகள்கள் இருவரும் வந்து பழம் பறிக்க முயன்றார்கள். ஆனால், அவர்கள் ஏணியில் ஏறி மாதுளம் பழத்தைத் தொடப்போகும் நேரத்தில் ஏணி சாய்ந்து கீழே விழுந்தார்கள்!

ராஜா, தன் கட்டளையை மீறி எந்தப் பெண்ணாவது வீட்டில் ஒளிந்திருக்கிறாளா என்று கண்டுபிடிப்பதற்காக வீடுவீடாக வீரர்களை அனுப்பினார். அந்த வீரர்களில் ஒருவன்தான், விவசாயியின் வீட்டில் தனியறையில் அடைக்கப்பட்டிருந்த பெண்ணைக் கண்டுபிடித்தான். பிறகு அவள் அரண்மனைத் தோட்டத்துக்கு அழைத்து வரப்பட்டாள்.

அவள், அந்த மாதுளை மரத்தை நோக்கி மெல்ல நடந்து சென்றாள். அற்புதம்! அவள் நெருங்க நெருங்க அந்த மரம் தன் கிளைகளைத் தாழ்த்திக்கொண்டு குனிகிறது. அதுவுமல்லாமல், பழங்கள் தாமாகவே கிளையிலிருந்து விடுபட்டு அவள் கரங்களுக்கு வந்தன. அதைப் பார்த்த மக்களெல்லாம் மகிழ்ச்சிக் கூக்குரல் எழுப்பினார்கள்: "ஆஹா, இந்தப் பெண்தான் நம் இளவரசருக்கு மனைவியாக வரப்போகிறவள்!"

இளவரசன்தான் மிகப் பெரிய மகிழ்ச்சியடைந்தான். பார்த்தவுடனே அவனுக்கு அவளைப் பிடித்துவிட்டது.

தன் மகனின் திருமணத்தை பெரும் விழாவாகக் கொண்டாட வேண்டும் என்று ராஜா முடிவு செய்தார். நாடே மகிழ்ச்சியில் திளைத்தது. ஆனால், இருவர் மட்டும் பொறாமையால் வெந்து கொண்டிருந்தார்கள். அவர்கள் வேறு யாரும் அல்ல, நம்

விவசாயியின் மூத்த மகள்கள் இருவர்தான்! தங்கள் தங்கையின் பேரதிர்ஷ்டத்தை நினைத்து அவர்கள் சினம் கொண்டார்கள். அந்தப் பொறாமையால் அவர்களுக்கு இரவில் தூக்கமே வரவில்லை.

பாவம், கடைசித் தங்கை. அவளுக்கு, தன் தமக்கைகளின் எண்ணத்தைப் பற்றி எதுவுமே தெரியவில்லை. திருமணத்திற்கு முதல் நாள் மூன்று தங்கைகளும் ஒரு குதிரை வண்டியில் அரண்மனைக்குப் புறப்பட்டார்கள். அவர்கள் ஒரு பெரிய காட்டுப் பகுதியைத் தாண்டித்தான் அரண்மனைக்குச் செல்ல வேண்டும்.

குதிரை வண்டி காட்டின் நடுப் பகுதிக்கு வந்ததும் திடீரென்று நின்றது. தமக்கைகள், தங்கள் தங்கையை வண்டியிலிருந்து பிடித்துத் தள்ளிவிட்டார்கள். பிறகு இருவரும் சேர்ந்து அவள் இரண்டு கண்களையும் தோண்டியெடுத்தார்கள். இரண்டு கைகளையும் வெட்டினார்கள். பிறகு அவளை ஒரு புதரில் தள்ளிவிட்டு அந்த இடத்தைவிட்டு விரைந்தார்கள்.

குதிரை வண்டி அரண்மனைக்கு வந்தது. மணப் பெண்ணுக்காக தயாராக வைக்கப்பட்டிருந்த பட்டாடைகளையும் ஆபரணங்களையும் மூத்தவள் எடுத்து அணிந்துகொண்டாள். இளவரசன், அலங்காரத்துடன் தன் முன்னால் வந்த மணப் பெண்ணைப் பார்த்ததும் மிகவும் ஏமாற்றமடைந்தான்.

'எனக்கு மனைவியாக வரப்போகிறவள் இவ்வளவு அசிங்கமாக இருக்கிறாளே! அன்று தோட்டத்தில் பார்த்தபோது பேரழகியாக இருந்தாளே! இவ்வளவு திடீரென்றா ஒருத்திக்கு மாற்றம் வரும்?' என்று, அவளது மாற்றத்தைக் குறித்து யோசித்துக் குழம்பினான் அவன். மூத்தவளுக்கும் கடைசித் தங்கைக்கும் இடையில் ஒரு லேசான உருவ ஒற்றுமை இருந்தது. அதனால், தன் கண்ணுக்கு ஏற்பட்ட பிரச்சினையால்தான் இவள் முதலில் தனக்கு அழகியாகத் தோன்றியிருக்கிறாள் என்று நினைத்து அவன் சமாதானமடைந்தான்.

கைகளையும், கண்களையும் இழந்து காட்டில் கிடந்த கடைசித் தங்கை அழுதாள். அந்த வழியாகச் சென்ற தள்ளு வண்டிக்காரன் அந்த அழுகுரலைக் கேட்டான். அவன் வறியவன் என்றாலும் இரக்கமுள்ளவன். நிராதரவான அந்தப் பெண்ணைக் காட்டில் தனியே விட்டுச் செல்ல அவன் மனது இடம் கொடுக்கவில்லை.

இந்தப் பரிதாபமான பெண்ணைத் தன் வீட்டுக்கு அழைத்துச் சென்று தன் மகளைப்போலப் பார்த்துக்கொள்ள வேண்டும் என்று

அவன் முடிவு செய்தான். வண்டியில் ஏறும் முன்பு அவள் சொன்னாள்:

"நான் இருந்த இடத்தில் பாருங்கள். அங்கே முத்தும் வெள்ளியும் கொட்டிக் கிடக்கும். அவையெல்லாம் என் கண்ணீர்த் துளிகள்தான்!"

தொடர்ந்து அவள், தான் வளர்த்த பாம்பைப் பற்றியும் அது தனக்குக் கொடுத்த மூன்று வரங்களைப் பற்றியும் சொன்னாள்.

அவள் சொன்னதுபோலவே, அவள் கிடந்த இடத்தில் முத்துக்களும் வெள்ளி நாணயங்களும் கொட்டிக் கிடந்தன! வண்டிக்காரன் அவற்றையெல்லாம் எடுத்துக் கட்டி வைத்துக் கொண்டான். பிறகு அவற்றைச் சந்தைக்கு எடுத்துச் சென்று விற்றான். அதற்கு விலையாக அவனுக்கு பெரும் பணம் கிடைத்தது. இந்தளவு பெரிய தொகையை அவன் இதுவரை கற்பனைகூட செய்ததில்லை.

வண்டிக்காரன், அந்தப் பெண்ணின் கண்ணீரிலிருந்து விழும் முத்து மணிகளையும் வெள்ளி நாணயங்களையும் சேகரித்து விற்றுப் பெரிய பணக்காரன் ஆனான். அவனும் அவன் குடும்பத்தினரும் அவள் மீது பேரன்பு செலுத்தினார்கள். ஒரு நாள் அவள் தன் அறையில் தனியாக அமர்ந்திருந்தாள். அப்போது தன் காலில் ஏதோ வந்து சுற்றுவதுபோன்றிருந்தது.

அது, அவள் பழைய நண்பனான பாம்புதான். அது அவளிடம் சொன்னது:

"உனக்குத் தெரியுமா பெண்ணே, உன் பெரிய அக்கா இளவரசனின் மனைவியான விஷயம்? ராஜா இறந்த பிறகு இளவரசர்தான் நாட்டை ஆட்சி செய்துகொண்டிருக்கிறார். அப்படி உன் அக்கா இந்த நாட்டின் ராணியாகிவிட்டாள். அவர்களுக்கு சீக்கிரமே ஒரு குழந்தை பிறக்கப்போகிறது. கர்ப்ப காலத்தில், விரும்பியதைச் சாப்பிட வேண்டும் என்று பெண்களுக்குத் தோன்றுமல்லவா, இப்போது உன் அக்காவுக்கு அத்திப் பழங்கள் மீதுதான் அதிக விருப்பம்."

பாம்பு சொன்னதைக் கேட்டவுடன், அவள் வண்டிக்காரனிடம் வேண்டிக்கொண்டாள்:

"நீங்கள் நிறைய அத்திப் பழங்கள் கொண்டு வாருங்கள். கோவேறு கழுதை பூட்டிய ஒரு வண்டியில் அவற்றை எடுத்துச் சென்று ராணியிடம் கொடுங்கள்!"

அது பனிக்காலம். அத்தி மரத்தில் பழங்களோ, இலைகளோ கூட இல்லாத கொடும் பனி! இந்தச் சூழ்நிலையில் அத்திப் பழங்கள் எங்கே கிடைக்கும்? வண்டிக்காரன் ஆழ்ந்து யோசித்தான்.

மறுநாள் அவன் தோட்டத்திற்குச் சென்று பார்த்ததும் வியப்பால் அப்படியே உறைந்து நின்றுவிட்டான். நிறையப் பழங்களுடன் ஒரு அத்தி மரம் அங்கே இருந்தது. ஒரு இலைகூட இல்லாமல் கிளைகளெங்கும் பழங்கள் காய்த்து நிறைந்திருக்கின்றன. அவன் எல்லாவற்றையும் பறித்து வண்டியில் நிறைத்தான்.

பழங்களை அரண்மனைக்கு எடுத்துச் செல்லும் முன்பு வண்டிக்காரன் கேட்டான்:

"அத்திப் பழங்கள் கிடைக்காத இந்தப் பனிக் காலத்தில் நமக்கு நல்ல விலை கிடைக்க வேண்டும். அத்திப் பழங்கள் ஒரு வண்டி நிறைய இருக்கின்றன. நாம் இவற்றிற்கு என்ன விலை கேட்க வேண்டும்?"

"அத்திப் பழத்திற்கு விலையாக பணம் அல்ல, இரண்டு கண்கள்தான் வேண்டும் என்று சொல்லுங்கள்!" என்றாள் அவள்.

அவன் கோவேறு கழுதை பூட்டிய வண்டியில் அத்திப் பழங்களை ஏற்றிக்கொண்டு அரண்மனைக்குப் புறப்பட்டான்.

அத்திப் பழங்களைக் கண்ணால்கூடப் பார்க்க முடியாத காலத்தில் இதோ, ஒரு வண்டி நிறைய அத்திப் பழங்கள்! ராணியான அக்கா மகிழ்ச்சியடைந்தாள்.

பழங்களுக்கு விலையாக இரண்டு கண்கள் வேண்டும் என்று வண்டிக்காரன் கேட்டவுடன், ராணியாக இருக்கும் மூத்த அக்கா, தனக்கு அடுத்த தங்கையிடம் சொன்னாள்:

"நம்மிடம் நம் கடைசித் தங்கையின் இரண்டு கண்கள் இருக்கின்றன அல்லவா? அதனால் யாருக்கு என்ன பயன்? நாம் அந்தக் கண்களை இந்த வண்டிக்காரனுக்குக் கொடுத்துவிடலாம்."

அந்தக் கண்களை வாங்கிக்கொண்டு வண்டிக்காரன் திரும்பி வந்தான். பார்வையற்ற கடைசித் தங்கை அவற்றை எடுத்து, தன் முகத்தில் கண்கள் இருக்க வேண்டிய இடத்தில் ஒட்டினாள். யாரும் அறிந்திராத அதிசயம்! நெடுங்காலத்துக்கு முன்பு அவள் இழந்த பார்வை இப்போது திரும்பக் கிடைத்திருக்கிறது!

கொஞ்சம் நாட்களுக்குப் பிறகு ராணி, பீச் பழங்கள் வேண்டும் என்று ஆசைப்பட்டாள். பீச் பழங்கள் காய்க்கும் பருவம் என்றோ கடந்து சென்றுவிட்டது. அந்தப் பழங்கள் எங்கே கிடைக்கும்?

இளவரசன் ஆள் அனுப்பி வண்டிக்காரனை வரவழைத்தான். எங்கிருந்தாலும் பீச் பழங்கள் கொண்டு வர வேண்டும் என்று கட்டளையிட்டான்.

வண்டிக்காரனுக்குக் கடுமையான குழப்பம். யார் செய்த புண்ணியத்தாலோ கடந்த முறை அத்திப் பழங்கள் கிடைத்தன. இந்த முறை இந்த உலகத்தில் எந்த இடத்தில் பீச் பழங்கள் கிடைக்கும்? அவன் இரவு முழுதும் யோசித்தான்.

காலையில் எழுந்து அவன் தோட்டத்துக்குச் சென்று பார்க்கும் போது, அங்கே குலை குலையாய்க் காய்த்துக் குலுங்கும் ஒரு பீச் மரம் நின்றிருந்தது!

அவன் உடனே அந்தப் பழங்களைப் பறித்து பெரிய பெரிய கூடைகளில் வைத்து வண்டியில் ஏற்றினான். அரண்மனைக்குக் கொண்டு செல்வதற்கு முன்பு அந்தப் பெண்ணிடம் கேட்டான்:

"இந்தப் பருவத்தில் பீச் பழங்கள் கிடைத்தது உண்மையிலேயே பெரிய அதிசயம்தான்! நாம் இந்தப் பழங்களுக்கு என்ன விலை கேட்க வேண்டும்?"

அவள் சொன்னாள்:

"பீச் பழங்களுக்கு விலை, பணம் அல்ல. இரண்டு கைகள்!"

பிறகு வண்டிக்காரன் பழங்களுடன் அரண்மனைக்குச் சென்றான்.

ராணி சந்தோஷமாக அந்தப் பழங்களையெல்லாம் வாங்கி வைத்தாள். அவற்றிற்கு விலையாக வண்டிக்காரன் இரண்டு கைகள் கேட்டபோது ராணி வியப்படையவில்லை. அவள் உடனே தன் தங்கையை அழைத்துச் சொன்னாள்:

"நம் கடைசித் தங்கையின் கரங்கள் நம்மிடம் இருக்கின்றன அல்லவா? அவற்றால் யாருக்கும் எந்தப் பயனும் இல்லை. எனவே அவற்றை எடுத்து இந்த வண்டிக்காரனிடம் கொடுத்துவிடு!"

வண்டிக்காரன் அந்தக் கைகளை எடுத்து வந்து கடைசித் தங்கையிடம் கொடுத்தான். அவள் அவற்றைப் பழைய இடத்தில் வைத்துப் பொருத்தியதும் அந்தக் கரங்கள் அப்படியே

300 □ சிரிக்கும் ஆப்பிள் பேசும் திராட்சை

ஒட்டிக்கொண்டுவிட்டன. அவள், நீண்ட காலத்துக்கு முன்பு இழந்த தன் இரண்டு கரங்களை இப்போது பெற்றுவிட்டாள்!

ராணிக்குப் பிரசவ நேரம் நெருங்கியது. காத்திருந்து காத்திருந்து அவள் ஒரு கறுந்தேளைத்தான் பெற்றெடுத்தாள். குழந்தை பிறந்ததும் ஒரு பெரிய விருந்து நடத்த வேண்டும் என்று இளவரசன் முன்பே முடிவு செய்திருந்தான். பிறந்தது தேள்தான் என்றாலும் அவன் முடிவு மாறவில்லை. அவன் எல்லோரையும் விருந்துக்கு அழைத்தான்.

அந்த விருந்தில் கலந்துகொள்வதற்காக நம் கடைசித் தங்கையும் புறப்பட்டாள். தன்னை மிக மிகவும் சிறப்பாக அலங்கரித்துக்கொண்டு, ஒரு மணப் பெண்ணுக்கான சிறந்த ஆடைகள் அணிந்துகொண்டு அவள் விருந்துக்குச் சென்றாள்.

அப்படிப்பட்ட பேரழகு வாய்ந்த பெண்ணை இளவரசன் அதற்கு முன்னால் எப்போதுமே பார்த்தது இல்லை. கடைசித் தங்கையைப் பார்த்ததும் அவள் மீது மோகம் கொண்டான்.

அவன், அவள் மீதான தன் அன்பை அவளிடம் தெரிவித்தான். அப்போதுதான் அவள் நடந்த விஷயங்களையெல்லாம் இளவரசனிடம் சொன்னாள். இளவரசனுக்கு எல்லாம் புரிந்தது. அப்படியென்றால் அவள்தான் முன்னர் தனக்கு நிச்சயிக்கப்பட்ட பெண் என்று தெரிந்துகொண்டான். அவள் சிரித்தபோது தங்க மாதுளையின் பொன் முத்துக்களைப் பொழிந்தாள்! அவள் அழுதாலோ, அந்தக் கண்ணீரெல்லாம் முத்துக்களாகவும் வெள்ளி நாணயங்களாகவும் சிதறி விழுந்தன! அவள் கை கழுவினால் பல விதமான மீன்கள் தோன்றின!

இளவரசன், மூத்த இரண்டு தமக்கைகளையும் அந்தக் கறுந்தேளுடன் நாடுகடத்தும்படி உத்தரவிட்டான். அதற்கும் அடுத்த நாள், அன்பும் அழகுமுடைய கடைசித் தங்கையைத் திருமணம் செய்துகொண்டான். அந்த நாள், அந்த நாட்டின் மக்கள் எல்லோரும் மகிழ்ந்து கொண்டாடிய ஒரு நல்ல நாள்!

புத்தர், ஜ□லூர்ய் மீனான கதை

காடுகளும் மேடுகளும் உள்ள அந்தத் தீவு, தெற்கு அமைதிக் கடலில் உள்ளது. அங்குள்ள மரங்களில் விசித்திரத் தாவரங்கள் சுற்றிப் படர்ந்து வளர்கின்றன. அங்கே இரவுக்கும் பகலுக்கும் ஒரே அளவுதான். கோடையில் கடும் வெயில்; கார் காலத்தில் தொடர் மழை. அப்படிப்பட்ட அந்தத் தீவில் ஒரு வீட்டில் ஏழு சகோதரிகள் இருந்தார்கள். அவர்களுக்குப் பெற்றோர்கள் இல்லை. அதனால் ஆறு சகோதரிகளைக் காப்பாற்ற வேண்டிய பொறுப்பு மூத்த சகோதரிக்கு வந்தது. அவள் எல்லோருக்கும் ஒவ்வொரு வேலையைப் பங்கிட்டுக் கொடுத்தாள்.

ஒருத்தி வீட்டைத் துப்புரவாக்க வேண்டும், ஒருத்தி தண்ணீர் கொண்டு வர வேண்டும், ஒருத்தி வாசலைப் பெருக்க வேண்டும், ஒருத்தி சமையல் செய்ய வேண்டும், ஒருத்தி பரிமாற வேண்டும், ஒருத்தி காட்டிலிருந்து விறகு கொண்டு வர வேண்டும். இப்படி அவர்கள் பல வேலைகள் செய்தார்கள்.

ஆயினும், அந்த வேலைகளில் மிகவும் கடுமையான வேலை என்பது விறகு கொண்டு வருவதுதான். ஒருத்தி, தினமும் காட்டுக்குச் சென்று விறகு வெட்டி அதைப் பெரிய கட்டாகக் கட்டித் தலையில் சுமந்துகொண்டு நடக்க முடியாமல் நடந்து வருவாள். வந்த பிறகு மிகவும் சோர்ந்து படுத்துத் தூங்குவாள். மற்ற

சகோதரிகள் கொடுக்கும் உணவைச் சாப்பிடுவாள். அவள் பெயர் ஸுலூங். மற்ற சகோதரிகள் ஸுலூங்கை மிகவும் கஷ்டப்படுத்தி னார்கள்.

புத்தர் இதைத் தன் மனக் கண்ணில் பார்த்தார். அவர் ஜுலூங் என்ற பெயருடைய தங்க மீனாக, அவள் நடந்து செல்லும் வழியில் உள்ள ஒரு ஆற்றில் பிறந்தார்.

ஒருமுறை விறகுக் கட்டு சுமந்து களைத்துப்போன ஸுலூங், வரும் வழியில் உள்ள ஆற்றங்கரையில் சுமையை இறக்கி வைத்தாள். குளிப்பதற்காக ஆற்றில் இறங்கினாள். அப்போது தங்க மீன் ஜுலூங் அவளைச் சுற்றி வட்டமிட்டு நீந்தியது. இதைப் பார்த்த ஸுலூங்கிற்கு வியப்பு.

'மீன்கள் பொதுவாக மனிதர்களைப் பார்த்தால் பயந்து ஓடும். இந்த மீன் என்னவென்றால் சற்றும் அஞ்சாமல் பக்கத்தில் வந்து சுற்றி வருகிறதே... இந்தத் தங்க மீன் என்னை மிகவும் நேசிக்கிறது போலிருக்கிறது! இது மிகவும் வித்தியாசமான ஒரு மீனாக இருக்கும்..' என்று நினைத்த அவள், தங்க மீனைக் கையில் எடுத்துச் சென்று அவளுக்கு மிகவும் பிடித்த ஒரு குளத்தில் இறக்கிவிட்டாள்.

அந்தக் குளத்தில் நீந்தி விளையாடும் தங்க மீனின் அழகை மனதில் நினைத்து ரசித்தபடியே, அவள் அந்த பாரமான விறகுக் கட்டைச் சுமந்து வீடு நோக்கி நடந்தாள். அவளுக்கு ஒரு புதிய சக்தி கிடைத்ததுபோன்றிருந்தது.

அடுத்த நாள் முதல் அவள், தனக்குக் கிடைக்கும் உணவின் ஒரு பகுதியை அந்த ஜுலூங் மீனுக்குக் கொடுத்தாள். அப்படி அந்த மீன் வளர்ந்து வந்தது. அந்த மீன் வளர்ந்து வருவதற்கு ஏற்றபடி அதற்குக் கொடுக்க வேண்டிய உணவின் அளவும் அதிகரித்தது. எனவே அவள் தன் உணவின் அளவைச் சுருக்கிக்கொள்ள வேண்டி வந்தது. அப்படி அந்த ஜுலூங் தங்க மீன் மிகவும் பருத்துக் கொண்டிருந்தது. அந்தப் பெண் ஸுலூங் மிகவும் மெலிந்து மெலிந்து சோர்ந்தாள்.

ஆயினும் அவளால், ஜுலூங் தங்க மீன் பசியுடன் இருப்பதைப் பொறுத்துக்கொள்ள முடியவில்லை.

பகவான் புத்தர்தான் அந்த ஜுலூரங் தங்க மீனாக அவதரித்திருக்கிறார் என்று அவளுக்குத் தெரியவில்லை. ஆயினும், அந்த மீனுக்கும் அந்தப் பெண்ணுக்கும் இடையில் ஏதோ ஒரு புனிதமான உறவு ஏற்பட்டது. அந்த உறவு ஒரு மந்திர சக்திபோல மாறிக்கொண்டிருந்தது .

ஒருநாள் ஸுலூரங்கின் அக்கா அந்த வழியாகச் சென்றாள். அப்போது அந்தக் குளத்தில் இருக்கும் பெரிய தங்க மீனைப் பார்த்தாள். அவள் அதை வலையில் பிடித்து வீட்டுக்குக் கொண்டு வந்தாள். ஆறு பேரும் சேர்ந்து அதை வெட்டிச் சமைத்தார்கள். தின்ற பிறகு முட்களையெல்லாம் வாசலில் பள்ளம் தோண்டிப் புதைத்தார்கள்.

இது எதுவும் தெரியாத ஸுலூரங், அடுத்த நாள் உணவு எடுத்துக்கொண்டு அந்தக் குளத்துக்குச் சென்றாள். அந்த மீன் அங்கே இல்லை. மீனை யாரோ பிடித்துச் சென்றுவிட்டார்கள் என்று புரிந்துகொண்ட ஸுலூரங் தேம்பி அழுதாள். கடைசியில் இப்படிச் செய்தது தன் அக்காதான் என்று அவளுக்குத் தெரியவந்தது. சகோதரிகளும், "நாங்கள் அந்த மீனைச் சமைத்துத் தின்ற பிறகு முட்களைப் புதைத்துவிட்டோம்" என்று உண்மையைக் கூறினார்கள்.

ஸுலூரங் அழுதுகொண்டே அந்த முட்களைத் தோண்டி எடுத்தாள். அவற்றையெல்லாம் அந்தக் குளத்திற்கு எடுத்துச் சென்று மிகவும் துயரத்துடன் கரையில் புதைத்தாள்.

முட்களைப் புதைத்த இடத்தில் ஒரு மிகப் பெரிய மரம் முளைத்து வந்தது. அது ஆகாயம் அளவு வளர்ந்தது. அதன் இலைகள் காற்றில் பறந்து சென்று அடுத்த தீவில் விழுந்தன. அங்குள்ள ராஜா அந்த இலைகளைப் பார்க்க நேர்ந்தது. இவை எந்த மரத்தின் இலைகள் என்று அவருக்குத் தெரியவில்லை. அதை அறிய ஆவல் கொண்டு ஒரு படகில் இந்தத் தீவுக்கு வந்தார். அந்தப் பெரிய மரத்தைப் பார்த்து மிகவும் அதிசயித்துப்போனார் ராஜா. பலரிடமும், "இந்த மரத்தின் பெயர் என்ன?" என்று ஆர்வமாகக் கேட்டார். ஆனால், யாருக்கும் அந்த மரத்தின் பெயர் தெரியவில்லை.

கடைசியில் அந்தப் பக்கம் ஸுலூரங் வந்தாள். அப்போது, வானுயர்ந்த அந்த மரத்தின் கிளைகள் தாழ்ந்து அவளைத்

தழுவிக்கொண்டன. அவளுக்குக் காற்று வருவதற்காக தன் இலைக் கொத்துக்களை அசைத்தன.

இதைப் பார்த்த ராஜாவுக்கு நடப்பது எதுவுமே புரியவில்லை. ஒரு மிகப் பெரிய மரம் ஒரு பெண்ணுக்கு இவ்வளவு மரியாதை செய்கிறதே! என்ன அதிசயம்!

ராஜா அவளிடம், "இந்த மரத்தின் பெயர் என்ன பெண்ணே?" என்று கேட்டார்.

அவள் அந்த மரத்தின் பெயரைச் சொன்னாள்:

"போதி!"

அவள் தன்னையறியாமல் ஏதோ சொல்லிவிட்டாள், அவ்வளவு தான்!

புத்தர் அவளை ஆசீர்வதித்தார். அதிலிருந்து ஸுலூங் அதிர்ஷ்டக் காரியானாள்.

ராஜா, அவளைத் தன் படகில் ஏற்றிக்கொண்டு தன் நாட்டுக்குச் சென்றார். அவளைத் திருமணம் செய்துகொண்டார். அவ்வாறு அவள் அந்த நாட்டின் ராணியானாள்.

வடஅமெரிக்கா

சின்ன முயலும் பைன் மரமும் சிறகுள்ள எறும்பும்

ஒருநாள் ஒரு சின்ன முயல் காட்டில் உலவப் புறப்பட்டது. அந்தச் சமயத்தில், ஆகாயத்தில் சிறகுள்ள எறும்பு பறந்து வருவதைப் பார்த்தது. அந்தப் பறக்கும் எறும்பு ஒரு அரக்கன். அவன் சிறகுள்ள எறும்பு வடிவத்தில் இருப்பான். ஆனால் அவன் உடல் யானையின் உடலைவிடப் பெரிதாக இருக்கும். ஆனால் அவன் சிறகுகள் இருக்கின்றன அல்லவா, அவை மிகவும் மெல்லிய சிறகுகள். அந்த எறும்பு அரக்கன் ஆகாயத்தில் பறந்தபடியே நின்று பெரிய மரத்தைப் பிடுங்குவான். இரையைப் பார்க்கும்போது அந்த மரத்தால் ஒரே அடியாக அடிப்பான். அந்த அடியில் காட்டெருமையாக இருந்தாலும், கரடியாக இருந்தாலும் தரையோடு தரையாக நசுங்கிவிடும். பிறகு, பறக்கும் எறும்பு அரக்கன் அவற்றைத் தின்றுவிடுவான்.

அன்றும் அப்படித்தான் அந்த எறும்பு அரக்கன், தான் வேட்டையாடப் போகும்போது பாடும் பாட்டைப் பாடியபடியே பறந்து வந்தான்:

"லூலூலு... லல்லல்லா....

றெக்கை உள்ள எறும்பு நான்

மிகப் பெரிய அரக்கன் நான்

வேரோடு மரம் பிடுங்கி வருகிறேன்!

காட்டையே வெற்றி கொள்ளப் போகிறேன்!

விலங்குகள் எல்லாம் எனக்கே சொந்தம்!

இன்றே கொன்று எல்லாம் தின்பேன்!

லூலூலூ.... லல்லல்லா.....”

இந்தப் பாட்டைக் கேட்டால் எல்லா விலங்குகளும் தலை குனிந்து நின்றுவிடும். அப்படிச் செய்யாவிட்டால் அந்த அரக்கன்,

“என்னைப் பார்த்தால் தலை குனிந்து மரியாதை கொடுக்க வேண்டும் என்று தெரியாதா?” என்று மரத்தால் அடிப்பான்.

இப்போது அந்த இறக்கையுள்ள எறும்பு அரக்கன் என்ன செய்தான்?

அவன் அந்த சின்ன முயலை நோக்கிப் பறந்து வருகிறான்.

ஆனால் அந்தச் சின்ன முயல், எறும்பு அரக்கனிடம் மிகவும் துணிச்சலாகப் பேசியது:

“அட, எறும்பு அரக்கனே! நீ தைரியசாலிதான், ஏற்றுக் கொள்கிறேன். ஆனால் உன் பெரிய உடலின் கால்கள் மிகவும் ஒல்லியாக இருக்கின்றன! அதை நினைத்தால்தான் எனக்குப் பாவமாக இருக்கிறது!”

இதைக் கேட்டதும் எறும்பு அரக்கனுக்குப் பெரிய கோபம் வந்துவிட்டது. அவன் கையிலிருந்த மரத்தால் முயலை ஓங்கி ஒரே அடி அடித்தான். முயல் அடிபட்டு அப்படியே விழுந்து விட்டது. பிறகு எறும்பு அரக்கன், அந்த முயலைத் தின்னலாமா என்று யோசித்தான். இந்தச் சிறிய பிராணியைத் தின்பதால் தன் பசி அடங்காது என்று நினைத்தான். ஆயினும் அந்த அரக்கன், முயலைச் சும்மா விடவில்லை. முயலைத் தூக்கி ஓங்கி ஒரு உதைவிட்டான். அந்த முயல் எங்கே விழுந்து செத்ததோ தெரியவில்லை.

ஆனால் அந்தச் சின்ன முயலின் பாட்டி,

“பொழுது விடிந்துவிட்டதே, இந்தச் சின்ன முயலை இன்னமும் காணோமே! அவனை யாரேனும் கொன்றிருப்பார்களோ?” என்று துயரத்துடன் அழுதபடியே காத்திருந்தது. சின்ன முயல் அன்று இரவும் திரும்பி வரவில்லை.

அடுத்த நாள் காலையிலேயே பாட்டி முயல் வெளியே புறப்பட்டது. தன் பேரன் சின்ன முயலை எல்லா இடத்திலும் தேடிப் பார்த்தது. வெகு நேரத்திற்குப் பிறகு அந்தப் பாட்டி முயல், ஆகாயத்திலிருந்து ஒரு பாட்டுச் சத்தம் வருவதைக் கேட்டது.

"லூலூலு.... லல்லல்லா...

றெக்கை உள்ள எறும்பு நான்,

மிகப் பெரிய அரக்கன் நான்!"

பாட்டி முயல் மேலே பார்த்தது. அந்த எறும்பு அரக்கன்தான் தன் சின்ன முயலைக் கொன்றிருப்பான் என்று அதற்குத் தெரிந்துவிட்டது. அது அரக்கனிடம் உரக்கக் கேட்டது:

"ஏ எறும்பு அரக்கனே! நீ செய்தது அநியாயம். ஒன்றும் தெரியாத அப்பாவிச் சின்ன முயலைக் கொன்றுவிட்டாயே!"

இதைக் கேட்டு எறும்பு அரக்கன் சொன்னான்:

"ஓ, அந்தக் குட்டி முயலைப் பற்றிச் சொல்கிறாயா? நான் அதைக் கொன்றேன். ஆனால் தின்னவில்லை. அதன் உடல் அந்தப் பக்கம் கிடக்கும். போய்ப் பார்."

பாட்டி முயல், தன் சின்ன முயலின் உடலைத் தேடி அலைந்தது. நீண்ட தூரம் சென்ற பிறகு ஒரு இடத்தில் சின்ன முயலின் உடல் கிடப்பதைப் பார்த்தது. அதைப் பார்த்து அழுதபடியே அழைத்தது பாட்டி முயல்:

"சின்ன முயலே நல்ல முயலே,

வெள்ளை முயலே செல்ல முயலே,

பாட்டி உன்னைத் தேடி வந்தேன்,

கண் திறந்து பார் முயலே!"

அப்போது, தூக்கத்திலிருந்து விழித்து எழுவதுபோல எழுந்தது சின்ன முயல். அது நடந்த விஷயத்தைப் பாட்டி முயலிடம் சொன்னது. அந்த எறும்பு அரக்கன் ஒரு மரத்தைப் பிடுங்கித் தன்னை அடித்து நசுக்கியதைப் பற்றிச் சொல்லிவிட்டு, சின்ன முயல் ஒரு சபதம் செய்தது:

"நான் ஒரு முயல். இந்த உலகத்தில் வாழும் எல்லா சிறிய பிராணிகளுக்காகவும், நல்லவர்களுக்காகவும் நான் சபதம்

310 சிரிக்கும் ஆப்பிள் பேசும் திராட்சை

செய்கிறேன். இந்தக் காட்டில் உள்ள மிகப் பெரிய பைன் மரத்தைப் பிடுங்கி நான் அந்தப் பறக்கும் எறும்பு அரக்கனை அடித்துக் கொல்வேன்! கொல்வேன்!"

சின்ன முயலின் இந்தச் சபதம் எப்படி நிறைவேறும் என்று அந்தப் பாட்டி முயலுக்குத் தெரியவில்லை. ஆயினும், சின்ன முயலின் தைரியம் அதற்கு மகிழ்ச்சியளித்தது.

அந்தச் சின்ன முயல் அப்புறம் என்ன செய்தது?

அது சென்று காடு முழுதும் அலைந்து, இருப்பதிலேயே மிகப் பெரிய ஒரு பைன் மரத்தைக் கண்டுபிடித்தது. அந்த மரத்தின் கீழே கொஞ்சம் புகையிலை* வைத்து வணங்கி இப்படிச் சொன்னது:

"தாத்தா மரமே, தாத்தா மரமே, நான் உங்களைக் கொஞ்சம் பிடுங்கிக்கொள்ளட்டுமா? ஒரு எறும்பு அரக்கன் இருக்கிறான். அவன் இந்தக் காட்டில் உள்ள எல்லா மரங்களையும் பிடுங்கி அப்பாவி விலங்குகளை அடித்துக் கொல்கிறான். அவனை நான் கொல்ல விரும்புகிறேன். அதனால் நான் உங்களைக் கொஞ்சம் வேரோடு பிடுங்கிக்கொள்ளட்டுமா? என் வேலை முடிந்ததும் நான் உங்களை மீண்டும் இந்த இடத்திலேயே கொண்டு வந்து நட்டுவிடுகிறேன். உங்களைச் சுற்றிலும் தண்ணீர் ஊற்றி புகையிலை வைத்துத் தொழுகிறேன்."

புகையிலை வைத்து வழிபடுகிறேன் என்று காதில் விழுந்ததும், அந்தத் தாத்தா மரம் சின்ன முயலுக்கு ஒரு வரம் கொடுத்தது. அந்தச் சின்ன முயல், மரத்தை விடவும் பெரிதாக வளர வேண்டும் என்ற வரம்தான் அது! பைன் மரம் பாடியது:

"வளர்வாய் பெரிதாய் சிறுமுயலே

விரைந்தே வளர்வாய் வானளவு

எறும்பு அரக்கனைக் கொன்றிடவே

வீரம் நிறைந்து வளர்ந்திடுவாய்!"

உடனே சின்ன முயல் மடமடவென்று ஆகாயம் அளவு பெரிதாக வளர்ந்துவிட்டது. அது உடனே அந்தப் பைன் மரத்தைப் பிடுங்கித் தன் தோளில் வைத்துக்கொண்டு எறும்பு அரக்கனைத் தேடிப் புறப்பட்டது. தூரத்தில் உள்ள ஒரு மலையில்தான் எறும்பு

---

* ஏதாவது காரியம் நடக்க வேண்டும் என்றால் புகையிலை வைத்து வழிபடுவது செவ்விந்தியர் வழக்கம்.

அரக்கன் இருக்கிறான் என்று தெரிந்துகொண்டு அது அங்கே சென்றது. அங்கு சென்று எறும்பு அரக்கனுக்குச் சவால் விட்டது:

"வாடா, வாடா சிறகுள்ள எறும்பே

மோதிப் பார்க்கலாம் உடனே வாடா!

வீரம் இருந்தால் விரைந்தே வாடா,

உன்னைக் கொல்ல வந்தேன் நானடா!"

இதைக் கேட்ட எறும்பு அரக்கன் தன் வழக்கமான பாட்டைப் பாடினான்:

"லூலூலு... லல்லல்லா...

றெக்கை உள்ள எறும்பு நான்

மிகப் பெரிய அரக்கன் நான்!

வேரோடு மரம் பிடுங்கி வருகிறேன்!

அடித்து உன் மண்டையையே உடைக்கிறேன்!"

எறும்பு அரக்கனும் சின்ன முயலும் சண்டையிட்டனர். எறும்பு அரக்கன் தன் கையிலிருந்த மரத்தைத் தரையில் அடித்துக் கத்தினான். சின்ன முயல் தன் கையிலிருந்த பைன் மரத்தை ஓங்கித் தரையில் அடித்துக் கத்தியது. இருவருக்குமிடையில் அங்கே பெரிய போர் நடந்தது. தன் பலத்தையெல்லாம் ஒன்று திரட்டிய சின்ன முயல், எறும்பு அரக்கனைப் பைன் மரத்தால் ஒரே அடியாக அடித்து வீழ்த்தியது. அந்த அடியில் எறும்பு அரக்கன் பல துண்டுகளாகச் சிதறினான். அப்போது சின்ன முயல் பாடியது:

"ஆணவம் கொண்டு அலைந்தாயே - இன்று

மானம் கெட்டுக் - குலைந்தாயே!

சின்னஞ் சிறிதாய்ச் சிறுத்தாயே - இனி

தரையில் ஊர்ந்து திரிவாயே!"

அவ்வாறு சின்ன முயல் பூமியில் முதன் முதலாக, மிகப் பெரிய அந்த எறும்பு அரக்கனைத் துண்டு துண்டாக்கியது. அந்தத் துண்டு களிலிருந்து மிகச் சிறிய எறும்புகளை உருவாக்கியது.

இன்றும் முயல்களைப் பார்த்தால் எறும்புகள் வழி விட்டு விலகிச் செல்கின்றன. இதற்குக் காரணம் அந்தச் சின்ன முயல்தான்.

போரில் வென்ற சின்ன முயல் மறுபடியும் பைன் மரத்தைத் தன் தோளில் வைத்துக் கொண்டு சென்றது. பிடுங்கிய இடத்தில் ஊன்றியது. தண்ணீர் ஊற்றி சுற்றிலும் புகையிலை வைத்து வணங்கியது.

(வின்னாபாகோவில் உள்ள மலையில் மிகவும் உயரமான ஒரு பைன் மரம் இப்போதும் இருக்கிறது. அந்தப் பைன் மரம், இந்தக் கதையில் வரும் பைன் மரம்தான் என்று மக்கள் நம்புகிறார்கள். இன்றும் அங்குள்ள மக்கள் அந்தத் தாத்தா மரத்துக்கு புகையிலை வைத்து வழிபடுகிறார்கள்.)